ജീവന്റെ സമവാക്യങ്ങൾ

jeevante samavakyangal

•

sabu jose

•

first edition
february 2015

•

third edition
september 2016

•

fourth edition
april 2018

•

typesetting & published
chintha publishers, thiruvananthapuram

•

•

cover
prasoon

•

വിതരണം

ദേശാഭിമാനി ബുക്ക് ഹൗസ്

H O തിരുവനന്തപുരം-695 035
phone: 0471-2303026, 6063026
www.chinthapublishers.com
chinthapublishers@gmail.com

ബ്രാഞ്ചുകൾ

ഹെഡ്ഡാഫീസ് ബ്രാഞ്ച് കുന്നുകുഴി • സ്റ്റാച്യു തിരുവനന്തപുരം • കെ എസ് ആർ ടി സി ബസ് സ്റ്റേഷൻ ആലപ്പുഴ • കെ എസ് ആർ ടി സി ബസ് സ്റ്റേഷൻ എറണാകുളം • മച്ചിങ്ങൽ ലെയ്ൻ തൃശൂർ • ഐ ജി റോഡ് കോഴിക്കോട് • മാവൂർ റോഡ് കോഴിക്കോട് • എൻ ജി ഒ യൂണിയൻ ബിൽഡിങ് കണ്ണൂർ • സെൻട്രൽ ബസ് ടെർമിനൽ കോംപ്ലക്സ് താവക്കര കണ്ണൂർ

CR - VV - 109 / 1816 / 4589
ISBN - 978-93-86112-83-5

ജീവന്റെ സമവാക്യങ്ങൾ

സാബു ജോസ്

ചിന്ത പബ്ലിഷേഴ്സ്
തിരുവനന്തപുരം-695 035

സാബു ജോസ്

അദ്ധ്യാപകൻ, ശാസ്ത്രലേഖകൻ. മലയാളത്തിലെ ഒട്ടുമിക്ക ആനുകാലികങ്ങളിലും ഇ-മാഗസിനുകളിലും ശാസ്ത്രലേഖനങ്ങൾ എഴുതുന്നു. വീട് കോഴിക്കോട് ജില്ലയിലെ പുതുപ്പാടി. ഇപ്പോൾ വയനാട്ടിൽ താമസിക്കുന്നു. പുതുപ്പാടി ഗവ. ഹൈസ്കൂൾ, കോഴിക്കോട് ദേവഗിരി കോളേജ്, വയനാട് ഡയറ്റ് എന്നിവിടങ്ങളിൽ വിദ്യാഭ്യാസം. കേരള അമേച്വർ ആസ്ട്രോണമേർസ് ഓർഗനൈസേഷൻ (AASTRO KERALA), ശാസ്ത്രസാഹിത്യ പരിഷത്ത് എന്നീ സംഘടനകളിൽ അംഗത്വം.

വിലാസം : മറ്റത്തിൽ
മേപ്പാടി പി ഒ
വയനാട് - 673577

Phone : 9656363145

email : sabu9656@gmail.com

ഉള്ളടക്കം

എന്റെ ആദ്യപുസ്തകമാണ് *ജീവന്റെ സമവാക്യങ്ങൾ*. തിരക്കുകൾ മാറ്റിവെച്ച് പുസ്തകത്തിന് അവതാരിക എഴുതുകയും ആവശ്യമായ നിർദ്ദേശങ്ങൾ തരികയും ചെയ്ത ഐ എസ് ആർ ഒ മുൻ ചെയർമാൻ ഡോ. ജി മാധവൻ നായർക്ക് ആദ്യമായി നന്ദി പറയുന്നു. പുസ്തക രചനയ്ക്ക് സഹായിച്ച എന്റെ കുടുംബാംഗങ്ങൾക്കും സുഹൃത്തുക്കൾക്കും പുസ്തകം പ്രസിദ്ധീകരിക്കാൻ തയ്യാറായ ചിന്ത പബ്ലിഷേഴ്സിനും എന്റെ കടപ്പാട് ഇവിടെ കുറിക്കുന്നു.

സ്നേഹപൂർവ്വം,

സാബു ജോസ്

പ്രസാധകക്കുറിപ്പ്

ഈ പ്രപഞ്ചത്തിൽ മനുഷ്യൻ തനിച്ചാണോ? മറ്റേതെങ്കിലും ഭൂമിയും മറ്റേതെങ്കിലും മനുഷ്യരും നിലവിലുണ്ടോ? കെട്ടുകഥകളിലും ശാസ്ത്ര നോവലുകളിലും അന്യഗ്രഹ ജീവികൾ നിറയുമ്പോൾ മനുഷ്യന്റെ ജിജ്ഞാസയുടെ പ്രതിഫലനമായി നമുക്കതിനെ കണക്കാക്കാം. ലോകത്തിലെമ്പാടും ശാസ്ത്രജ്ഞർ ഭൂമിക്കപ്പുറമുള്ള ജീവൻ തേടി പരീക്ഷണനിരീക്ഷണങ്ങളിൽ ഏർപ്പെട്ടിട്ടുണ്ട്. നമ്മുടെ ശാസ്ത്ര വ്യവഹാരങ്ങളിൽ ഉയർന്നുവരുന്ന പല പദങ്ങളും നമ്മെ അന്ധാളിപ്പിക്കാറുണ്ട്. പറക്കുംതളികകൾ, തവിട്ടു കുള്ളന്മാർ, എക്സോപ്ലാനറ്റുകൾ, അന്യഗ്രഹജീവികൾ, സെറ്റി, സ്പേസ് ഔട്ട് പോസ്റ്റുകൾ, സൂപ്പർ എർത്തുകൾ തുടങ്ങി നിരവധി പദങ്ങൾക്ക് ഉത്തരം നല്കി ഈ മേഖലയിൽ നടത്തിയിട്ടുള്ള അന്വേഷണങ്ങളുടെയും അനുമാനങ്ങളുടെയും സമഗ്രചിത്രം ലഭ്യമാക്കുന്ന ഈ കൃതിയുടെ നാലാം പതിപ്പ് അഭിമാനത്തോടെ വായനക്കാർക്കു മുന്നിൽ സമർപ്പിക്കുന്നു.

ചിന്ത പബ്ലിഷേഴ്സ്

മുഖവുര

വിസ്മയകരമായ ഒരു പ്രപഞ്ചത്തിലാണ് നാം ജീവിക്കുന്നത്. ജഗത് സൃഷ്ടി പുരാണത്തിന്റെ സൗന്ദര്യവും ഹിംസാത്മകതയും അസാധാരണമായ സർഗ്ഗാത്മകതയോടുകൂടി നമുക്കിടയിൽ പലരും വർണ്ണിച്ചിട്ടുണ്ട്. ഈ മഹാപ്രപഞ്ചത്തിന്റെ ഏതോ ഒരു കോണിൽ ഭൂമിയെന്ന് നാം തന്നെ പേരിട്ടുവിളിക്കുന്ന ആകാശഗോളത്തിലാണ് മനുഷ്യൻ ഇന്ന് അവന്റെ സ്വപ്നങ്ങളും പ്രതീക്ഷകളും പണിതുയർത്തുന്നത്. മുത്തശ്ശിക്കഥകളും മതഗ്രന്ഥങ്ങളും പകരുന്ന ഭാവനകളിൽ ആകൃഷ്ടരായിരുന്നെങ്കിലും ചടുലവിഭ്രാന്തിയിൽ ആടിത്തിമിർക്കുന്ന ഭൂമിയുടെയും ഇരുളിന്റെ മറനീക്കാൻ സ്വയം കത്തിയമരുന്ന സൂര്യന്റെയും നിശ്ശബ്ദനായ ചന്ദ്രന്റെയും നക്ഷത്രക്കുഞ്ഞുങ്ങളുടെയും പ്രായവും സ്ഥാനവും ഗതിവിഗതികളും മനുഷ്യൻ പണ്ടുമുതലേ ചിന്തിച്ചിരുന്നു. നിശയുടെ ആഴങ്ങളിൽ വീടിന്റെ മട്ടുപ്പാവിൽ ഏകാന്തമായിരുന്ന് ആകാശവീഥികളിൽ കണ്ണോടിക്കുമ്പോൾ മറ്റൊരു ലോകത്ത് നമ്മെ കേൾക്കാനും ആരെങ്കിലുമുണ്ടായിരുന്നെങ്കിലെന്ന് ചിന്തിക്കാത്തവർ കുറവായിരിക്കും. അത്തരമൊരു കാലം ഇനി വിദൂരമല്ല. ചലച്ചിത്രങ്ങളും കുട്ടിക്കഥകളും അന്യഗ്രഹജീവനെയും ജീവജാലങ്ങളെയുംകുറിച്ച് മിഥ്യയും ഭീകരതയും നിറച്ച പല രൂപങ്ങൾ പരിചയപ്പെടുത്തിയിട്ടുണ്ട്. അവ എന്നും നമുക്ക് ആകർഷണീയവും താല്പര്യജനകവുമായിരുന്നു.

അജ്ഞാനത്തിന്റെ പടുകുഴിയിൽനിന്നും അറിവിന്റെ പാരമ്യതയിലേക്ക് കുതിച്ചുകൊണ്ടിരിക്കുന്ന മനുഷ്യൻ മറ്റൊരു ഭൂമിക്കായുള്ള തിരച്ചിൽ തുടങ്ങിയിരിക്കുന്നു. സാങ്കേതികവിദ്യയുടെ വികാസം അവന്റെ സ്വപ്നങ്ങൾക്ക് ചിറകു നല്കുകയാണ്. പ്രപഞ്ചത്തിൽ ജീവന്റെ ഉന്മാദനൃത്തം ചവിട്ടുന്ന ഭൂമിയുടെ അരങ്ങ് പങ്കിടാൻ ഒരു സഹജയെക്കൂടി നമുക്ക് പ്രതീക്ഷിക്കാം.

സാബു ജോസ്

അവതാരിക

പ്രപഞ്ചത്തിന്റെ നിഗൂഢതകളിലേക്ക് ആധുനിക ശാസ്ത്രം കടന്നു ചെല്ലുന്ന വഴിത്താരയിലൂടെ സഞ്ചരിക്കുകയാണ് ശ്രീ. സാബു ജോസ് ഈ പുസ്തകത്തിലൂടെ. ഒരുകൂട്ടം ലേഖനങ്ങളുടെ സമാഹാരമാണിത്. ഒരു അദ്ധ്യാപകന്റെ പരിമിതിയിൽ നിന്നുകൊണ്ട് ഈ മേഖലയിലുള്ള വിവര ശേഖരണവും സമാഹരണവും ബുദ്ധിമുട്ടുനിറഞ്ഞതാണെന്ന് മാത്രമല്ല, ആ വിവരങ്ങൾ സാധാരണക്കാർക്ക്, വിശേഷിച്ചും വിദ്യാർത്ഥികൾക്ക് ഗ്രഹിക്കത്തക്കവിധം ലളിതമായ ഭാഷയിൽ അവതരിപ്പിക്കുന്നതിന് ഒരുപാട് വേദനകൾ ശ്രീ. സാബു അനുഭവിച്ചിട്ടുണ്ടെന്ന് എനിക്കറിയാം. മലയാളത്തിലെ നിരവധി പത്ര-മാസികകളിൽ വിവിധ വിഷയങ്ങളിൽ തുടർച്ചയായി ശാസ്ത്രലേഖനങ്ങളെഴുതി പ്രതിഭ തെളിയിച്ചിട്ടുള്ള ശ്രീ. സാബു ജോസിന്റെ ലേഖന സമാഹാരങ്ങളുടെ ഈ പുസ്തകം പുതിയ തലമുറയിലെ വായനക്കാരെ ഉദ്ദേശിച്ചുള്ളതാണ്. ഈ പരിശ്രമത്തിന് എന്റെ ഹൃദയംനിറഞ്ഞ അനുമോദനങ്ങൾ.

നാഗരികത ഉത്ഭവിച്ചതുമുതൽ ശാസ്ത്ര-സാങ്കേതിക വിദ്യയുടെ വളർച്ചയും ആരംഭിച്ചു. സിന്ധുനദീതട സംസ്കാരം, ഹാരപ്പൻ, മെസൊപ്പൊട്ടേമിയൻ, റോമൻ നാഗരികതകളെല്ലാം പരിശോധിച്ചാൽ ഇതിന് ബലം നല്കുന്ന ചരിത്രപരമായ തെളിവുകൾ നമുക്ക് ലഭിക്കും. ശാസ്ത്രത്തിനും ശാസ്ത്രീയ നിരീക്ഷണങ്ങൾക്കും ഈ നാഗരികതകൾ വളരെ പ്രാധാന്യം നല്കിയിരുന്നു. അക്കാലത്തുണ്ടായിരുന്ന തത്ത്വചിന്തകരും ഋഷിമാരും പ്രകൃതിയെ നിരീക്ഷിച്ചിരുന്നു. പ്രകൃതി പ്രതിഭാസങ്ങളെക്കുറിച്ചും പ്രപഞ്ചത്തെക്കുറിച്ചും അവർ നേടിയ വിവരങ്ങൾ കാവ്യങ്ങളായും ഇതിഹാസങ്ങളായും രചിക്കപ്പെട്ടു. അത് തീർച്ചയായും അക്കാലത്തുണ്ടായിരുന്ന ഉയർന്ന ശാസ്ത്രചിന്തകളുടെ സമാഹാരം തന്നെയായിരുന്നു. ചിലപ്പോഴെങ്കിലും അവരുടെ ഭാവനകൾ സയൻസ്

ഫിക്ഷനുകളിലേക്കും കല്പിത കഥകളിലേക്കും എത്തിപ്പെടുകയും ചെയ്തു. *മഹാഭാരത*വും അരിസ്റ്റോട്ടിലിന്റെ തത്ത്വചിന്തകളുടെ സമാഹാരവുമെല്ലാം ആ കാലഘട്ടത്തിലെ ഉയർന്ന ചിന്താശേഷിയുടെ മികച്ച ഉദാഹരണങ്ങളാണ്. പ്രകൃതി ദുരന്തങ്ങളും യുദ്ധങ്ങളും അധിനിവേശങ്ങളും ഈ നാഗരികതകളുടെ തകർച്ചയ്ക്ക് കാരണമായപ്പോൾ അവർ മുളപ്പിച്ച ശാസ്ത്ര-സാങ്കേതിക വിദ്യയുടെ നാമ്പുകൾ മുരടിച്ചു പോവുകയാണുണ്ടായത്. എന്നാൽ കഴിഞ്ഞ മൂന്ന് നൂറ്റാണ്ടുകൾക്കുള്ളിൽ ശാസ്ത്രരംഗത്തുണ്ടായ ത്വരിത വികാസവും നിരീക്ഷണ മേഖലയിലുണ്ടായ സാങ്കേതിക പുരോഗതിയും ശാസ്ത്രീയ ഉപകരണങ്ങളുടെ കണ്ടുപിടിത്തവും പരീക്ഷണങ്ങളിലൂടെ നിഗമനങ്ങളും പരികല്പനകളും പരിശോധിക്കാൻ സാധിച്ചതും വഴി പല പ്രാപഞ്ചിക പ്രതിഭാസങ്ങൾക്കും വിശദീകരണം നല്കാൻ ഇന്ന് കഴിയുന്നുണ്ട്. ശാസ്ത്രത്തിന്റെയും സാങ്കേതിക വിദ്യയുടെയും ലക്ഷ്യം മനുഷ്യരുടെ ജീവിതനിലവാരം ഉയർത്തുകയാണ്. ആയിരക്കണക്കിന് വ്യക്തികളുടെ അശ്രാന്തപരിശ്രമമാണ് ഇന്ന് മനുഷ്യവർഗ്ഗം ആസ്വദിക്കുകയും അനുഭവിക്കുകയും ചെയ്യുന്ന എല്ലാ സുഖസൗകര്യങ്ങൾക്കും പിന്നിലുള്ളത്. ശാസ്ത്ര-സാങ്കേതികവിദ്യയുടെ വികാസമാണ് ഈ നേട്ടങ്ങൾക്കെല്ലാം പിന്നിലുള്ളത് എന്ന അവബോധം പൊതു സമൂഹത്തിലുണ്ടാകേണ്ടതും ശാസ്ത്രബോധമുള്ള ഒരു തലമുറയെ വാർത്തെടുക്കേണ്ടതും കാലഘട്ടത്തിന്റെ ആവശ്യമാണ്. കഴിഞ്ഞ ഏതാനും നൂറ്റാണ്ടുകളിലായി ക്രമമായും നിരന്തരമായുമുണ്ടായിക്കൊണ്ടിരിക്കുന്ന ശാസ്ത്രപുരോഗതി ഇനിയും തുടർന്ന് പോകേണ്ടത് അത്യാവശ്യമാണ്.

ഒരു വിഷയത്തിന്റെ വിവിധ തലത്തിലുള്ള അന്വേഷണങ്ങൾ, അതിന്റെ വളരെ വിശാലമായ മേഖലകളിലൂടെയാണ് ലേഖകൻ സഞ്ചരിക്കുന്നതെന്ന് ഈ പുസ്തകത്തിലൂടെ കടന്നുപോകുമ്പോൾ കാണാൻ കഴിയും. ഭൗമ ജീവന്റെ ഉല്പത്തി മുതൽ ഭൗമേതര ജീവന്റെ സമവാക്യങ്ങൾവരെ, പ്രപഞ്ചോല്പത്തി മുതൽ ഗ്രഹകുടുംബങ്ങൾവരെ... ശാസ്ത്രരംഗത്ത് കരിയർ രൂപപ്പെടുത്തുന്നവർക്കും വിദ്യാർത്ഥികൾക്കും വിലയേറിയ ഒരു സമ്മാനമായിരിക്കും ഈ പുസ്തകം. ഈ പുസ്തകത്തിൽ പ്രതിപാദിക്കുന്ന വിഷയങ്ങൾ കാലഘട്ടത്തിന് അനുയോജ്യവും ശാസ്ത്രീയ പിൻബലമുള്ളതുമാണ്. ഭൗമേതര ജീവൻ തേടിയുള്ള മനുഷ്യ പ്രയാണത്തിന്റെ ചരിത്രവും ഇതുവരെയുണ്ടായിട്ടുള്ള നേട്ടങ്ങളും വിവരിക്കുന്നത് യുവാക്കളെയും വിദ്യാർത്ഥികളെയും തീർച്ചയായും ആവേശഭരിതരാക്കും. രക്ഷിതാക്കൾക്ക് ശാസ്ത്രവിഷയങ്ങളിൽ താല്പര്യം ജനിപ്പിക്കുന്നതിനും കുട്ടികളെ ശാസ്ത്രത്തിന്റെ സമീപനം പരിചയപ്പെടുത്തുന്നതിനും ഈ പുസ്തകം ഉപകാരപ്രദമാണ്. മാത്രവുമല്ല, പുതിയ തലമുറയെ വാർത്തെടുക്കുന്ന അദ്ധ്യാപകർക്കും ഒരു മികച്ച കൈപ്പുസ്തകമായിരിക്കുമിത്.

ഒരു അദ്ധ്യാപകൻ അയാളുടെ പാഠ്യേതര പ്രവർത്തനങ്ങൾക്ക്

ഇത്രയധികം പ്രാധാന്യം നല്കുന്നത് എന്നെ ഏറെ അത്ഭുതപ്പെടുത്തുന്നു. തീർച്ചയായും ഇത് അഭിനന്ദനാർഹമാണ്. വിജ്ഞാനത്തിന് പിന്നാലെയുള്ള ചുറുചുറുക്കുള്ള ഒരു പ്രയാണമായാണ് ഇത് എനിക്കനുഭവപ്പെടുന്നത്. വിവരങ്ങൾ ശേഖരിച്ച് അത് സാധാരണക്കാരുടെ ഭാഷയിൽ മൊഴിമാറ്റം നടത്തുകയല്ല ലേഖകൻ ചെയ്യുന്നത്. മറിച്ച് ഒരു വിദ്യാർത്ഥിക്കും അദ്ധ്യാപകനും രക്ഷിതാവിനും ഒരുപോലെ ദഹിക്കുന്ന തരത്തിൽ പുനരവതരിപ്പിക്കുകയാണിവിടെ. തീർച്ചയായും ഇതൊരു വലിയ പരിശ്രമം തന്നെയാണ്. ഭാവിയിൽ ഒരുപാട് നേട്ടങ്ങളും അംഗീകാരങ്ങളും ശ്രീ. സാബു ജോസിനെ തേടിവരുമെന്ന് എനിക്കുറപ്പുണ്ട്. നമുക്ക് ഇന്നുള്ള ധാരണകൾ എന്തെല്ലാമാണെന്ന് വ്യക്തമാക്കുന്നതിലുപരി ഭാവി ഗവേഷണങ്ങൾ അഭിമുഖീകരിക്കുന്ന വെല്ലുവിളികളും ശാസ്ത്ര പ്രവചനത്തിനുള്ള സാദ്ധ്യതയും തുറന്ന് കാണിക്കുന്നുണ്ട് എന്നതും ഈ പുസ്തകത്തിന്റെ സവിശേഷതയാണ്.

ഡോ. ജി മാധവൻനായർ
പ്രസിഡന്റ്,
ഇന്റർനാഷണൽ അക്കാദമി ഓഫ്
ആസ്ട്രോനോട്ടിക്സ്,
ഐ എസ് ആർ ഒ മുൻ ചെയർമാൻ.

നക്ഷത്രക്കണ്ണുള്ളവർക്ക്...

ശതകോടിക്കണക്കിന് വർഷങ്ങൾക്ക് മുമ്പ് ഒരു നക്ഷത്ര വിസ്ഫോടനത്തിന്റെ അവശിഷ്ടങ്ങളിൽനിന്ന് സൂര്യനും ഭൂമിയും അതിലെ ജീവനുമുണ്ടായി. ഇന്ന് നാമറിയുന്ന സ്വർണ്ണം പോലും നമ്മുടെ ഭൂമിയേക്കാൾ പ്രായമുള്ളതാണ്. ഏതോ നക്ഷത്രത്തിൽനിന്ന് ഭൂമിയിലേക്ക് ദാനമായി എറിഞ്ഞുവീഴ്ത്തപ്പെട്ടതാണത്. പ്രപഞ്ചത്തിലുള്ളതെല്ലാം മനുഷ്യനിലുണ്ട്; ജീവനിലും. കാർബണീകരിക്കപ്പെട്ട ജൈവ മസ്തിഷ്കം സിലിക്കൺ ആധാരമായുള്ള മസ്തിഷ്കത്തിന്റെ നിർമ്മാണ ഹേതുവായി. ഈ ഇരട്ട മസ്തിഷ്കങ്ങൾ ഇന്ന് ജഗത്ത്രയം തന്നെ കൈപ്പിടിയിലൊതുക്കാൻ ശ്രമിക്കുകയാണ്. അന്യജീവൻ തേടിയുള്ള അലച്ചിലുകൾ അവസാനിക്കാൻ പോകുകയാണ്. നക്ഷത്രങ്ങളുടെ ലോകത്തുനിന്നും നമ്മോട് സംസാരിക്കുന്ന നക്ഷത്രക്കണ്ണുകളുള്ള കൂട്ടുകാർക്കായി ഇനി നമുക്കും സ്വപ്നം കണ്ടുതുടങ്ങാം. ഭൂമിയുടെ കിതപ്പിന്റെ നാദം കാതോർത്ത് പ്രപഞ്ചത്തിന്റെ ഏതോ കോണിൽ ആരോ താളം പിടിക്കുന്നതുകേൾക്കാൻ നമുക്ക് ആകാംക്ഷയോടെ കാത്തിരിക്കാം.

1

അല്ല... നാം തനിച്ചല്ല!

"Sometimes I think we're alone. Sometimes I think we're not. In either case, the thought is staggering"

- Buckminster Fuller

മേഘങ്ങൾക്കിടയിലൂടെ പറന്നുവരുന്ന പറക്കുംതളികകളും ഇ ടി സിനിമകളിലെ അത്ഭുതരൂപികളും എന്നും പ്രേക്ഷകർക്ക് ഹരമാണ്. അന്യഗ്രഹജീവികളുടെ ആക്രമണത്തിൽനിന്ന് ഭൂമിയെ രക്ഷിക്കുന്ന സൂപ്പർഹീറോകൾ അണിനിരക്കുന്ന 'സ്റ്റാർവാർസ്' സിനിമകൾ എക്കാലത്തെയും ഹിറ്റുകളാണ്. അതിരുകടന്ന ഭാവനയാണെങ്കിലും എന്നെങ്കിലുമൊരിക്കൽ ഏതെങ്കിലുമൊരു അന്യഗ്രഹജീവി പറക്കുംതളികയിൽ ഭൂമിയിൽ വിരുന്നെത്തുമെന്ന് സ്വപ്നം കാണാത്തവരും കുറവാണ്. സയൻസ് ഫിക്ഷനുകൾ എന്നറിയപ്പെടുന്ന ഇത്തരം സങ്കല്പങ്ങൾക്ക് യാഥാർത്ഥ്യവുമായി എന്തെങ്കിലും ബന്ധമുണ്ടോ? ഭൂമിക്കു വെളിയിൽ ഈ വിശാലപ്രപഞ്ചത്തിൽ എവിടെയെങ്കിലും ജീവന്റെ തുടിപ്പുകൾ നിലനില്ക്കുന്നുണ്ടോ? അങ്ങനെയുണ്ടെങ്കിൽ അവരുടെ സാമൂഹികബന്ധങ്ങളും കുടുംബസംവിധാനങ്ങളും എപ്രകാരമായിരിക്കും? മത-രാഷ്ട്രീയ സംഘടനകളും ദൈവസങ്കല്പവും കക്ഷിരാഷ്ട്രീയവുമെല്ലാം എത്രത്തോളം ശക്തമായിരിക്കും?

പ്രൊഫ. ഫ്രാങ്ക് ഡ്രേക്ക്

1960 കളിലാണ് ഭൗമേതര ജീവനെ ത്തേടിയുള്ള ശാസ്ത്രീയ അന്വേഷണം ആ

ഗ്രീൻബാങ്ക് ദൂരദർശിനി

രംഭിച്ചത്. വെസ്റ്റ് വെർജീനിയയിൽ പ്രൊഫ. ഫ്രാങ്ക് ഡ്രേക്കും സംഘവുമാണ് ഈ ദൗത്യത്തിലേക്ക് ആദ്യമായി കടന്നുവന്നത്. നമ്മുടെ മാതൃഗാലക്സിയായ ക്ഷീരപഥത്തിലുള്ള ഏതാനും സൗരസമാന നക്ഷത്രങ്ങളെ ചുറ്റിപ്പറ്റിയായിരുന്നു ഡ്രേക്കിന്റെയും സംഘത്തിന്റെയും അന്വേഷണം. ഹൈഡ്രജൻ ആറ്റത്തിന്റെ സാന്നിദ്ധ്യം തിരിച്ചറിയുന്നതിനുവേണ്ടി സവിശേഷമായി രൂപകല്പന നിർവ്വഹിച്ച ഗ്രീൻബാങ്ക് ദൂരദർശിനി (Green Bank Telescope) ഉപയോഗിച്ചാണ് പ്രൊഫ. ഡ്രേക്കും സംഘവും നിരീക്ഷണമാരംഭിച്ചത്. ഗ്രഹാന്തരീക്ഷത്തിൽ കാണപ്പെടുന്ന ഹൈഡ്രജൻ ആറ്റങ്ങളുടെ സാന്നിദ്ധ്യം ജലതന്മാത്രകളുടെ തെളിവാണ്, ജലം ജീവന്റെയും. ഭൂമിയിൽനിന്ന് 12 പ്രകാശവർഷം അകലെയുള്ള സൂര്യസമാന നക്ഷത്രമായ ടോ സെറ്റി (Tau Ceti)യാണ് ശാസ്ത്രസംഘം നിരീക്ഷണത്തിന് തെരഞ്ഞെടുത്തത്. ഭൗമേതര ഗ്രഹങ്ങളിൽനിന്നു വരുന്ന റേഡിയോ സന്ദേശങ്ങൾ റെക്കോർഡ് ചെയ്യുന്നതിന് പരീക്ഷണശാലയിൽ മാഗ്നറ്റിക് ടേപ്പുകൾ തയ്യാറാക്കിവച്ചിരുന്നു. എന്നാൽ, നിരാശയായിരുന്നു ഫലം. പക്ഷേ, ഡ്രേക്കും സംഘവും വിട്ടുകൊടുക്കാനുള്ള ഭാവത്തിലായിരുന്നില്ല. എപ്സിലോൺ എറിഡാനി (Epsilon Eridani) എന്ന നക്ഷത്രത്തെ ചുറ്റിപ്പറ്റിയായിരുന്നു തുടർന്നുള്ള അന്വേഷണങ്ങൾ. നിമിഷങ്ങൾക്കുള്ളിൽ പരീക്ഷണശാലയൊന്നാകെ ശക്തമായ റേഡിയോ തരംഗങ്ങൾകൊണ്ടു നിറഞ്ഞു. ഏതാനും നിമിഷങ്ങൾ മാത്രമേ

ഈ റേഡിയോ തരംഗങ്ങൾ നിലനിന്നുള്ളൂ. ഡ്രേക്കും സംഘവും തുടർന്നു നടത്തിയ നിരവധി പരീക്ഷണങ്ങളിലൊന്നിലും പിന്നീട് ഇത്തരത്തിലുള്ള റേഡിയോ സന്ദേശങ്ങൾ ലഭിച്ചില്ല. ഡ്രേക്കിനും സംഘത്തിനും ലഭിച്ച റേഡിയോ സിഗ്നലുകൾ ഏതെങ്കിലുമൊരു ഭൗമേതര നാഗരികതയിൽ നിന്നായിരിക്കുമെന്ന് ഉറപ്പിച്ചുപറയാൻ കഴിയില്ല. എന്നാൽ, അതിന്റെ അർത്ഥം ഭൗമേതര ജീവന് സാദ്ധ്യതയില്ലെന്നല്ല. നിലവിലുള്ള സാങ്കേതികവിദ്യയുടെ പരിമിതിയും പ്രപഞ്ചത്തിന്റെ അതിവിശാലതയും ഈ മേഖലയിലുള്ള അന്വേഷണങ്ങൾക്ക് പലപ്പോഴും വിലങ്ങുതടിയായി നില്ക്കുന്നുണ്ട്. കടൽത്തീരത്തെ മണൽപ്പരപ്പിൽ കളഞ്ഞുപോയ അരിമണി തിരയുന്നതുപോലെ സങ്കീർണ്ണമായ പ്രക്രിയയാണിത്. ഗാലക്സികളിലെ നക്ഷത്രങ്ങളുടെ എണ്ണം, അവയോട് ബന്ധപ്പെട്ടിരിക്കുന്നതും സ്പേസിൽ അലഞ്ഞുനടക്കുന്നതുമായ ഗ്രഹങ്ങൾ, ഈ ഗ്രഹങ്ങളിൽ തന്നെ ജീവൻ ഉത്ഭവിക്കുന്നതിനും നിലനില്ക്കുന്നതിനുമുള്ള സാദ്ധ്യത, ഇവയിൽത്തന്നെ ബുദ്ധിമാന്മാരായ ജീവികൾ വസിക്കുന്നതിനുള്ള സാദ്ധ്യത, അവർ റേഡിയോ സിഗ്നലുകൾ ഉപയോഗിക്കുന്നതിനുള്ള സാദ്ധ്യത, നക്ഷത്രങ്ങളുടെ വാസയോഗ്യമേഖലയിൽ ഉള്ള ഭൗമസമാന ഗ്രഹങ്ങളെ കണ്ടെത്തുന്നതിനുള്ള സാദ്ധ്യത, അത്തരം ഗ്രഹങ്ങളിലുള്ള ജീവന്റെ ദൈർഘ്യം ഭൗമജീവന് ആപേക്ഷികമായി അള

മിൽക്കി വേ

ക്കുന്നതിനുള്ള സാദ്ധ്യത, നിലവിലുള്ള ദൂരദർശിനികളുടെയും സ്പേസ്ക്രാഫ്റ്റുകളുടെയും പരിമിതി... ഇവയെല്ലാം പരിഗണിക്കുമ്പോൾ ഭൗമേതര ജീവനെത്തേടിയുള്ള അന്വേഷണം കൂടുതൽ സങ്കീർണ്ണമാകുന്നു.

ജീവനെന്ന പദത്തിന് ശാസ്ത്രീയനിർവ്വചനത്തിലുപരി തത്ത്വചിന്താപരമായ ഒരു പുറങ്കുപ്പായമിടാനാണ് ഭൂരിപക്ഷം ആളുകളും പരിശ്രമിക്കുന്നത്. രണ്ടായിരം വർഷങ്ങൾക്കപ്പുറം ചില തത്ത്വചിന്തകരുടെ വികലധാരണകൾ വെള്ളംചേർക്കാതെ വിഴുങ്ങിയ മതഗ്രന്ഥകർത്താക്കൾ സമൂഹബോധത്തിൽ അടിച്ചേല്പിച്ച ഭൂമിയിലെയും അതിലെ അതിബുദ്ധിമാനായ മനുഷ്യന്റെയും അദ്വിതീയ സ്ഥാനം ഭൂമിക്കു വെളിയിലുള്ള ജീവനെത്തേടുന്നതിന് ഒരു പരിധിവരെയെങ്കിലും വിലങ്ങുതടിയായി നിന്നിട്ടുണ്ടെന്നുള്ളതാണ് യാഥാർത്ഥ്യം. എന്നാൽ, പ്രപഞ്ചത്തിൽ നമ്മുടെ മാതൃഗാലക്സിയായ ക്ഷീരപഥത്തിന്റെയും അതിലെ ഒരിടത്തരം നക്ഷത്രമായ സൂര്യന്റെയും സ്ഥാനം പരിശോധിച്ചാൽ ഭൂമിക്ക് ഒരു സവിശേഷതയും അവകാശപ്പെടാൻ കഴിയില്ല. ലക്ഷംകോടിയിൽപ്പരം നക്ഷത്രസമൂഹങ്ങൾ ഈ പ്രപഞ്ചത്തിലുണ്ടാകാമെന്നാണ് കണക്കാക്കപ്പെടുന്നത്. അവയിലുള്ള ഒരിടത്തരം സർപ്പിള ഗാലക്സിയാണ് ആകാശഗംഗയെന്നും ക്ഷീരപഥമെന്നും (*Milky Way*) അറിയപ്പെടുന്ന നമ്മുടെ മാതൃഗാലക്സി. ക്ഷീരപഥത്തിന്റെ ഒരു സർപ്പിള കരമായ ഒറിയൺ സ്പറിൽ (Sagitarius arm-Orion Spur) ഗാലക്സീകേന്ദ്രത്തിൽനിന്നും 35,000 പ്രകാശവർഷം അകലെ സ്ഥിതിചെയ്യുന്ന ഒരിടത്തരം, മഞ്ഞനക്ഷത്രമാണ് സൂര്യൻ. 500 കോടി പ്രകാശവർഷം പ്രായമുണ്ട് സൂര്യന്. സൂര്യന്റെ ഗുരുത്വാകർഷണത്തിൽ അകപ്പെട്ടിരിക്കുന്ന നിരവധി ദ്രവ്യരൂപങ്ങളിൽ ഗോളാകൃതി പ്രാപിക്കാനാവശ്യമായ പിണ്ഡമുള്ളവയെ ഗ്രഹങ്ങളെന്നാണ് വിളിക്കുന്നത്. ഇത്തരം എട്ടുഗ്രഹങ്ങളും ഗ്രഹങ്ങളെ ചുറ്റുന്ന നിരവധി ഉപഗ്രഹങ്ങളും ഗ്രഹമായി രൂപാന്തരപ്പെടാൻ കഴിയാത്ത ഛിന്നഗ്രഹങ്ങളും വാൽനക്ഷത്രങ്ങളെന്ന ധൂമകേതുക്കളും പൊടിപടലങ്ങളും ഹിമവുമെല്ലാം ചേർന്ന സൗരയൂഥമെന്ന സൂര്യകുടുംബത്തിലെ ചെറിയൊരു അംഗമാണ് ഭൂമി. ക്ഷീരപഥത്തിൽ മാത്രം 20,000 കോടി നക്ഷത്രങ്ങളുണ്ട്. അവയിൽ ഭൂരിഭാഗത്തിനും സൂര്യനുള്ളതുപോലെ തന്നെയുള്ള ഗ്രഹകുടുംബങ്ങളുമുണ്ട്. അങ്ങനെ നോക്കുമ്പോൾ പ്രപഞ്ചത്തിലാകെയുള്ള ഭൗമസമാന ഗ്രഹങ്ങളുടെയെണ്ണം വളരെ വളരെയധികമാണ്. ഏറ്റവും പുതിയ സ്ഥിതിവിവരക്കണക്കനുസരിച്ച് ഇത് ഏഴ് സെക്സ്ടില്യൺ എന്നാണ് കണ്ടെത്തിയിരിക്കുന്നത്. ഏഴിനുശേഷം ഇരുപത്തിയൊന്ന് പൂജ്യം വരുന്ന സംഖ്യയൊന്ന് ആലോചിച്ചുനോക്കൂ. ഇത്തരം കോടാനുകോടി ഭൗമസമാനഗ്രഹങ്ങളിൽ ഭൂമിയുടേതിനു തുല്യമായ കാലാവസ്ഥയും ധാതുഘടനയും വാതകവിതരണവുമെല്ലാമുണ്ടാകാനുള്ള സാദ്ധ്യത എത്രയോ അധികമാണ്. അതുകൊണ്ടുത

ന്നെ ജീവന്റെ ഉത്ഭവമുൾപ്പെടെ ഭൂമിയിൽ സംഭവിക്കുന്ന പ്രതിഭാസങ്ങ ളെല്ലാം അത്തരം ഗ്രഹങ്ങളിലും നടന്നിട്ടുണ്ടാകും. അല്ലെങ്കിൽ തന്നെ ഭൂമിക്കുവെളിയിൽ ജീവന് മറ്റൊരു വ്യാഖ്യാനവും പാടില്ല എന്ന പിടി വാശി ഇപ്പോഴും ആരെങ്കിലും വച്ചുപുലർത്തുന്നുണ്ടെന്നു തോന്നുന്നില്ല. 2013 ൽ തന്നെ, ഏറിയാൽ 2014 ൽ ഭൗമേതര ജീവൻ, അതിന്റെ നിർവ്വച നം എത്ര വിചിത്രമാണെങ്കിലും കണ്ടെത്തുകതന്നെ ചെയ്യും. ഈ മേ ഖലയിലുള്ള ഗവേഷണങ്ങൾ നല്കുന്ന സൂചന അതുതന്നെയാണ്.

2

അന്യഗ്രഹവേട്ട ചരിത്രത്തിലൂടെ

"This space we declare to be finite... In it are an infinity of worlds of the same kind as our own"

- Giordano Bruno

ബ്രൂണോ

പതിനാറാം നൂറ്റാണ്ടിൽ ജീവിച്ചിരുന്ന ഇറ്റാലിയൻ തത്ത്വചിന്തകനായിരുന്ന ബ്രൂണോ, കോപ്പർനിക്കസിന്റെ സൗരകേന്ദ്ര (Helio-centrism) പ്രപഞ്ചമാതൃകയുടെ വലിയ ആരാധകനായിരുന്നു. അദ്ദേഹത്തിന്റെ അഭിപ്രായം ആകാശത്ത് കാണുന്ന നക്ഷത്രങ്ങൾക്കൊപ്പവും സൂര്യനു ചുറ്റുമെന്നപോലെ ഗ്രഹകുടുംബങ്ങളും അവയിൽ ജീവനുമുണ്ടാകുമെന്നായിരുന്നു. AD 1600 ൽ ബ്രൂണോ റോമൻ മതവിചാരണയുടെ ഇരയായി ജീവനോടെ ചുട്ടുകൊല്ലപ്പെടുമ്പോൾ അദ്ദേഹത്തിൽ ചുമത്തിയ നിരവധി കുറ്റകൃത്യങ്ങളിലൊന്ന് ഇത്തരം അന്യഗ്രഹ പ്രവചനങ്ങളായിരുന്നു എന്നതാണ് യാഥാർത്ഥ്യം! 18-ാം നൂറ്റാണ്ടിൽ ഗണിതശാസ്ത്രജ്ഞനായ ഐസക് ന്യൂട്ടണും സൗരയൂഥത്തിന് വെളിയിലുള്ള ഗ്രഹങ്ങളുടെ സാദ്ധ്യത പ്രവചിച്ചിരുന്നു. കൂടാതെ 19-ാം നൂറ്റാണ്ടിൽ 'ബഹായ്' മത പ്രവാചകനായിരുന്ന ബഹാവുല്ല (Baha'U'lla'h)

കോപ്പർ നിക്കസ്

യും അന്യഗ്രഹങ്ങളുടെ സാദ്ധ്യത മുൻകൂട്ടി കണ്ടിരുന്നു. എല്ലാ നക്ഷത്രങ്ങൾക്കു ചുറ്റും ഗ്രഹകുടുംബങ്ങളുണ്ടാകുമെന്നും അവയിലെല്ലാം തനതു സ്വഭാവമുള്ള ജീവികളുണ്ടാകുമെന്നും അദ്ദേഹം പഠിപ്പിച്ചു. എന്നാൽ, ഈ ഗ്രഹങ്ങളെ എണ്ണിത്തീർക്കാൻ മനുഷ്യായുസ്സിൽ കഴിയില്ലത്രേ! അതെന്തായാലും ശരി ബഹാവുല്ലയുടെ ആയുസ്സിന്റെ ഭൂരിഭാഗവും തടവറയിലായിരുന്നു. അന്യഗ്രഹ പ്രവചനം വരുത്തിവച്ച വിന.

19-ാം നൂറ്റാണ്ടിന്റെ മധ്യത്തോടെയാണ് അന്യഗ്രഹങ്ങളെ കണ്ടെത്തിയതായുള്ള അവകാശവാദങ്ങൾ ഉയർന്നുവരുന്നത്. ഇരട്ടനക്ഷത്രങ്ങളായ 70 ഒഫ്യൂച്ചിയെ ചുറ്റിപ്പറ്റിയാണ് ആദ്യമായി ഗ്രഹസാന്നിദ്ധ്യത്തെക്കുറിച്ചുള്ള അവകാശവാദം ഉന്നയിക്കപ്പെടുന്നത്. ഈ നക്ഷത്രങ്ങളുടെ ഭ്രമണച്യുതി അപഗ്രഥിച്ച ബ്രിട്ടീഷ് ഈസ്റ്റ് ഇന്ത്യാ കമ്പനിയിലെ ഉദ്യോഗസ്ഥനായ ക്യാപ്റ്റൻ ഡബ്ല്യു എസ് ജേക്കബ് നക്ഷത്രങ്ങളുടെ ഭ്രമണച്യുതിക്കു കാരണം അവയ്ക്ക് ചുറ്റുമുള്ള ഗ്രഹകുടുംബത്തിന്റെ സ്വാധീനം നിമിത്തമാണെന്ന് വാദിച്ചു. മദ്രാസ് വാനനിരീക്ഷണകേന്ദ്രത്തിൽ വച്ചായിരുന്നു അദ്ദേഹം തന്റെ ഗവേഷണങ്ങൾ നടത്തിയിരുന്നത്. എന്നാൽ, 1890 ൽ ചിക്കാഗോ യൂണിവേഴ്സിറ്റിയിലെ ഗവേഷകനായ തോമസ് ജെ ജെ അവതരിപ്പിച്ച പ്രബന്ധത്തിൽ ഇരട്ടനക്ഷത്രങ്ങൾ സൃഷ്ടിക്കുന്ന ശക്തമായ കാന്തികക്ഷേത്രമാണ് അവയുടെ ഭ്രമണച്യുതിക്ക് കാരണമെന്ന് സ്ഥാപിക്കുകയുണ്ടായി. അതോടുകൂടി അന്യഗ്രഹങ്ങളുടെ സാദ്ധ്യതയെ സംബന്ധിച്ചുള്ള ഡബ്ല്യു എസ് ജേക്കബിന്റെ വാദങ്ങൾ അവസാനിച്ചു. പിന്നീട് സ്വാത്മോർ കോളേജിലെ പ്രൊഫസറായ പീറ്റർ വാർ-ഡി കാംപ്, ബർണാഡ് നക്ഷത്രത്തിന് ചുറ്റുമുള്ള ഗ്രഹകുടുംബത്തെക്കുറിച്ച് പ്രവചനം നടത്തിയെങ്കിലും അതും ഏറക്കുറെ പരാജയത്തിൽ തന്നെയാണ് എത്തിച്ചേർന്നത്. 1991

ബഹാവുല്ല

ഐസക് ന്യൂട്ടൻ

മദ്രാസിലെ വാനനിരീക്ഷണ കേന്ദ്രം

ൽ ആൻഡ്രു ലെയ്ൻ, എം ബെയ്ൽസ്, എസ് എൽ ഷിമർ എന്നിവർ ചേർന്ന് PSR-1829-10 പൾസാറിനു ചുറ്റുമുള്ള ഗ്രഹകുടുംബത്തെക്കുറിച്ച് പ്രവചിച്ചെങ്കിലും പിന്നീട് അവർതന്നെ ഈ പ്രവചനം പിൻവലിക്കുകയാണുണ്ടായത്.

സ്പേസിൽ അലഞ്ഞുനടക്കുന്ന തവിട്ടുകുള്ളന്മാർ (Brown dwarfs) എന്ന മൃതനക്ഷത്രങ്ങൾ പലപ്പോഴും എക്സോപ്ലാനറ്റുകളാണെന്ന് ജ്യോതിശാസ്ത്രജ്ഞരെ തെറ്റിദ്ധരിപ്പിക്കാറുണ്ട്. അതുകൊണ്ടുതന്നെ അന്യഗ്രഹങ്ങളാണെന്നു കരുതിയ പല ഗ്രഹങ്ങളും അങ്ങനെയല്ലെന്നും തവിട്ടുകുള്ളന്മാരാണെന്നും പിന്നീട് തെളിഞ്ഞിട്ടുണ്ട്. 1992 ഏപ്രിൽ 21 ന് റേഡിയോ ആസ്ട്രോണർമാരായ അലക്സാണ്ടർ വോൾസ്കാസനും ഡേയ്ൽ ഫ്രേയ്ലും ചേർന്ന് PSR 1257+12 എന്ന പൾസാറിനെ ചുറ്റുന്ന രണ്ടു ഗ്രഹങ്ങളെ കണ്ടെത്തിയതായി പ്രഖ്യാപിച്ചു. ആദ്യമായി തെളിയിക്കപ്പെട്ട അന്യഗ്രഹ പ്രവചനം എന്ന സ്ഥാനവും ഇതിന് ലഭിച്ചു. ഉറച്ച പാറയുടെ കേന്ദ്രമുള്ള വാതക ഭീമന്മാരാണ് ഈ രണ്ടു ഗ്രഹങ്ങളും. പിന്നീട് 1995 ഒക്ടോബർ 6 ന് ജനീവ സർവ്വകലാശാലയിലെ അദ്ധ്യാപകരായ മൈക്കൽ മേയറും ദിദിയർ ക്യൂലോസും ചേർന്ന് 51 പെഗാസിയെന്ന ജി-ടൈപ്പ് നക്ഷത്രത്തെ ചുറ്റിസഞ്ചരിക്കുന്ന ഒരു അന്യഗ്രഹത്തെ കണ്ടെത്തി. 51 പെഗാസി ഒരു സൂര്യസമാന നക്ഷത്രമാണ്. തുടർന്നി

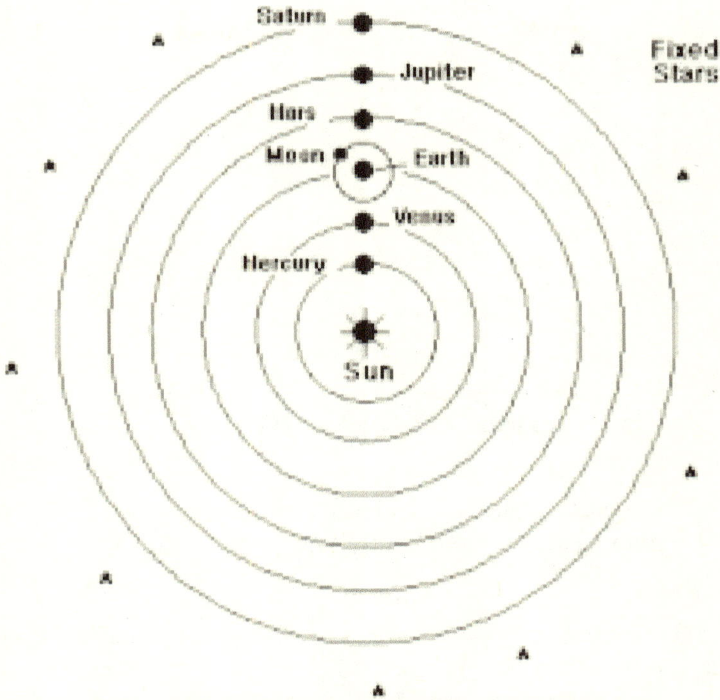

കോപ്പർ നിക്കസ്സിന്റെ സൗരകേന്ദ്രിത പ്രപഞ്ച മാതൃക

ങ്ങോട്ട് സാങ്കേതികവിദ്യയിലുണ്ടായിട്ടുള്ള വളർച്ച അന്യഗ്രഹവേട്ടയിൽ വിപ്ലവകരമായ പുരോഗതിയാണുണ്ടാക്കിയിട്ടുള്ളത്.

3

എക്സോപ്ലാനറ്റുകൾ

"Everything that you could possibly imagine, you will find that nature has been there before you."

-John Berrill

സൗരയൂഥത്തിന് വെളിയിൽ കാണപ്പെടുന്ന ഗ്രഹങ്ങളാണ് എക്സോപ്ലാനറ്റുകൾ, എക്സ്ട്രാ സോളാർ പ്ലാനറ്റുകൾ എന്നിങ്ങനെയെല്ലാം അറിയപ്പെടുന്ന അന്യഗ്രഹങ്ങൾ. 2013 മെയ് വരെ ഇത്തരത്തിൽപ്പെട്ട 889 അന്യഗ്രഹങ്ങളെ കണ്ടെത്തിയിട്ടുണ്ട്. ഇവ 694 ഗ്രഹകുടുംബങ്ങ

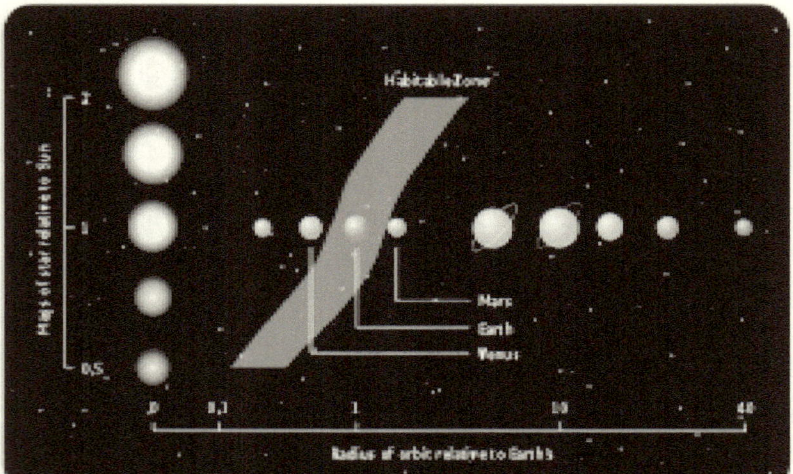

ഹാബിറ്റബിൾ സോൺ

സൂപ്പർ എർത്ത്

ളുടെ ഭാഗമാണ്. ഇവയിൽ 133 ഗ്രഹകുടുംബങ്ങളിൽ ഒന്നിലധികം ഗ്രഹങ്ങളുമുണ്ട്. നാസയുടെ കെപ്ലർ ദൂരദർശിനിയാണ് അന്യഗ്രഹവേട്ടയിൽ മുന്നിൽ നില്ക്കുന്നത്. 18,000ൽപ്പരം ഗ്രഹസംതരണങ്ങൾ കെപ്ലർ ദൗത്യം ഇതുവരെ റെക്കോർഡ് ചെയ്തിട്ടുണ്ട്. മാതൃനക്ഷത്രത്തിന്റെ വാസയോഗ്യമേഖലയിൽ കാണപ്പെട്ട മുന്നൂറിൽപ്പരം ഗ്രഹങ്ങൾകൂടി സ്ഥിരീകരണം കാത്തുകിടക്കുന്നുണ്ട്. ബഹിരാകാശ ദൂരദർശിനികളും ഭൂതല ദൂരദർശിനികളും ഉപയോഗിച്ചുള്ള നിരീക്ഷണത്തിന് പരിമിതികളുണ്ട്. പ്രപഞ്ചത്തിന്റെ അനന്തവിശാലതയും എന്തിന് നമ്മുടെ മാതൃഗാലക്സിയായ ക്ഷീരപഥത്തിന്റെ വലിപ്പംതന്നെയും നിരീക്ഷണങ്ങൾക്ക് പലപ്പോഴും തടസ്സമാകാറുണ്ട്. ആകാശഗംഗയിലെ ഇരുപതിനായിരം കോടിയിൽപ്പരമുള്ള നക്ഷത്രങ്ങളുടെ എണ്ണം വച്ചു കണക്കാക്കിയാൽത്തന്നെ ക്ഷീരപഥത്തിൽ മാത്രം നാല്പതിനായിരം കോടിയിൽപ്പരം ഗ്രഹങ്ങളുണ്ടാകും. ഇതിൽത്തന്നെ 1700 കോടിയിൽപ്പരം ഭൗമസമാന ഗ്രഹങ്ങൾ മാതൃനക്ഷത്രത്തിന്റെ വാസയോഗ്യമേഖലയിൽ ഉണ്ടാകും. ഭൂമിയുടെ ഏറ്റവും അടുത്തുള്ള അന്യഗ്രഹമാണ് അൽഫാസെന്റോറി Bb. 4.9 പ്രകാശവർഷം അകലെയാണിതുള്ളത്. ക്ഷീരപഥമെന്ന ഒരൊറ്റ ഗാലക്സിയിൽ മാത്രം ശതകോടിക്കണക്കിന് ഗ്രഹങ്ങളുണ്ടാകുമെങ്കിൽ പ്രപഞ്ചത്തിലാകമാനമുള്ള ലക്ഷംകോടി ഗാലക്സികളിൽ ഉണ്ടാകാനിടയുള്ള ഗ്രഹങ്ങളെ എണ്ണിത്തീർക്കാൻ മനുഷ്യായുസ്സിൽ കഴിയില്ല. അ

വയിൽ ഭൗമസമാന സാഹചര്യങ്ങളുള്ള ഗ്രഹങ്ങളും വളരെയധികമായിരിക്കും. അവയിലെല്ലാം ജീവന്റെ തുടിപ്പുകളുമുണ്ടാകും.

നൂറ്റാണ്ടുകൾക്കു മുമ്പേ തത്ത്വചിന്തകരും ജ്യോതിശാസ്ത്രജ്ഞരും അന്യഗ്രഹങ്ങളെക്കുറിച്ച് പ്രവചിച്ചിരുന്നു. എന്നാൽ, അവയെ കണ്ടെത്തുന്നതിന് അക്കാലത്ത് കഴിയുമായിരുന്നില്ല. നിരവധി മാർഗ്ഗങ്ങൾ നിർദ്ദേശിക്കപ്പെട്ടിരുന്നെങ്കിലും അന്യഗ്രഹങ്ങളെ കണ്ടെത്താൻ അവയൊന്നും തന്നെ പര്യാപ്തമായിരുന്നില്ല. 1992 ൽ PSR B1257+12 എന്ന പൾസാറിനെ ചുറ്റുന്ന നിരവധി ഭൗമസമാന ഗ്രഹങ്ങളെ കണ്ടെത്തിയതാണ് അന്യഗ്രഹവേട്ടയുടെ ചരിത്രത്തിലെ ആദ്യത്തെ നാഴികക്കല്ല്. പിന്നീട് 1995 ൽ 51 പെഗാസി എന്ന സൂര്യസമാന നക്ഷത്രത്തെ ചുറ്റുന്ന എക്സോപ്ലാനറ്റിനെ കണ്ടെത്തി. തുടർന്ന് സാങ്കേതികവിദ്യയിലുണ്ടായ മുന്നേറ്റം അന്യഗ്രഹവേട്ടയുടെ വേഗതയും ഫലപ്രാപ്തിയും വർദ്ധിപ്പിച്ചു. ചില അന്യഗ്രഹങ്ങളെ ദൂരദർശിനികളുപയോഗിച്ച് നേരിട്ട് നിരീക്ഷിക്കുന്നതിനും അവയുടെ ചിത്രമെടുക്കുന്നതിനും സാധിച്ചിട്ടുണ്ട്.

ഇതുവരെ കണ്ടെത്തിയിട്ടുള്ള എക്സോപ്ലാനറ്റുകൾ ഭൂരിഭാഗവും വ്യാഴത്തെപ്പോലെയോ നെപ്ട്യൂണിനെപ്പോലെയോ ഉള്ള വാതകഭീമന്മാരാണ്. വലിയ ഗ്രഹങ്ങളെ കണ്ടെത്തുന്നതിന് കൂടുതൽ എളുപ്പമായതുകൊണ്ടാണിത്. ഭൂമിയേക്കാൾ ഏതാനും മടങ്ങുമാത്രം വലിപ്പമുള്ള 'സൂപ്പർ എർത്തു'കളെയും നിരവധി കണ്ടെത്തിയിട്ടുണ്ട്. എന്നാൽ, ഭൂമിയുടെയോ ചൊവ്വയുടെയോ വലിപ്പമുള്ള ഗ്രഹങ്ങളാണ് അന്യഗ്രഹങ്ങളിലധികവുമെന്നാണ് സ്ഥിതിവിവരക്കണക്കുകൾ സൂചിപ്പിക്കുന്നത്. അവയെ കണ്ടെത്തുന്നതിനുള്ള ബുദ്ധിമുട്ടുകൊണ്ടുമാത്രമാണ് അന്യഗ്രഹവേട്ടയിൽനിന്ന് അവയെ മാറ്റിനിർത്തുന്നത്. ഇതിനിടെ, 2013 ജനുവരി 7 ന് കെപ്ലർ ദൗത്യം കണ്ടെത്തിയ K01-172.02 എന്ന ഭൗമസമാന ഗ്രഹം ജീവൻ നിലനില്ക്കുന്നതിന് ഏറ്റവും അനുകൂലനമുള്ള സ്ഥലമാണ്. ഈ ഗ്രഹം ചുറ്റിസഞ്ചരിക്കുന്നത് ഏറക്കുറെ ഒരു സൂര്യസമാന നക്ഷത്രത്തെയുമാണ്.

4

അന്യഗ്രഹവേട്ട: ശാസ്ത്രീയ രീതികൾ

"Somany worlds, so much to do, so little done, such things to be."
-Lord Tennyson

അന്യഗ്രഹവേട്ടയ്ക്ക് ഇന്ന് നിരവധി സങ്കേതങ്ങൾ ജ്യോതിശാസ്ത്രജ്ഞർ ഉപയോഗിക്കുന്നുണ്ട്. അവയിൽ ഏറ്റവും പ്രധാനപ്പെട്ട രീതികൾ പരിചയപ്പെടാം.

1. റേഡിയൽ വെലോസിറ്റി രീതി (R V Method)

മാതൃനക്ഷത്രത്തിന്റെ ഗുരുത്വാകർഷണ ബലമാണ് അതിനു ചുറ്റുമുള്ള ഗ്രഹങ്ങളുടെ ഭ്രമണപഥം നിർണ്ണയിക്കുന്നത്. മാതൃനക്ഷത്രത്തെപ്പോലെ ഗ്രഹങ്ങൾക്കും ഗുരുത്വാകർഷണ ബലമുണ്ട്. നക്ഷത്രത്തെ അപേക്ഷിച്ച് ദുർബ്ബലമാണെങ്കിലും ഗ്രഹങ്ങളുടെ ഗുരുത്വവലിവ് മാതൃനക്ഷത്രത്തിന്റെ സ്വാഭാവിക ചലനങ്ങളിലും സഞ്ചാരവേഗതയിലും ചില അപശ്രുതികൾക്ക് കാരണമാകും. ഭൂമിയിലുള്ള ഒരു നിരീക്ഷകന് ആപേക്ഷികമായി മുന്നിലേക്കും പിന്നിലേക്കുമുള്ള നക്ഷത്രസഞ്ചാരത്തിന്റെ പാതയിലുള്ള അപശ്രുതികൾ ചുമപ്പുനീക്കരീതി (Doppler Shifting Method) ഉപയോഗിച്ച് കണ്ടെത്തുന്നതിനും നക്ഷത്രസഞ്ചാരത്തിലുണ്ടാകുന്ന അപശ്രുതിക്ക് കാരണമാകുന്ന ഗ്രഹസാന്നിദ്ധ്യം തിരിച്ചറിയുന്നതിനും കഴിയും. നവീനവും സവിശേഷമായി രൂപകല്പന ചെയ്തിട്ടുള്ളതുമായ സ്പെക്ട്രോമീറ്ററുകൾ ഉപയോഗിച്ചാണ് നക്ഷത്രങ്ങളുടെ പലായനപാതയിലുണ്ടാകുന്ന ഭ്രംശം തിരിച്ചറിയുന്നതും അതുവഴി അവയ്ക്കു ചുറ്റുമുള്ള ഗ്രഹകുടുംബങ്ങളുടെ സാന്നിദ്ധ്യം കണ്ടെത്തുന്നതും. ചിലിയിലെ ലാ-സില്ല ഒബ്സർവേറ്ററിയിൽ സ്ഥാപിച്ചിട്ടുള്ള ഹാർപ്സ്

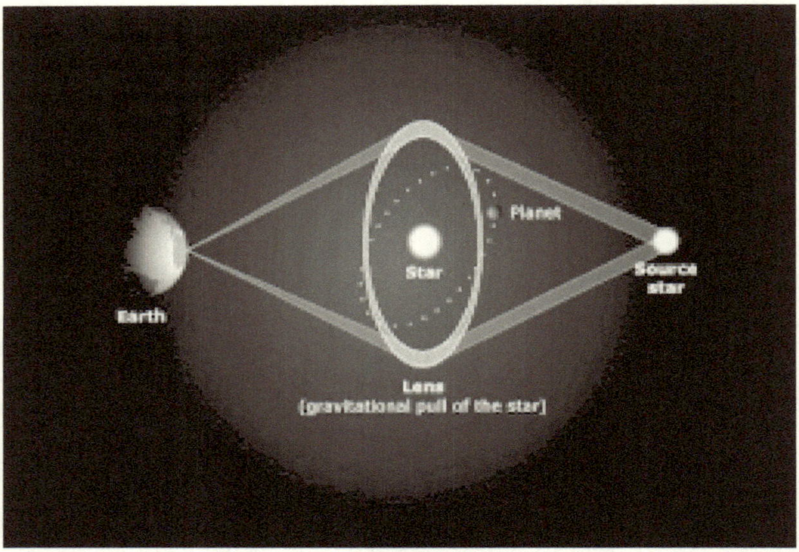

ഗ്രാവിറ്റേഷൻണൽ പുൾ

(High Accuracy Radial Velocity Planet Searcher- HARPS), കെക്ക് ദൂരദർശിനിയിൽ സജ്ജീകരിച്ചിട്ടുള്ള ഹൈ-റെസ് (HIRES) എന്നീ സ്പെക്ട്രോമീറ്ററുകൾക്ക് വിദൂര നക്ഷത്രങ്ങളുടെ റേഡിയൽ വെലോസിറ്റിയിലുണ്ടാകുന്ന വ്യതിചലനം സെക്കന്റിൽ ഒരുമീറ്ററാണെങ്കിൽപ്പോലും (1m/s) കണ്ടെത്താൻ കഴിയും.

ഭൂമിയിൽനിന്നും 160 പ്രകാശവർഷങ്ങൾക്കുള്ളിലുള്ള നക്ഷത്രങ്ങളെ മാത്രമേ ഈ രീതിയിൽ നിരീക്ഷിക്കാൻ കഴിയുകയുള്ളൂ എന്ന പരിമിതി റേഡിയൽ വെലോസിറ്റി സങ്കേതത്തെ അലട്ടുന്നുണ്ട്. അതുകൂടാതെ, ഒരു നിശ്ചിത പിണ്ഡത്തിൽ കുറഞ്ഞ ഗ്രഹങ്ങളെ ഈ രീതിയിൽ കണ്ടെത്തുക സാദ്ധ്യമല്ല. ഭൂമിയേക്കാൾ ചെറിയ ഗ്രഹങ്ങളെ കണ്ടെത്താൻ കഴിയില്ലെന്നർത്ഥം. മാത്രവുമല്ല, വളരെ കാലതാമസം നേരിടുന്ന നിരീക്ഷണ പദ്ധതിയാണിത്. നക്ഷത്രങ്ങൾക്കു ചുറ്റുമുള്ള ഗ്രഹങ്ങളുടെ സഞ്ചാരപാതയിലുണ്ടാകുന്ന ചരിവും ഈ രീതി ഉപയോഗിച്ചുള്ള നിരീക്ഷണത്തെ പ്രതികൂലമായി ബാധിക്കാറുണ്ട്. റേഡിയൽ വെലോസിറ്റി സങ്കേതമുപയോഗിച്ച് കണ്ടെത്തുന്ന അന്യഗ്രഹങ്ങളുടെ സാന്നിദ്ധ്യം ഉറപ്പുവരുത്തുന്നത് ഗ്രഹസംതരണവിദ്യ പോലെയുള്ള സങ്കേതങ്ങളുപയോഗിച്ചാണ്.

2. പൾസാർ ടൈമിങ് (Pulsar Timing)

നക്ഷത്രങ്ങൾക്കും ജനന-മരണങ്ങളുണ്ട്. നക്ഷത്രപരിണാമത്തിലെ ഏറ്റവും സ്ഫോടനാത്മക ഘട്ടമാണ് സൂപ്പർനോവ എന്നറിയപ്പെടുന്ന

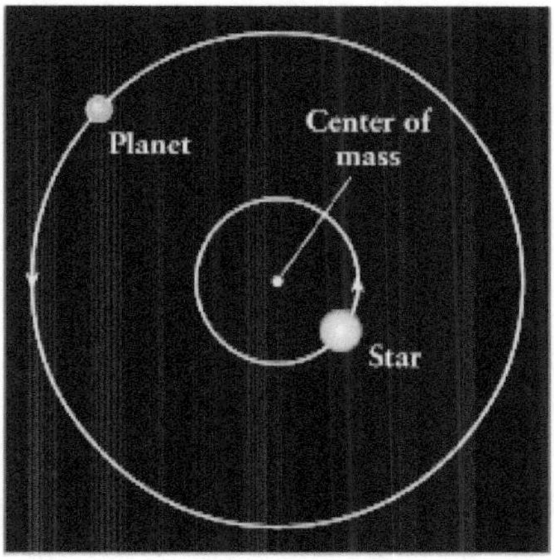

പൾസാർ ടൈമിങ്

നക്ഷത്രവിസ്ഫോടനം. ഒരു നക്ഷത്രം അതിന്റെ ജീവിതാന്ത്യത്തിൽ നക്ഷത്രദ്രവ്യമെല്ലാം ജ്വലിച്ചുതീരുമ്പോൾ ചൂടുകുറഞ്ഞ്, ചുവന്ന്, തടിച്ചുവീർത്ത് ഒരു ഭീമൻ നക്ഷത്രമായി (Red giant) മാറും. വേട്ടക്കാരൻ താരാഗണത്തിൽ കാണപ്പെടുന്ന തിരുവാതിര (Betelgeuse) ഇത്തരത്തിൽ ഒരു ചുവന്ന ഭീമനാണ്. ചുവന്ന ഭീമൻനക്ഷത്രത്തിന്റെ വികിരണമർദ്ദം അതിന്റെ ഗുരുത്വാകർഷണ ബലത്തെ അതിജീവിക്കുകയും നക്ഷത്രം പൊട്ടിത്തെറിക്കുകയും ചെയ്യും. ഒരു ഗാലക്സിയിലെ മുഴുവൻ നക്ഷത്രങ്ങളുടെയും ശോഭയുണ്ടാകും ഈ പൊട്ടിത്തെറിക്ക്. സൂപ്പർനോവയെന്നാണ് ഈ പ്രതിഭാസം അറിയപ്പെടുന്നത്. സ്ഫോടനത്തിന് ശേഷം അവശേഷിക്കുന്ന അതിസാന്ദ്രമായ നക്ഷത്രക്കാമ്പാണ് പൾസാർ (PULSAR). അത്യധികം തീവ്രമായ ഗുരുത്വവലിവുള്ള ഈ മൃതനക്ഷത്രത്തിന്റെ ദ്രവ്യം പൂർണ്ണമായും നിർമ്മിക്കപ്പെട്ടിരിക്കുന്നത് സൂക്ഷ്മ കണികകളായ ന്യൂട്രോണുകൾ കൊണ്ടാണ്. ലോലമായ ഖരാവരണത്തിനുള്ളിലെ സൂപ്പർഫ്ളൂയിഡ് അവസ്ഥയിലാണ് നക്ഷത്രദ്രവ്യം സ്ഥിതിചെയ്യുന്നത്. അതിവേഗം ഭ്രമണം ചെയ്തുകൊണ്ടിരിക്കുന്ന ഈ ന്യൂട്രോൺ താരങ്ങൾ കൃത്യമായ ഇടവേളകളിൽ റേഡിയോ സിഗ്നലുകൾ പുറപ്പെടുവിച്ചുകൊണ്ടിരിക്കുന്നതുകൊണ്ടാണ് ഇവയെ പൾസാറുകൾ (Pulsating Stars-PULSARS) എന്നുവിളിക്കുന്നത്. പൾസാറുകൾക്കു സമീപം ഗ്രഹമോ മറ്റേതെങ്കിലുമൊരു അതാര്യ ദ്രവ്യരൂപമോ സഞ്ചരിക്കുന്നുണ്ടെങ്കിൽ ഈ റേഡിയോ സിഗ്നലുകളുടെ തീവ്രതയിൽ ഏറ്റക്കുറച്ചിലുണ്ടാകും. ഇങ്ങനെയുണ്ടാകുന്ന സിഗ്നൽക്ഷയത്തിന്റെ തോത് കണക്കാക്കിയാണ് പൾസാറുകൾക്കു ചുറ്റുമുള്ള ഗ്രഹസാന്നിദ്ധ്യം കണ്ടെത്തുന്നത്. മറ്റേതൊരു സങ്കേതമുപയോഗിച്ച് കണ്ടെത്താൻ കഴിയുന്നതിലും ചെറിയ എക്സോപ്ലാനറ്റുകളെ പൾസാർ ടൈമിങ് രീതിയിൽ കണ്ടെത്താൻ കഴിയും. ഭൂമിയുടെ പത്തിലൊന്നു മാത്രം പിണ്ഡമുള്ള അന്യഗ്രഹങ്ങളെ വരെ ഈ സങ്കേതമുപയോഗിച്ച് കണ്ടെത്താൻ കഴിഞ്ഞിട്ടുണ്ട്.

പൾസാറുകൾ മറ്റു നക്ഷത്രങ്ങളെ അപേക്ഷിച്ച് വളരെ വിരളമായി കാണപ്പെടുന്ന പ്രതിഭാസങ്ങളാണ്. അതുകൊണ്ടുതന്നെ പൾസാർ ടൈമിങ് രീതി ഉപയോഗിച്ച് കണ്ടെത്താൻ കഴിയുന്ന അന്യഗ്രഹങ്ങളുടെ

എണ്ണവും പരിമിതമായിരിക്കും. പൾസാറുകളിൽനിന്നു പുറപ്പെടുന്ന റേഡിയോ തരംഗങ്ങളും ഉന്നത ഊർജ്ജനിലയിലുള്ള മറ്റു വികിരണങ്ങളും അവയ്ക്കു ചുറ്റുമുള്ള ഗ്രഹങ്ങളിലെ ജീവന്റെ തുടിപ്പുകൾ ഒന്നാകെ കരിച്ചുകളയാൻ തക്കവണ്ണം ശക്തവുമാണ്. അതുകൊണ്ടുതന്നെ ഭൗമേതര ജീവൻ തേടിയുള്ള അന്വേഷണത്തിൽ പൾസാറുകളെ ചുറ്റുന്ന ഗ്രഹങ്ങളെ പരിഗണിക്കാൻ കഴിയില്ല.

3. സംതരണ രീതി (Transit Method)

നക്ഷത്രബിംബത്തിന്റെ മുന്നിലൂടെ ഒരു അതാര്യവസ്തു- അത് ഗ്രഹമോ ധൂമകേതുവോ എന്തുമാകാം- കടന്നുപോകുമ്പോൾ ഭൂമിയിൽ നിന്നു നോക്കുന്ന നിരീക്ഷകന് നക്ഷത്രത്തിന്റെ പ്രത്യക്ഷശോഭയിൽ (Apparent Magnitude) കുറവുവരുന്നതായി അനുഭവപ്പെടും. ഈ ശോഭാവ്യതിയാനം നക്ഷത്രത്തിനും നിരീക്ഷകനും ഇടയിൽ സഞ്ചരിക്കുന്ന വസ്തുവിന്റെ വ്യാസത്തിന് ആനുപാതികമായാണ് ഉണ്ടാകുന്നത്. വലിയ ഗ്രഹങ്ങൾ സൃഷ്ടിക്കുന്ന ശോഭാ വ്യതിയാനം ചെറിയവയെ അപേക്ഷിച്ച് വളരെയധികമായിരിക്കും. അടുത്തിടെ കണ്ടെത്തിയ HD 209458 എന്ന ഭൗമസമാനഗ്രഹം അതിന്റെ മാതൃനക്ഷത്രത്തിന്റെ പ്രത്യക്ഷശോഭയിൽ ഉണ്ടാക്കുന്ന കുറവ് 1.7 ശതമാനമാണ്. മറ്റു നിരീക്ഷണരീതികളിലെല്ലാം എക്സോപ്ലാനറ്റുകളുടെ പിണ്ഡമാണ് അളക്കുന്നതെങ്കിൽ സംതരണരീതിയിൽ ഗ്രഹങ്ങളുടെ വ്യാസവും സാന്ദ്രതയും ഭൗതികഘടനയും അന്തരീക്ഷ സ്ഥിതിയുമെല്ലാം മനസ്സിലാക്കാൻ കഴിയും.

നിരീക്ഷകന്റെ നിരീക്ഷണപരിധിയിൽ വരുന്ന നക്ഷത്രങ്ങളെ മാത്രമേ ഈ രീതിയിൽ പഠനവിധേയമാക്കാൻ കഴിയൂ എന്ന വലിയൊരു

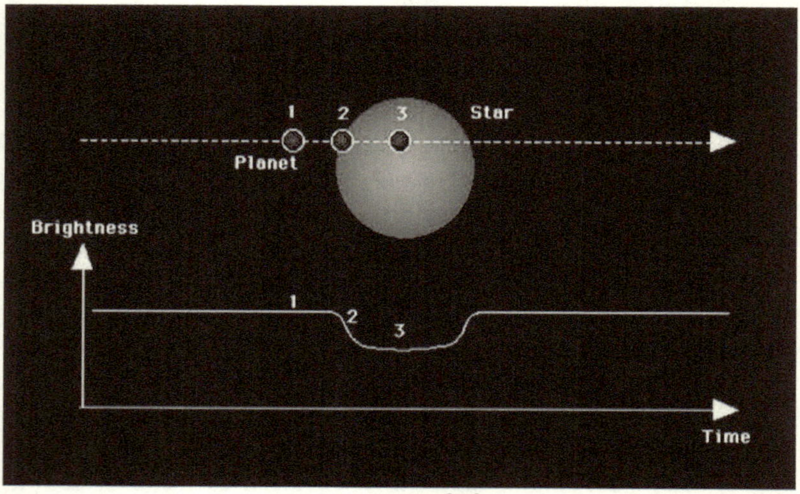

സംതരണ രീതി

പരിമിതി ഈ രീതിക്കുണ്ട്. 2012 ൽ മറ്റ് സങ്കേതങ്ങളുപയോഗിച്ച് നടത്തിയ ആകാശ സർവ്വേയിൽ സംതരണവിദ്യ ഉപയോഗിച്ചുള്ള കണ്ടുപിടിത്ത ങ്ങളിൽ 35 ശതമാനത്തിലധികം തെറ്റുകളുണ്ടാകാനുള്ള സാദ്ധ്യത ചൂണ്ടിക്കാണിക്കുന്നുണ്ട്. അതുകൊണ്ടുതന്നെ സംതരണരീതിയെ ഒരു സ്വതന്ത്ര തിരച്ചിൽ സംവിധാനമായി പരിഗണിക്കാൻ കഴിയില്ല. റേഡി യൽ വെലോസിറ്റി രീതിയിൽ കണ്ടെത്തുന്ന അന്യഗ്രഹങ്ങളെക്കുറിച്ചു ള്ള അധികപഠനത്തിനാണ് പൊതുവെ ഗ്രഹസംതരണവിദ്യ ഇപ്പോൾ ഉപയോഗിക്കുന്നത്. നാസയുടെ കെപ്ലർ സ്പേസ്ക്രാഫ്റ്റും ഫ്രാൻസിന്റെ 'കൊറോട്ട്' ദൗത്യവും അന്യഗ്രഹവേട്ടയ്ക്ക് സംതരണവിദ്യയാണ് ഉപ യോഗിക്കുന്നത്.

4. ട്രാൻസിറ്റ് ടൈമിങ് വേരിയേഷൻ (TTV) രീതി

സംതരണരീതി ഉപയോഗിച്ച് ഒരു എക്സോപ്ലാനറ്റ് കണ്ടെത്തിക്ക ഴിഞ്ഞാൽ ഗ്രഹസംതരണത്തിനെടുക്കുന്ന സമയത്തിന്റെ ഏറ്റക്കുറച്ചി ലുകൾ അത്യന്തം സംവേദനക്ഷമമായ ഒരു സങ്കേതമുപയോഗിച്ച് അപ ഗ്രഥിക്കുന്നതിലൂടെ ഒന്നിലധികം ഗ്രഹസംതരണങ്ങളും ഒന്നിലധികം അന്യഗ്രഹങ്ങളെയും ഒരേസമയം കണ്ടെത്തുന്ന രീതിയാണിത്. ഭൂമി യുടെ വലിപ്പമുള്ള ചെറിയ ഗ്രഹങ്ങളെ വരെ ഈ രീതി ഉപയോഗിച്ച് കണ്ടെത്താൻ കഴിഞ്ഞിട്ടുണ്ട്. നാസയുടെ കെപ്ലർ ബഹിരാകാശ പേട കത്തിൽ ട്രാൻസിറ്റ് ടൈമിങ് വേരിയേഷൻ സമ്പ്രദായം ഉപയോഗപ്പെടു ത്തുന്നുണ്ട്. ഗ്രഹസംതരണത്തിനെടുക്കുന്ന സമയം കൃത്യമായി കണ ക്കുകൂട്ടി ഗ്രഹത്തിന് മാതൃനക്ഷത്രവുമായുള്ള അകലവും ഭ്രമണപഥ ത്തിന്റെ ദൈർഘ്യവും അളക്കാൻ കഴിയുന്ന ട്രാൻസിറ്റ് ഡ്യുറേഷൻ വേ രിയേഷൻ (TDV) രീതിയും കെപ്ലർ സ്പേസ്ക്രാഫ്റ്റിൽ ഉപയോഗിക്കു ന്നുണ്ട്. എന്നാൽ സംതരണവിദ്യ നേരിടുന്ന പരിമിതികൾ ട്രാൻസിറ്റ് ടൈമിങ് വേരിയേഷനും നേരിടുന്നുണ്ട്.

5. ഗ്രാവിറ്റേഷൻ മൈക്രോലെൻസിങ് (Gravitation Microlensing)

വളരെ ദൂരെയുള്ള നക്ഷത്രങ്ങൾക്കു ചുറ്റുമുള്ള ഗ്രഹങ്ങളെ കണ്ടെ ത്താനുപയോഗിക്കുന്ന രീതിയാണിത്. രണ്ടു നക്ഷത്രങ്ങൾ ഒരേ ഓർ ബിറ്റൽ പ്ലെയിനിൽ ക്രമീകരിക്കപ്പെടുന്ന അപൂർവ്വങ്ങളിൽ അത്യപൂർ വ്വമായ സന്ദർഭങ്ങളിൽ ഈ നക്ഷത്രങ്ങളുടെ ഗുരുത്വക്ഷേത്രങ്ങൾ പര സ്പരം ഒരു ലെൻസുപോലെ പ്രവർത്തിക്കും. ഇത് പിന്നിലുള്ള വസ് തുക്കളുടെ വലുതും അയഥാർത്ഥവുമായ ഒന്നിലധികം പ്രതിബിംബ ങ്ങൾ സൃഷ്ടിക്കപ്പെടാൻ കാരണമാകും. ഭൂമിയിലുള്ള നിരീക്ഷകന് ആ പേക്ഷികമായി മുമ്പിലുള്ള നക്ഷത്രത്തിന് ചുറ്റും ഒരു ഗ്രഹമോ ഗ്രഹ കുടുംബമോ ഉണ്ടെങ്കിൽ പിന്നിലുള്ള നക്ഷത്രം സൃഷ്ടിക്കുന്ന ഗ്രാവിറ്റേ ഷണൽ ലെൻസിങ്ങിൽ നേരിയ വ്യതിയാനമുണ്ടാകും. ഈ വ്യതിയാന

ത്തിന്റെ തോത് കണിശമായ ഗണിതക്രിയകൾ വഴി അപഗ്രഥിച്ചാണ് ഗ്രഹസാന്നിദ്ധ്യം തിരിച്ചറിയുന്നത്. കഴിഞ്ഞ പത്തു വർഷത്തിനുള്ളിൽ ഇത്തരത്തിലുള്ള ആയിരത്തിൽപ്പരം പ്രതിഭാസങ്ങൾ നിരീക്ഷിക്കപ്പെട്ടിട്ടുണ്ട്.

നക്ഷത്രങ്ങളുടെ ഓർബിറ്റൽ പ്ലെയിനിലുണ്ടാകുന്ന അലൈൻമെന്റുകൾ ഒരു മനുഷ്യായുസ്സിനിടയിൽ ആവർത്തിക്കുകയില്ലാത്തതുകൊണ്ട് ആവർത്തിച്ചുള്ള നിരീക്ഷണം നടക്കില്ല എന്നൊരു പരിമിതി ഈ സങ്കേതത്തിനുണ്ട്. മാത്രവുമല്ല, നിരവധി പ്രകാശവർഷങ്ങൾക്കകലെയുള്ള അന്യഗ്രഹങ്ങളെ നിരീക്ഷിക്കുന്നതിനാണ് ഈ രീതി ഉപയോഗിക്കുന്നത്. മറ്റേതെങ്കിലുമൊരു നിരീക്ഷണസമ്പ്രദായമുപയോഗിച്ച് ഈ രീതി ശരിയാണോ എന്ന് പരീക്ഷിച്ചറിയാനും കഴിയില്ല. യൂറോപ്യൻ റിസർച്ച് കൗൺസിൽ ധനസഹായം ചെയ്തുകൊണ്ടിരിക്കുന്ന OGLE യും യൂറോപ്യൻ സ്പേസ് ഏജൻസിയുടെ നിയന്ത്രണത്തിലുള്ള പ്ലാനറ്റും (Probing Lensing Anomalies NETwork- PLANET) ഇത്തരത്തിൽ വിദൂരഗ്രഹങ്ങളെ കണ്ടെത്തുന്നതിനുള്ള റോബോട്ട് നിയന്ത്രിത ഒബ്സർവേറ്ററികളാണ്.

5

ജീവന്റെ സമവാക്യങ്ങൾ

"From a commonsense viewpoint, nothing seems easier than to tell what is alive and what is not"

-Gerald Feinberg

ഒരു ഗ്രഹത്തിലോ അതിന്റെ സ്വാഭാവിക ഉപഗ്രഹത്തിലോ ജീവൻ ഉത്ഭവിക്കുന്നതിനും വളർന്നുവികസിക്കുന്നതിനും നിലനില്ക്കുന്നതിനുമുള്ള കഴിവാണ് ഹാബിറ്റബിലിറ്റി എന്നറിയപ്പെടുന്നത്. സൗരയൂഥം ജീവനുത്ഭവിക്കുന്നതിനും വളർന്നുവികസിക്കുന്നതിനുമുള്ള അനുകൂലനങ്ങളുള്ള മേഖലയാണ്. ജീവന്റെ നിലനില്പിന് ഏറ്റവും ആവശ്യമായിട്ടുള്ളത് സ്ഥിരമായുള്ളൊരു ഊർജ്ജസ്രോതസ്സാണ്. നക്ഷത്രങ്ങളാണ് ഊർജ്ജദായകർ. എന്നാൽ, അതുകൊണ്ടുമാത്രം ജീവൻ ഉത്ഭവിക്കണമെന്നില്ല. നിരവധി ഭൗതിക, രാസ, ജ്യോതിശാസ്ത്ര സമവാക്യങ്ങൾ ഒത്തുചേരേണ്ടത് അതിനാവശ്യമാണ്. നിലവിലുള്ള ധാരണയനുസരിച്ച് ജലമാണ് ജീവന്റെ അടിസ്ഥാനം. ദ്രാവകരൂപത്തിൽ ജലം നിലനില്ക്കുന്ന മേഖലയിൽ (Habitable zone) മാത്രമേ ജീവന് സാദ്ധ്യതയുള്ളൂ എന്ന നിഗമനമാണ് ഇപ്പോഴുള്ളത്. നക്ഷത്രങ്ങളിൽനിന്നു പുറപ്പെടുന്ന ഊർജ്ജമുപയോഗിച്ച് സങ്കീർണ്ണങ്ങളായ ജൈവ തന്മാത്രകൾ സൃഷ്ടിക്കപ്പെടണമെങ്കിൽ ജലസാന്നിദ്ധ്യം അനിവാര്യമാണ്.

പ്രപഞ്ചത്തിൽ ഏതെങ്കിലുമൊരു ദ്രവ്യപിണ്ഡത്തിൽ ജീവൻ ഉത്ഭവിച്ചു വികസിക്കണമെങ്കിൽ നിരവധി സാഹചര്യങ്ങൾ ഒത്തുവരണം. ദ്രവ്യരൂപത്തിന്റെ വലിപ്പം, പിണ്ഡം, ഭ്രമണപഥത്തിന്റെ സവിശേഷതകൾ, അന്തരീക്ഷം, ഉപരിതല ഘടന, ജലസാന്നിധ്യം, ജൈവതന്മാത്രകൾ സൃഷ്ടിക്കപ്പെടുന്ന തരത്തിലുള്ള രാസപ്രവർത്തനശേഷി എന്നിവയെല്ലാം പരിഗണിക്കണം. അതിനുപുറമെ മാതൃനക്ഷത്രത്തിന്റെ പിണ്ഡവും

ശോഭയും താപനിലയുമെല്ലാം അനുകൂലമാവുകയും വേണം. ചില സാദ്ധ്യതകൾ പരിശോധിക്കാം.

1. മാതൃനക്ഷത്രത്തിൽനിന്ന് ഗ്രഹത്തിലേക്കുള്ള ദൂരം

ജലമാണ് ജീവന്റെ ഗർഭഗൃഹമെന്ന് കരുതിയാൽ ഗ്രഹകുടുംബങ്ങളിൽ ജലം ദ്രാവകാവസ്ഥയിൽ നിലനില്ക്കുന്ന മേഖലയെ വാസയോഗ്യമായി (Habitable zone) കണക്കാക്കാം. ഇതൊരു കൃത്യമായ അളവല്ല. നക്ഷത്രത്തിന്റെ വലിപ്പവും ശോഭയും താപനിലയുമെല്ലാം വാസയോഗ്യമേഖല നിർണ്ണയിക്കുന്നതിൽ നിർണ്ണായക പങ്കുവഹിക്കുന്നുണ്ട്. സൗരയൂഥത്തിലെ വാസയോഗ്യമേഖല സൂര്യനിൽനിന്നും 12 കോടി കിലോമീറ്ററിനും 22 കോടി കിലോമീറ്ററിനും ഇടയിലാണ്. സൂര്യനിൽനിന്നും ഭൂമിയിലേക്കുള്ള ശരാശരി ദൂരം 15 കോടി കിലോമീറ്ററാണ്. അതിനർത്ഥം ഭൂമി വാസയോഗ്യമേഖലയിലാണെന്നാണ്.

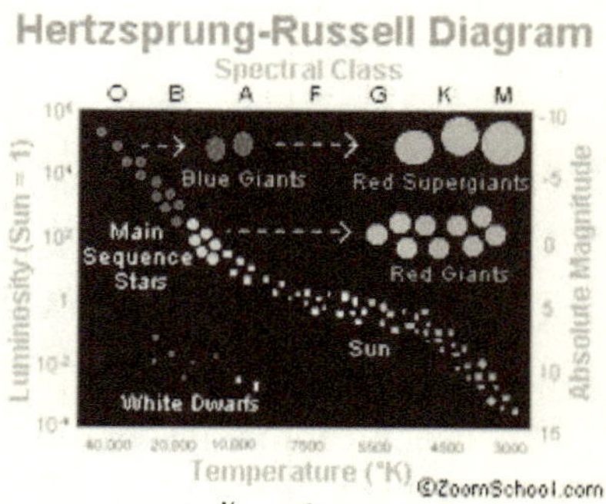

എച്ച് ആർ ഡയഗ്രം

2. പിണ്ഡം

ഭൗമപിണ്ഡത്തിനടുത്ത് ഭാരമുള്ളതും വലിപ്പമുള്ളതുമായ ഗ്രഹങ്ങളിലും ഉപഗ്രഹങ്ങളിലുമാണ് ജീവൻ കണ്ടെത്തുന്നതിനുള്ള സാദ്ധ്യത കൂടുതലുള്ളത്. ചെറിയ ഗ്രഹങ്ങളിൽ ജീവൻ വളർന്നുവികസിക്കുന്നതിനുള്ള സാദ്ധ്യത കുറവാണ്. അവയുടെ കുറഞ്ഞ ഗുരുത്വബലം അന്തരീക്ഷത്തെ പിടിച്ചുനിർത്താൻ പര്യപ്തമല്ല. സൗരവാതങ്ങളുടെ ആക്രമണം വാതക തന്മാത്രകളുടെ ഗതികോർജ്ജം വർധിപ്പിക്കുകയും പലായന പ്രവേഗം (escape velocity) മറികടന്ന് അവ സ്പേസിലേക്ക് രക്ഷപ്പെടുന്നതിന് കാരണമാവുകയും ചെയ്യും. കട്ടിയുള്ള അന്തരീക്ഷമില്ലാത്ത ഗ്രഹങ്ങളിൽ ജീവന്റെ ഉത്ഭവത്തിനാവശ്യമായ പ്രാഥമിക ജൈവ-രാസപ്രവർത്തനങ്ങൾ നടക്കില്ല. രണ്ടാമതായി കുറഞ്ഞ പിണ്ഡമുള്ള ഗ്രഹങ്ങളിൽ അവയുടെ സ്വാഭാവിക ഊർജ്ജോല്പാദന സംവിധാനങ്ങൾ പെട്ടെന്നു തന്നെ നിർവീര്യമാകും. ഭൂകമ്പങ്ങളും അഗ്നിപർവ്വത സ്ഫോടനങ്ങളും ഫലക ചലനങ്ങളുമാണ് (plate tectonics) സ്വാഭാവിക ഊർജ്ജോല്പാദന രീതികൾ. ഇവയിൽ പ്രധാനം ഫലകചലനം തന്നെയാണ്. ഭൂമിയിൽ ജീവൻ വളർന്നുവികസിക്കുന്നതിന് അനുകൂലമായതും ഇത്തരം സ്വാഭാവിക ഊർജ്ജസ്രോതസ്സുകളാണ്. വലിയ പിണ്ഡമുള്ള നക്ഷത്രങ്ങൾ വാതക ഭീമന്മാരായിരിക്കും. ഖര, ദ്രാവക ഉപരിതലമില്ലാത്തതും വികിരണങ്ങൾ പുറപ്പെടുവിക്കുന്നതുമായ ഇത്തരം ദ്രവ്യപിണ്ഡങ്ങളിൽ

ജീവൻ നിലനില്ക്കുന്നതിനുള്ള സാദ്ധ്യതയില്ല. നക്ഷത്രസാമീപ്യംകൊണ്ടുമാത്രം ഒരു ഗ്രഹം വാസയോഗ്യമാകില്ല.

3. ഗ്രഹ ചലനങ്ങൾ

മാതൃനക്ഷത്രത്തെ ചുറ്റിയുള്ള ഗ്രഹങ്ങളുടെ ഭ്രമണപഥം പൊതുവെ ദീർഘവൃത്താകാരമായിരിക്കും (elliptical orbit). എന്നാൽ, ഭ്രമണപഥം അതിദീർഘവൃത്തമായാൽ ഗ്രഹത്തിലെ താപനിലയിൽ വലിയ ഏറ്റക്കുറച്ചിലുകളുണ്ടാകും. ഇത് ജീവന് ഗുണകരമാവില്ല. ഗ്രഹങ്ങളുടെ സ്വയംഭ്രമണം വേഗതയിലായിരിക്കണം. ദൈർഘ്യം കൂടിയ പകലുകളും രാത്രികളും ജീവന് അഭികാമ്യമല്ല. മാത്രവുമല്ല, ഇവ ഏകദേശം തുല്യവുമായിരിക്കണം. വേഗത്തിൽ ഭ്രമണം ചെയ്യുന്ന ഗ്രഹത്തിൽ മാത്രമേ ഒരു ആന്തര ഡൈനമോ പ്രവർത്തിക്കുകയുള്ളൂ. ഈ ഡൈനമോ സൃഷ്ടിക്കുന്ന കാന്തിക ക്ഷേത്രമാണ് ഗ്രഹാന്തരീക്ഷത്തെ ഒരു പരിധിവരെ പിടിച്ചുനിർത്തുന്നതും ജീവന് ഹാനികരമായ വികിരണങ്ങളിൽനിന്ന് ഗ്രഹത്തെ സംരക്ഷിക്കുന്നതും. അതുപോലെതന്നെ ഗ്രഹത്തിന്റെ ഭ്രമണവക്രത്തിലുണ്ടാകുന്ന സ്ഥാനമാറ്റം (പുരസരണം-precession) ചിലപ്പോഴെങ്കിലും ജീവനെ പ്രതികൂലമായി ബാധിക്കാറുണ്ട്. ഭൂമിയുടെ കാര്യത്തിൽ ഇത്തരമൊരു പുരസരണം സംഭവിച്ചത് 26,000 വർഷങ്ങൾക്കു മുമ്പാണ്.

4. ജൈവ-രാസ ഘടന

കാർബൺ അടിസ്ഥാന ഘടകമായുള്ള ജൈവ വ്യവസ്ഥയാണ് ഇതുവരെ തെളിയിക്കപ്പെട്ടിട്ടുള്ളത്. കാർബൺ, ഹൈഡ്രജൻ, ഓക്സിജൻ, നൈട്രജൻ എന്നീ മൂലകങ്ങളാണ് ജീവന്റെ ഉത്ഭവത്തിന് ഏറ്റവും അത്യാവശ്യമായിട്ടുള്ളത്. ഏറ്റവുമധികം പ്രതിപ്രവർത്തന ശേഷിയുള്ളതും ഈ മൂലകങ്ങൾക്കാണ്. അമിനോ ആസിഡുകൾ നിർമ്മിക്കപ്പെടുന്നത് ഈ നാലു മൂലകങ്ങൾ ചേർന്നാണ്. പ്രോട്ടീൻ തന്മാത്രകളുടെ ബിൽഡിങ് ബ്ലോക്കുകളാണ് അമിനോ ആസിഡുകൾ. അതുകൊണ്ടുതന്നെ ഈ മൂലകങ്ങൾ സമൃദ്ധമായുള്ള ഗ്രഹവ്യവസ്ഥകളിൽ മാത്രമേ ജീവൻ ഉത്ഭവിക്കാനുള്ള സാദ്ധ്യതയുള്ളൂവെന്നാണ് നിലവിലുള്ള ഏറ്റവും ശക്തമായ സിദ്ധാന്തം.

മാതൃനക്ഷത്രത്തിന്റെ സാന്നിദ്ധ്യം മാത്രമല്ല, അതിന്റെ സവിശേഷതകളും ഒരു ഗ്രഹത്തെ വാസയോഗ്യമാക്കുന്നതിൽ സുപ്രധാന പങ്കാണ് വഹിക്കുന്നത്.

5. നക്ഷത്രശോഭ

നക്ഷത്രങ്ങളുടെ ശോഭയിലുണ്ടാകുന്ന ഏറ്റക്കുറച്ചിലുകൾ സ്വാഭാവികമാണ്. എന്നാൽ, ഇത്തരം ഏറ്റക്കുറച്ചിലുകൾ ക്രമാതീതമായാൽ

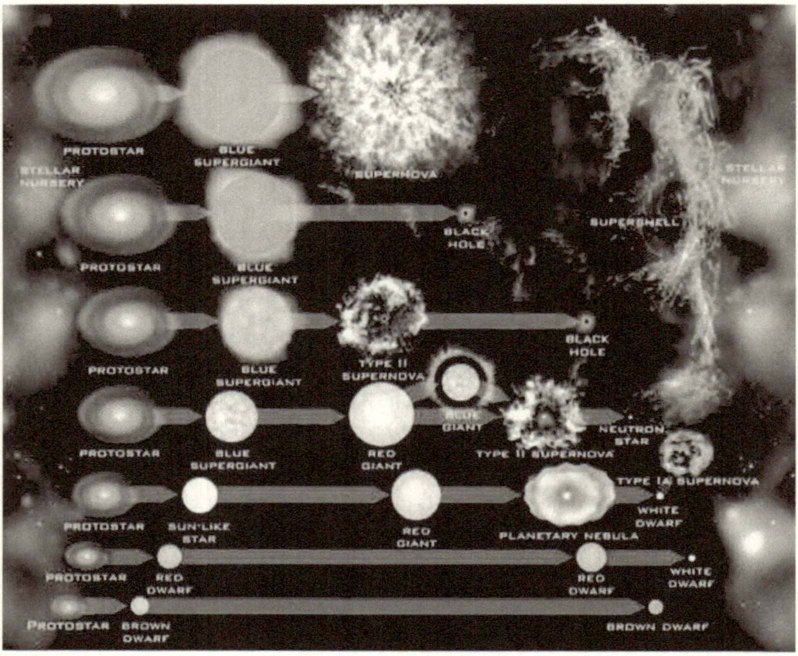

നക്ഷത്രശോഭ

അതു സൃഷ്ടിക്കുന്ന താപവ്യതിയാനവും അതിശക്തമായ കാന്തികക്ഷേത്രവും ഗ്രഹങ്ങളിലെ ജീവന്റെ ഏറ്റവും ലളിതമായ തുടിപ്പുകളെപ്പോലും കരിച്ചുകളയും. നക്ഷത്രശോഭയുടെ അടിസ്ഥാനത്തിൽ താരങ്ങളെ പല ഗ്രൂപ്പുകളായി വർഗ്ഗീകരിച്ചിട്ടുണ്ട്. ഉപരിതല താപനില 4000 കെൽവിനും 7000 കെൽവിനും ഇടയിലുള്ള F, G, K ഗ്രൂപ്പുകളിൽപെടുന്ന നക്ഷത്രങ്ങൾക്കു (main-sequence stars) ചുറ്റുമുള്ള ഗ്രഹങ്ങളിൽ മാത്രമേ ജീവൻ നിലനില്ക്കുകയുള്ളൂവെന്നാണ് കരുതപ്പെടുന്നത്. K, M ശ്രേണികളിൽപ്പെടുന്ന ചുവന്ന കുള്ളൻ നക്ഷത്രങ്ങൾക്കു ചുറ്റുമുള്ള ഗ്രഹങ്ങളിലും ജീവൻ കണ്ടെത്താനുള്ള നേരിയ സാദ്ധ്യതയുണ്ട്.

6. ലോഹ സാന്നിദ്ധ്യം

നക്ഷത്രദ്രവ്യത്തിന്റെ ഭൂരിഭാഗവും ഹൈഡ്രജൻ, ഹീലിയം എന്നീ മൂലകങ്ങളാണ്. എന്നാൽ, ചില നക്ഷത്രങ്ങളിലെങ്കിലും ഖനമൂലകങ്ങൾ (ലോഹങ്ങൾ) കൂടുതലായി കാണപ്പെടും. ഇത്തരം നക്ഷത്രങ്ങൾക്കു ചുറ്റും ഗ്രഹരൂപീകരണം നടക്കുന്നത് അപൂർവ്വമാണ്. മാത്രവുമല്ല, അത്തരം ഗ്രഹങ്ങളിൽ ജീവന്റെ സാദ്ധ്യതയുമില്ല. ലോഹസാന്നിദ്ധ്യം കുറവുള്ള നക്ഷത്ര കുടുംബങ്ങളിലാണ് ജീവനുത്ഭവിക്കാനുള്ള സാദ്ധ്യതയെന്നാണ് നിലവിലുള്ള പരികല്പന.

7. നക്ഷത്ര പിണ്ഡം

വലിയ നക്ഷത്രങ്ങൾക്കു ചുറ്റും ഗ്രഹരൂപീകരണം നടക്കാനുള്ള സാദ്ധ്യത വിരളമാണ്. അടുത്തിടെ നടന്ന ഗവേഷണങ്ങളിൽ സൗരപിണ്ഡത്തിന്റെ നൂറുമടങ്ങിലധികം ഭാരമുള്ള ഭീമൻ നക്ഷത്രങ്ങൾക്കു ചുറ്റും അവയുടെ വാസയോഗ്യമേഖലയിൽ ബുധനു സമാനമായ ഗ്രഹങ്ങളെ കണ്ടെത്തിയിട്ടുണ്ട്. വലിയ നക്ഷത്രങ്ങൾക്ക് ആയുസ്സ് വളരെ കുറവാണ്. സൂര്യനെപ്പോലെയുള്ള നക്ഷത്രത്തിന്റെ (main sequence star) ആയുസ്സ് ഏകദേശം 1000 കോടി വർഷമാണെങ്കിൽ ഭീമൻ നക്ഷത്രങ്ങൾക്ക്

main sequence star

അത് ഏതാനും ലക്ഷങ്ങൾ മാത്രമേ ഉണ്ടാകൂ. ഈ കുറഞ്ഞ കാലയളവിൽ അവയുടെ വാസയോഗ്യമേഖലയിലുള്ള ഗ്രഹങ്ങൾ തണുക്കുന്നതിനും അവയിൽ ജീവനുത്ഭവിക്കുന്നതിനും ഉള്ള സാദ്ധ്യത കുറവാണ്. വലിപ്പക്കുറവുള്ള നക്ഷത്രങ്ങളും ജീവൻ നിലനിർത്തുന്നതിന് അനുയോജ്യമല്ലെന്നാണ് കരുതപ്പെടുന്നത്. സൗരപിണ്ഡത്തിന്റെ 60 ശതമാനത്തിലും കുറവുള്ള നക്ഷത്രങ്ങൾക്ക് ആയുസ്സ് വളരെ കൂടുതലാണെങ്കിലും അവയുടെ കേന്ദ്രത്തിൽ നടക്കുന്ന ന്യൂക്ലിയർ പ്രതിപ്രവർത്തനങ്ങൾ വളരെ സാവധാനത്തിലായിരിക്കും. കുറഞ്ഞ വെളിച്ചവും ചൂടും

പുറത്തുവിടുന്ന ഇത്തരം നക്ഷത്രങ്ങൾക്കു ചുറ്റും ഗ്രഹകുടുംബമുണ്ടെങ്കിൽ തന്നെ അവിടെ ജീവൻ വളർന്നുവികസിക്കാനുള്ള സാദ്ധ്യത കുറവാണ്.

8. നക്ഷത്രത്തിന് ഗാലക്സിയിലുള്ള സ്ഥാനം

ഗാലക്സീകേന്ദ്രത്തിനടുത്ത് സ്ഥിതിചെയ്യുന്ന നക്ഷത്രങ്ങൾ അതിശക്തമായ വികിരണങ്ങൾ ഉത്സർജിക്കുന്നവയായിരിക്കും. ഇത്തരം മേഖലകളിൽ രൂപമെടുത്തിട്ടുള്ള ഗ്രഹങ്ങളിലും ജീവന് സാദ്ധ്യത കുറവാണ്. ഒറ്റ നക്ഷത്രങ്ങളുടെ ഗ്രഹകുടുംബങ്ങളാണ് ജീവന് കൂടുതൽ യോഗ്യമായത്. സൂര്യന്റെ കാര്യം പരിഗണിച്ചാൽ അത് ഗാലക്സീകേന്ദ്രത്തിൽനിന്നും 35,000 പ്രകാശവർഷമകലെയാണുള്ളത്. ഒറിയൺ സ്പർ (Orion Spur) എന്നറിയപ്പെടുന്ന സർപ്പിള കരത്തിലുള്ള ഒറ്റ നക്ഷത്രമാണ് സൂര്യൻ. തൊട്ടടുത്ത നക്ഷത്രത്തിലേക്ക് നാലു പ്രകാശവർഷത്തിലധികം ദൂരമുണ്ട്.

ഗ്രഹരൂപീകരണത്തെപ്പറ്റിയുള്ള പല സിദ്ധാന്തങ്ങളും ഇപ്പോൾ സംശയത്തിന്റെ നിഴലിലാണ്. ഇരട്ട നക്ഷത്രങ്ങൾ സൃഷ്ടിക്കുന്ന ശക്തമായ കാന്തികക്ഷേത്രം ഗ്രഹരൂപീകരണത്തിന് തടസ്സം നില്ക്കുമെന്നായിരുന്നു അടുത്തകാലം വരെയുള്ള വിശ്വാസം. എന്നാൽ, കെപ്ലർ സ്പേസ് ക്രാഫ്റ്റ് ഇരട്ട നക്ഷത്രങ്ങളായ അൽഫാ സെന്റോറി സിസ്റ്റത്തിന് ചുറ്റും ഗ്രഹകുടുംബം കണ്ടെത്തിയതോടെ ആ വിശ്വാസവും തകർന്നു. സൗരയൂഥം മാത്രമല്ല, ക്ഷീരപഥമൊന്നാകെ ജീവന്റെ നിലനില്പിന് അനുകൂലനമുള്ള മേഖലയാണെന്നാണ് ഏറ്റവും പുതിയ കണ്ടെത്തൽ. ഏതു നിമിഷവും ഭൗമേതര ജീവൻ കണ്ടെത്താൻ കഴിയുമെന്ന അവസ്ഥയാണ് ഇപ്പോഴുള്ളത്. എന്നാൽ, അവയുടെ നിർവ്വചനം വിചിത്രമായിരിക്കും. നാം കരുതുന്നതിലും വളരെ വിചിത്രം!

6

ഭൗമേതര ജീവൻ

"Life is very strange", said Jeremy. "Compared with what?" replied the spider.

-Norman Moss

പുറമെ (extra) എന്നും ഭൂമിയുമായി ബന്ധമുള്ളത് (terrestris) എന്നും അർത്ഥമുള്ള രണ്ടു ലാറ്റിൻവാക്കുകളിൽനിന്നാണ് 'എക്സ്ട്രാ ടെറസ്ട്രിയൽ' അഥവാ 'ഭൗമേതരം' എന്ന വാക്കിന്റെ ഉത്ഭവം. ഭൂമിക്കു വെളിയിൽ ഉത്ഭവിച്ച ജീവൻ എന്നുവേണമെങ്കിൽ ഭൗമേതര ജീവനെ വിളിക്കാൻ കഴിയും. ഏലിയൻ (Alien) എന്ന പേരും പൊതുവെ ഉപയോഗിക്കാറുണ്ട്. ലളിതമായ ഘടനയുള്ള ബാക്ടീരിയ മുതൽ മനുഷ്യന്റേതു പോലെയോ അതിലും സങ്കീർണ്ണമായതോ ആയ ശരീരഘടനയുള്ള ജീവികൾ വരെ ഭൂമിക്കു വെളിയിൽ ഉണ്ടാകാം. സൈദ്ധാന്തികമായി നിലനില്പുള്ളതാണെങ്കിലും ഇന്നുവരെ ഒരു ഭൗമേതര ജീവൻ കണ്ടെത്താൻ കഴിഞ്ഞിട്ടില്ല. ഭൗമേതര ജീവൻ തിരയുന്ന ശാസ്ത്രശാഖയാണ് എക്സോബയോളജി അല്ലെങ്കിൽ ആസ്ട്രോബയോളജി എന്നെല്ലാമറിയപ്പെടുന്നത്. ആസ്ട്രോബയോളജി എന്ന പേരിനാണ് കുറേക്കൂടി സാർവ്വത്രിക സ്വഭാവമുള്ളത്. പ്രപഞ്ചത്തിലെ ജീവന്, അതു ഭൂമിയിലാണെങ്കിലും മറ്റേതൊരു ഗ്രഹത്തിലാണെങ്കിലും തുല്യ പ്രാധാന്യം നല്കുന്നതുകൊണ്ടാണിത്. അമേരിക്കയിലെ നാഷണൽ ഇൻസ്റ്റിറ്റ്യൂട്ട് ഓഫ് ഹെൽത്തിലെ ശാസ്ത്രജ്ഞർ 2013 ൽ പുറത്തിറക്കിയ ഗവേഷണ റിപ്പോർട്ടിൽ പ്രപഞ്ചത്തിൽ ജീവൻ ഉത്ഭവിച്ചത് 970 കോടി വർഷങ്ങൾക്ക് മുമ്പാണെന്ന് പറയുന്നുണ്ട്. അതിനർത്ഥം ഭൂമിയും സൂര്യനുമെല്ലാം രൂപം കൊള്ളുന്നതിനും 500 കോടി വർഷംമുമ്പ് പ്രപഞ്ചത്തിൽ ജീവന്റെ തുടിപ്പുകൾ നാമ്പെടുത്തിരുന്നുവെന്നാണ്. ഭൗമേതര ജീവൻ യാഥാർത്ഥ്യ

മെന്ന് കരുതുന്നവർ തന്നെയാണ് ശാസ്ത്രജ്ഞരിൽ ഭൂരിഭാഗവും. എന്നാൽ, നേരിട്ടുള്ള ഒരു തെളിവിന്റെ അഭാവമാണ് അതേക്കുറിച്ചൊരു ശാസ്ത്രീയ നിഗമനം രൂപീകരിക്കുന്നതിൽ തടസ്സമായി നില്ക്കുന്നത്.

പശ്ചാത്തലം

ബാക്ടീരിയകളെപ്പോലെയുള്ള സൂക്ഷ്മജീവികൾ സൗരയൂഥത്തിൽ എല്ലായിടത്തും കാണപ്പെടാനുള്ള സാദ്ധ്യതയുണ്ട്. അതുപോലെതന്നെയാണ് പ്രപഞ്ചത്തിൽ എല്ലായിടത്തും അവയെ കണ്ടെത്താനുള്ള സാദ്ധ്യതയും. ദൃശ്യപ്രപഞ്ചത്തിന്റെ അതിവിശാലതയിൽ ഈ പരികല്പനയ്ക്ക് ഉറച്ച നിലനില്പാണുള്ളത്. കാൾ സാഗനെയും സ്റ്റീഫൻ ഹോക്കിങ്ങിനെയും പോലെയുള്ള ശാസ്ത്രജ്ഞർ ഭൗമജീവന് യാതൊരു പ്രത്യേകതയും കാണുന്നില്ലെന്നു മാത്രമല്ല, ഭൗമേതര ജീവൻ നിലനില്ക്കുന്നുണ്ടെന്ന് കരുതുന്നവരുമാണ്. കോപ്പർനിക്കസിന്റെ സിദ്ധാന്തങ്ങളാണ് ഇവരുടെ വാദത്തിന്റെ അടിസ്ഥാനം. പ്രപഞ്ചത്തിൽ സൂര്യനും ഭൂമിക്കും ഒരു സവിശേഷ സ്ഥാനവുമില്ലെന്നും ഭൗമജീവന് ഒരു അദ്വിതീയതയും അവകാശപ്പെടാനുമാവില്ലെന്നും കോപ്പർനിക്കസ് വിശ്വസിച്ചിരുന്നു. പ്രപഞ്ചത്തിന്റെ പല ഭാഗത്തും ഭൂമിയിൽ ജീവൻ ഉത്ഭവിച്ച സമയത്തോ അതിനുമുമ്പോ അതിനു ശേഷമോ ജീവൻ രൂപപ്പെട്ടിരിക്കും. ഇതു വെറും ഊഹമൊന്നുമല്ല. ജീവൻ രൂപമെടുക്കുന്നതിന് അടിസ്ഥാനമായി ആവശ്യമുള്ള ജൈവ തന്മാത്രകളെ സൂര്യനു ചുറ്റുമുള്ള ധൂളീപടലമായ പ്രോ

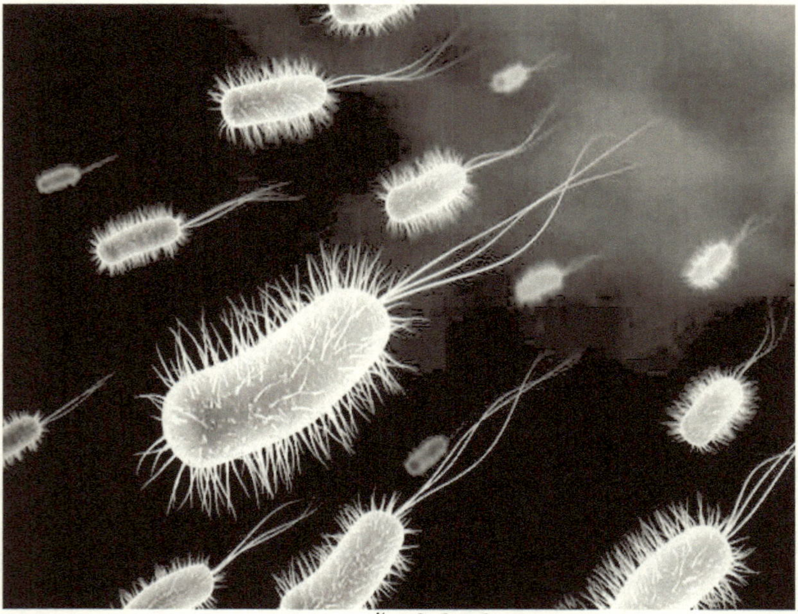

സൂക്ഷ്മജീവികൾ

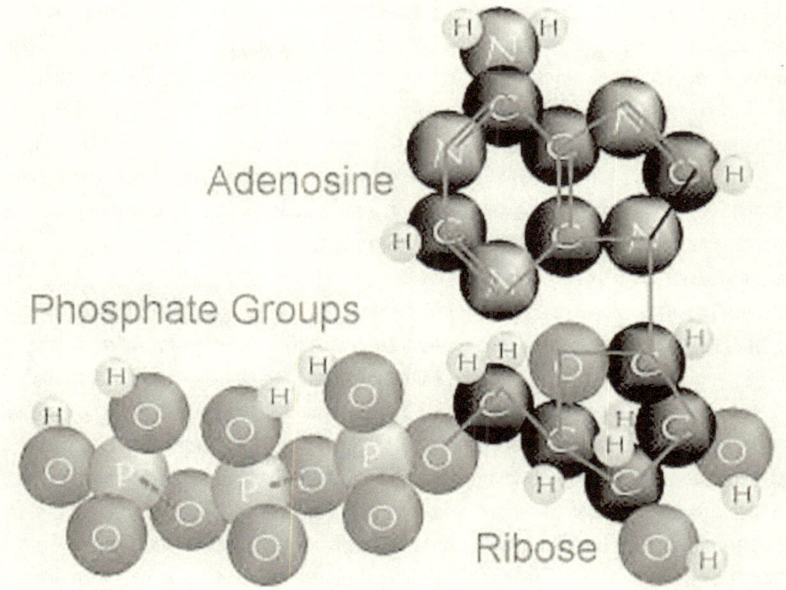

എ റ്റി പി

ട്ടോപ്ലാനറ്ററി ഡിസ്കിൽ ഗ്രഹരൂപീകരണത്തിനു മുൻപുതന്നെ കണ്ടെത്താൻ കഴിയുമെന്ന് കമ്പ്യൂട്ടർ മാതൃകയുപയോഗിച്ചുള്ള പഠനം തെളിയിച്ചിട്ടുണ്ട്. അതിനർത്ഥം സൂര്യനെപ്പോലെതന്നെ ഗ്രഹകുടുംബമുള്ള മറ്റ് നക്ഷത്രങ്ങൾക്കു ചുറ്റും ഇതുപോലെ തന്നെ ജൈവതന്മാത്രകൾ രൂപംകൊണ്ടിരിക്കുമെന്നാണ്. സൗരകുടുംബത്തിന്റെ കാര്യം പരിഗണിച്ചാൽ തന്നെ ഭൗമജീവനു വെളിയിൽ ശുക്രൻ, ചൊവ്വ എന്നീ ഗ്രഹങ്ങളിലും വ്യാഴത്തിന്റെ ഉപഗ്രഹമായ യൂറോപയിലും ശനിയുടെ ഉപഗ്രഹങ്ങളായ ടൈറ്റനിലും എൻസിലാഡസിലും ജീവൻ ഉത്ഭവിക്കാനുള്ള സാദ്ധ്യതയുണ്ട്. 2011 ൽ നാസയിലെ ശാസ്ത്രജ്ഞർ പുറത്തിറക്കിയ *ന്യൂസ് ലെറ്ററിൽ* സൗരയൂഥത്തിൽ, ഭൂമിക്കു വെളിയിൽ ജീവൻ ഉത്ഭവിക്കുന്നതിനും നിലനില്ക്കുന്നതിനും ഏറ്റവും അനുയോജ്യമായ സാഹചര്യമുള്ളത് ശനിയുടെ ഉപഗ്രഹമായ എൻസിലാഡസിലാണ് എന്ന കണ്ടെത്തൽ നടത്തിയിരുന്നു. 1950 കളിൽ തന്നെ 'വാസയോഗ്യമേഖല' എന്നൊരു പരികല്പന എക്സോ ബയോളജിസ്റ്റുകൾ വച്ചുപുലർത്തിയിരുന്നു. ഒരു നക്ഷത്രത്തിനു ചുറ്റുമുള്ള ഗ്രഹകുടുംബത്തിൽ ജലം ദ്രാവകാവസ്ഥയിൽ സ്ഥിതിചെയ്യുന്ന മേഖലയാണിത്. ജീവൻ ഉത്ഭവിക്കുന്നതിനും നിലനില്ക്കുന്നതിനും ഏറ്റവുമധികം സാദ്ധ്യതയുള്ള മേഖലകൂടിയാണിത്. 2013 വരെയുള്ള കാലത്ത് ശതകോടിക്കണക്കിന് വാസയോഗ്യ ഗ്രഹങ്ങളുടെ സ്ഥിതിവിവരക്കണക്ക് ശാസ്ത്രജ്ഞർ പുറത്തുവിട്ടിട്ടുണ്ടെ

ങ്കിലും ഉപകരണങ്ങളുടെ സഹായത്തോടെ കണ്ടെത്തിയിട്ടുള്ളത് വളരെ കുറഞ്ഞ എണ്ണം മാത്രമാണ്. നാസയുടെ കെപ്ലർ സ്പേസ്ക്രാഫ്റ്റും സെറ്റി ശാസ്ത്രജ്ഞരും (Search for ExtraTerrestrial Intelligence-SETI) നാസയുടെ ചൊവ്വാ പര്യവേക്ഷണ വാഹനം ക്യൂരിയോസിറ്റിയുമെല്ലാം തിരഞ്ഞുകൊണ്ടിരിക്കുന്നത് ഭൗമേതര ജീവൻ തന്നെയാണ്.

ഭൂമിയിലെ എല്ലാ ജീവരൂപങ്ങളുടെയും ആധാരം 26 രാസമൂലകങ്ങളാണ്. എന്നിരുന്നാലും ഭൗമജീവന്റെ 95 ശതമാനവും കാർബൺ, ഹൈഡ്രജൻ, നൈട്രജൻ, ഓക്സിജൻ, ഫോസ്ഫറസ്, സൾഫർ എന്നീ മൂലകങ്ങളാണ്. CHNOPS എന്ന് ഈ മൂലകങ്ങളെ ചുരുക്കി വിളിക്കാറുണ്ട്. ഭൗമജീവന്റെ അടിസ്ഥാനം ഈ ആറു മൂലകങ്ങളാണ്. ബാക്കിയുള്ള മൂലകങ്ങളെല്ലാം വളരെ നിസ്സാരമായ തോതിൽ മാത്രമേ ജീവന് ആവശ്യമുള്ളൂ. ജൈവ-രാസ പ്രതിപ്രവർത്തനങ്ങൾ നടക്കുന്നതിന് ഭൗമജീവന് ജലം എന്ന മാധ്യമം ആവശ്യമാണ്. ജലത്തിന്റെ സാന്നിദ്ധ്യവും ഭൂമിയിലേതുപോലെയുള്ള താപനിലയുമുള്ള ഒരു ഗ്രഹത്തിൽ കാർബണും മറ്റു മൂലകങ്ങളുമുണ്ടെങ്കിൽ അവയുടെ പ്രതിപ്രവർത്തനഫലമായി ജൈവതന്മാത്രകൾ ഉത്ഭവിക്കുന്നതിൽ തടസ്സമൊന്നുമില്ല. കാർബൺ, ഹൈഡ്രജൻ, ഓക്സിജൻ എന്നീ മൂലകങ്ങൾ കൂടിച്ചേർന്നുണ്ടാകുന്ന കാർബോഹൈഡ്രേറ്റുകൾ ജീവന് അടിസ്ഥാനമായി വേണ്ട രാസ ഊർജ്ജം പ്രദാനംചെയ്യും. ജീവന്റെ അടിസ്ഥാനശിലകളായ റൈബോസും സെല്ലുലോസും ഡി എൻ എയും ആർ എൻ എയും രൂപീകരിക്കപ്പെടുന്നതും കാർബോഹൈഡ്രേറ്റുകളിൽ നിന്നാണ്. സസ്യങ്ങൾ അവയ്ക്കാവശ്യമായ ഊർജ്ജം സമ്പാദിക്കുന്നത് സൂര്യപ്രകാശത്തിൽ നിന്നാണ്. പ്രകാശസംശ്ലേഷണം (photosynthesis) എന്ന പ്രക്രിയയിലൂടെ സസ്യങ്ങൾ ആഹാരം പാകംചെയ്യുമ്പോൾ സൂര്യപ്രകാശം രാസ ഊർജ്ജമായി പരിവർത്തനം ചെയ്ത് ഫലങ്ങളിലും കാണ്ഡത്തിലും ഇലകളിലും വേരുകളിലുമെല്ലാം സംഭരിച്ചുവയ്ക്കുകയാണ് ചെയ്യുന്നത്. ഭൗമജീവൻ, അത് ജന്തുജീവനാണെങ്കിലും സസ്യജീവനാണെങ്കിലും അടിസ്ഥാനം കാർബൺ ആണ്. പിന്നീട് ജലവും. ജലത്തിന്റെ പി എച്ച് മൂല്യം ന്യൂട്രൽ (PH:7) ആയതുകൊണ്ട് ലോഹ, അലോഹ അയോണുകൾ ഒരുപോലെ ജലത്തിൽ ലയിച്ചുചേരുകയും ജൈവതന്മാത്രകളുടെ ഉത്ഭവത്തിന് ഉത്പ്രേരകമാവുകയും ചെയ്യും. കാർബൺ ഭൗമജീവന്റെ ആധാരശിലയായതിനും ഒരു കാരണമുണ്ട്. ഈ മൂലകത്തിന് അലോഹങ്ങളുമായി സഹസംയോജക രാസപ്രവർത്തനത്തിൽ (covalent chemical bonds) ഏർപ്പെടുന്നതിനുള്ള സാമർത്ഥ്യം കാരണം നൈട്രജൻ, ഓക്സിജൻ, ഹൈഡ്രജൻ തുടങ്ങിയ മൂലകങ്ങളുമായി എളുപ്പത്തിൽ രാസപ്രവർത്തനത്തിൽ ഏർപ്പെടുന്നതിന് കഴിയും. കാർബൺഡയോക്സൈഡും ജലവും സൗരോർജ്ജത്തെ സംഭരിച്ചുവയ്ക്കുന്ന അറകളാണ്. അന്നജമായും പഞ്ചസാരകളായും സൗരോർജ്ജം സംഭരിച്ചുവയ്ക്കുകയും പിന്നീട് ഓക്സീകരണം വഴി ഇങ്ങനെ സംഭരിച്ചുവച്ചിരിക്കുന്ന ബയോകെമിക്കൽ എനർജി മറ്റ് ജൈവ-രാസപ്രവർത്തനങ്ങൾക്കാവശ്യമുള്ള

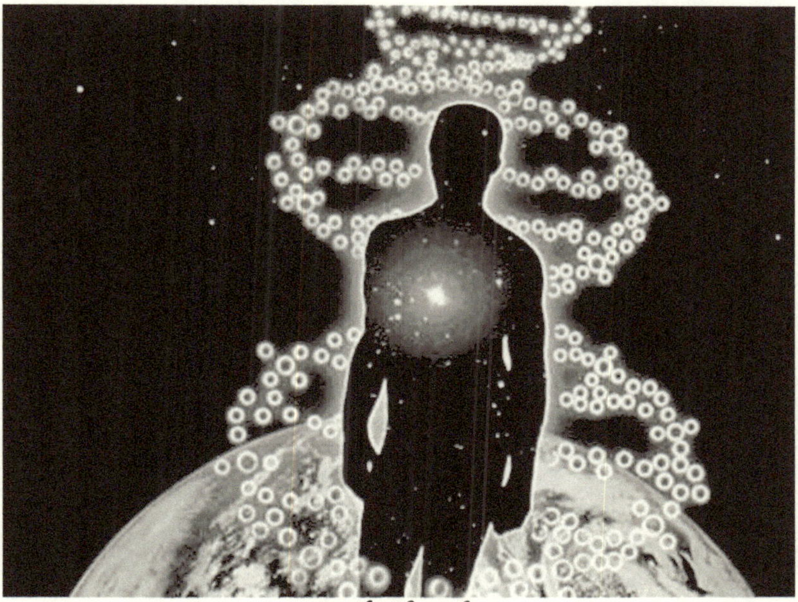

ഹ്യൂമൻ ഡി എൻ എ

ഇന്ധനമായി ഉപയോഗിക്കുകയുമാണ് ചെയ്യുന്നത്. കാർബണും ഹൈഡ്രജനും ഓക്സിജനും ചേർന്നുണ്ടാകുന്ന ഓർഗാനിക് ആസിഡുകളും (-COOH), നൈട്രജനും ഹൈഡ്രജനും ചേർന്ന് രൂപംകൊള്ളുന്ന അമിൻ ബേസുകളും (-NH2) തമ്മിൽ പ്രതിപ്രവർത്തിക്കുന്നതിലൂടെ രൂപംകൊള്ളുന്ന പോളിമറുകളും പ്രോട്ടീനുകളും അമിനോ ആസിഡുകൾ സൃഷ്ടിക്കുന്നതിന് ഇടയാക്കും. ഈ അമിനോ അമ്ലങ്ങൾ ഫോസ്ഫേറ്റുകളുമായി കൂടിച്ചേരുന്നതുവഴി ജനിതക സന്ദേശങ്ങൾ സംഭരിച്ചുവയ്ക്കുന്ന ഡി-ഓക്സീ റൈബോ ന്യൂക്ലിക് ആസിഡുകളുടെ (ഡി എൻ എ)യും ജീവകോശങ്ങളുടെ ഊർജ്ജസ്രോതസ്സായ അഡിനോസിൻ ട്രൈ ഫോസ്ഫേറ്റ് (എ ടി പി) തന്മാത്രകളുടെയും സൃഷ്ടിക്കു കാരണമാകുന്നു.

ജലം ആധാരമാക്കിയുള്ള ജീവനെക്കുറിച്ച് മാത്രമാണ് മുകളിൽ വിവരിച്ചത്. എന്നാൽ, ജീവന്റെ ആധാരം ജലവും കാർബണും ഫോസ്ഫറസുമൊന്നുമാകണമെന്നില്ല. ജലത്തിന് പകരം അമോണിയയുടെ സാദ്ധ്യതകൾ ശാസ്ത്രലോകം ചർച്ചചെയ്യുന്നുണ്ട്. അത്ഭുതപ്പെടാൻ തുടങ്ങിക്കോളൂ. നക്ഷത്രങ്ങളിൽ ജീവനുണ്ടാകുമോ? തിളച്ചുമറിയുന്ന നക്ഷത്രദ്രവ്യത്തിൽ (പ്ലാസ്മ) ജീവനുണ്ടാകാനുള്ള സാദ്ധ്യത ശാസ്ത്രജ്ഞർ സംശയിക്കുന്നുണ്ട്. ന്യൂട്രോൺ താരങ്ങളെന്ന അതിസാന്ദ്രമായ മൃത നക്ഷത്രത്തിന്റെ ഉപരിതലത്തിലും ജീവനെ കണ്ടെത്താൻ കഴിയുമെന്നാണ് പ്രതീക്ഷിക്കുന്നത്. എന്നാൽ, അത്തരം നക്ഷത്രജീവനുമായി ബന്ധപ്പെടാൻ കഴിയുന്ന സാങ്കേതികവിദ്യ നിലവിലില്ലാത്തത് വലിയൊരു പരിമിതിയായി അവശേഷിക്കുകയാണ്.

7

ജീവൻ സൗരയൂഥത്തിൽ

"We are bits of stellar matter that got cold by accident, bits of a star gone wrong"

-Arthur Eddington

ഭൂമിക്കു പുറമെ സൗരകുടുംബാംഗങ്ങളായ ചില ഗ്രഹങ്ങളിലും അവയുടെ ഉപഗ്രഹങ്ങളിലും ചില ഛിന്നഗ്രഹങ്ങളിലും ജീവൻ ഉത്ഭവിക്കുന്നതിനും നിലനില്ക്കുന്നതിനുമുള്ള അനുകൂലനങ്ങൾ ഉണ്ട്. ഇത്തരം അന്യഗ്രഹങ്ങളിലെയും ഉപഗ്രഹങ്ങളിലെയും ജീവൻ ഗ്രഹോപരിതലത്തിനടിയിലുള്ള സമുദ്രങ്ങളിൽ ആയിരിക്കുന്നതിനുള്ള സാദ്ധ്യത വളരെ ഉയർന്നതാണ്. എന്നാൽ, ഇത്തരം വാസയോഗ്യമേഖലകളിലെ അന്തരീക്ഷഘടനയും ഗുരുത്വാകർഷണബലവും ഗ്രഹോപരിതലത്തിന്റെ സവിശേഷതയുമെല്ലാം ഭൂമിയിൽനിന്ന് വളരെ വ്യത്യസ്തമായതുകൊണ്ട് അത്തരം മേഖലകളിലെ ജീവനെ ഭൗമജീവനുമായി താരതമ്യം ചെയ്യുന്നതിൽ അർത്ഥമൊന്നുമില്ല. സൂക്ഷ്മജീവികളുടെ സാന്നിദ്ധ്യം മാത്രമാണ് ഈ ഗ്രഹങ്ങളിലും ഉപഗ്രഹങ്ങളിലുമെല്ലാം പ്രതീക്ഷിക്കുന്നത്. ലളിതമായ ഒരുദാഹരണം ശ്രദ്ധിക്കുക. ഭൂമിയുടെ ഏക സ്വാഭാവിക ഉപഗ്രഹമായ ചന്ദ്രനെ പരിഗണിക്കാം. ചന്ദ്രനിൽ ജീവൻ ഉത്ഭവിച്ചുവെന്നും അതിപ്പോഴും നിലനില്ക്കുന്നുവെന്നും കരുതുക. ഇനി ചാന്ദ്രജീവനെ ഭൗമജീവനുമായി താരതമ്യം ചെയ്തുനോക്കാം. ചന്ദ്രന്റെ അന്തരീക്ഷത്തിൽ ഓക്സിജൻ ഇല്ല. ഓക്സിജനത്രയും ചാന്ദ്രധൂളിയിലാണുള്ളത്. അപ്പോൾ ചാന്ദ്രജീവിയുടെ നാസാരന്ധ്രങ്ങൾ പാദങ്ങളിലാവാതെ തരമില്ല. മനുഷ്യന്റെ പോലൊരു മൂക്ക് ആവശ്യമില്ലെന്നർത്ഥം. അന്തരീക്ഷവാതകങ്ങളുടെ അഭാവം കാരണം ചന്ദ്രനിൽ സൂര്യകിരണങ്ങൾ ഒരു കണ്ണാടിയിൽ തട്ടി പ്രതിഫലിക്കുന്നതിനു സമമായിരിക്കും. അങ്ങനെ

വരുമ്പോൾ ഒരു ചാന്ദ്രജീവിയുടെ കണ്ണുകൾ തലയ്ക്കു മുകളിലോ കക്ഷങ്ങളിലോ ആയിരിക്കും. വായുമണ്ഡലമില്ലാത്തതുകൊണ്ട് ശബ്ദതരംഗങ്ങൾക്ക് സഞ്ചരിക്കാൻ കഴിയില്ല. അതുകൊണ്ടുതന്നെ ചാന്ദ്രജീവിക്ക് ചെവികളുടെ ആവശ്യമില്ല. പാമ്പുകളെപ്പോലെ ത്വക്കിലൂടെ ശബ്ദമറിയുന്ന ശരീരഘടനയായിരിക്കും ചാന്ദ്രജീവിക്കുണ്ടാവുക. ഭൂമിയുടെ ഗുരുത്വാകർഷണബലത്തിന്റെ ആറിലൊന്നു മാത്രം ഗുരുത്വബലമുള്ള ചാന്ദ്രജീവൻ, അതൊരു ചാന്ദ്രമനുഷ്യനാണെങ്കിൽ ഒൻപത് അടിയിലേറെ ഉയരമുള്ള ദീർഘകായനായിരിക്കും. തടിയന്മാരെ കാണാനുണ്ടാവില്ല. ഇപ്പറഞ്ഞതെല്ലാം ജന്തുജീവനെക്കുറിച്ചാണെങ്കിൽ സസ്യജീവൻ അതിലുമേറെ വിചിത്രമായിരിക്കും.

ഭൂമിക്കു വെളിയിൽ സൗരകുടുംബാംഗങ്ങളായ ശുക്രൻ, ചൊവ്വ എന്നീ ഗ്രഹങ്ങളിലും വ്യാഴം, ശനി എന്നീ വാതകഭീമൻ ഗ്രഹങ്ങളുടെ നിരവധി ഉപഗ്രഹങ്ങളിലും ചില ഛിന്നഗ്രഹങ്ങളിലും ധൂമകേതുക്കളിലും ജീവൻ ഉത്ഭവിക്കുന്നതിനും ഇപ്പോഴും നിലനില്ക്കുന്നതിനും അനുകൂലനങ്ങളുണ്ട്. ഭൂമിയിൽ ജീവൻ ഉത്ഭവിച്ച സമയത്തുതന്നെ ഈ ദ്രവ്യരൂപങ്ങളിലും ജീവൻ ഉത്ഭവിച്ചിരിക്കാം. എന്നാൽ, ജീവൻ വളർന്നുവികസിക്കുന്നതിനുള്ള സാഹചര്യങ്ങൾ ഭൂമിയിൽനിന്നു വിഭിന്നമായതിനാൽ അത്തരം പ്രദേശങ്ങളിലെ ജീവൻ ഭൗമജീവനുമായി താരതമ്യം ചെയ്യുന്നതിൽ അർഥമൊന്നുമില്ല. സൗരയൂഥത്തിൽ തന്നെയുള്ള ഭൗമേതര ജീവന്റെ സാദ്ധ്യതകൾ ഒന്നു പരിശോധിക്കാം.

ശുക്രൻ (Venus)

ശുക്രൻ

സൗരയൂഥത്തിൽ ഏറ്റവും തീക്ഷ്ണമായ കാലാവസ്ഥയുള്ള ഗ്രഹം ശുക്രനാണ്. കാർബൺഡയോക്സൈഡിന്റെ കട്ടിയുള്ള ആവരണം ഈ ഗ്രഹത്തിന്റെ അന്തരീക്ഷത്തിൽ പ്രയോഗിക്കുന്ന ഹരിതഗൃഹപ്രഭാവം കാരണം ഗ്രഹത്തിന്റെ ശരാശരി താപനില 400 ഡിഗ്രി സെൽഷ്യസിന് മുകളിലാണ്, രാത്രിയും പകലുമെന്ന ഭേദമില്ലാതെതന്നെ. തുടർച്ചയായുള്ള ഇടിമിന്നലുകളും അമ്ലമഴയും ഗ്രഹത്തെ നരകതുല്യമാക്കുകയാണ്. എന്നാൽ, ഗ്രഹോപരിതലത്തിൽനിന്നും 50 കിലോമീറ്റർ ഉയരത്തിലുള്ള മേഘപാളികളിൽ ജീവൻ, അതിന്റെ സൂക്ഷ്മരൂപത്തിൽ (microbes) ഉണ്ടാകാനുള്ള സാദ്ധ്യത വളരെ അധികമാണ്. ഗ്രഹാന്തരീക്ഷത്തിന്റെ രാസഘടന

യിലുള്ള അനിശ്ചിതത്വം സൂചിപ്പിക്കുന്നത് ജൈവതന്മാത്രകളുടെ സാന്നിദ്ധ്യമാണ്. ഈ പരികല്പന മുന്നോട്ടുവച്ചത് കാൾ സാഗൻ, ഡേവിഡ് ഗ്രിൻസ്പൂൺ, ജഫ്രി ലാൻഡിസ്, ഡിർക്ക് ഷൂൾസ് എന്നീ മഹാരഥന്മാരാണ്.

ചൊവ്വ (Mars)

സൂര്യന്റെ വാസയോഗ്യമേഖലയിൽ (Goldilock Zone) സ്ഥിതിചെയ്യുന്ന ഗ്രഹമെന്ന പ്രത്യേകത ചൊവ്വയെ ഭൂമിയുടെ അടുത്ത ബന്ധുവാക്കുന്നുണ്ട്. ഇപ്പോൾ ചൊവ്വയിൽ പര്യവേക്ഷണം നടത്തിക്കൊണ്ടിരിക്കുന്ന ക്യൂരിയോസിറ്റി റോവർ ഗ്രഹത്തിൽ പണ്ടുണ്ടായിരുന്ന ജലസാന്നിദ്ധ്യത്തിന്റെ സൂചനകൾ ഭൂമിയിലേക്കയക്കുന്നുണ്ട്. ഗ്രഹോപരിതലത്തിൽ കണ്ടെത്തിയ ഉരുളൻ കല്ലുകൾ ഒരുകാലത്തുണ്ടായിരുന്ന നദിയുടെ അവശിഷ്ടങ്ങളാണ്. ഗ്രഹോപരിതലത്തിന് ഒരുകിലോമീറ്ററെങ്കിലും

ചൊവ്വ

കീഴെ വലിയ സമുദ്രങ്ങൾ ഉണ്ടാകുമെന്നാണ് ശാസ്ത്രജ്ഞർ കരുതുന്നത്. വളരെ നേർത്തതെങ്കിലും ഇപ്പോഴും നിലനില്ക്കുന്ന ഗ്രഹാന്തരീക്ഷത്തിലുള്ള മീഥേയ്ൻ സാന്നിദ്ധ്യം സൂചിപ്പിക്കുന്നത് ഭൗമേതര ജീവന്റെ സാദ്ധ്യത തന്നെയാണ്. 2006 ൽ നാസയുടെ മാർസ് ഗ്ലോബൽ സർവെയർ ദൗത്യമാണ് ചൊവ്വയിലെ ജലസാന്നിദ്ധ്യത്തെക്കുറിച്ചുള്ള ആദ്യ സൂചനകൾ നല്കിയത്. പിന്നീട് നാസയുടെ തന്നെ ഫിനിക്സ് മാർസ് ലാൻഡറും ഗ്രഹത്തിലെ ജലസാന്നിദ്ധ്യത്തിന്റെ സൂചനകൾ നല്കി. എന്നാൽ, ഭൗമജീവൻ പോലൊന്ന് ചൊവ്വയിലുണ്ടാകാമെന്ന് ശാസ്ത്രജ്ഞർ സംശയിക്കുന്നുമില്ല. മണ്ണിനടിയിൽ സൂക്ഷ്മജീവനോ അതിന്റെ ഫോസിലുകളോ കണ്ടെത്താൻ കഴിയുമെന്ന പ്രതീക്ഷയാണ് ഇപ്പോഴുള്ളത്. 2012 ജൂണിൽ ചൊവ്വയുടെ അന്തരീക്ഷത്തിലെ ഹൈഡ്രജന്റെയും മീഥേയ്നിന്റെയും സാന്ദ്രത പരിശോധിച്ച ശാസ്ത്രസംഘം അവിടെ ജീവൻ നിലനിന്നിരുന്നുവെന്ന് ഉറപ്പിച്ചുപറയുന്നുണ്ട്. ഇപ്പോഴും ജീവൻ നിലനില്ക്കുന്നതിനുള്ള സാദ്ധ്യതയും വളരെ വലുതാണ്.

വ്യാഴം (Jupiter)

1960 കളിലും 70 കളിലും കാൾ സാഗനും സംഘവും വ്യാഴത്തിന്റെ അന്തരീക്ഷത്തിൽ സ്ഥൂല ശരീരമുള്ള ജീവികൾ ഉണ്ടായിരിക്കുന്നതിനുള്ള സാദ്ധ്യത മുന്നോട്ടുവച്ചിരുന്നു. എന്നാൽ, ഈ പരികല്പനയ്ക്ക്

അധികം നിലനില്പുണ്ടായിരുന്നില്ല. എന്നാൽ, വ്യാഴത്തിന്റെ ചില ഉപഗ്രഹങ്ങളിൽ ഖര ഉപരിതലവും സമുദ്രസാന്നിദ്ധ്യവും ജീവൻ നിലനില്ക്കുന്നതിനുള്ള അനുകൂലനങ്ങളും ഉണ്ട്. സമുദ്രങ്ങൾ ഭൂരിഭാഗവും ഇത്തരം ഉപഗ്രഹങ്ങളുടെ ഉപരിതലത്തിന് കീഴെയായിരിക്കും സ്ഥിതി ചെയ്യുന്നത്. യൂറോപ, ഗാനിമിഡെ, കലിസ്റ്റോ എന്നീ ഗലീലിയൻ ഉപഗ്രഹങ്ങളിൽ ജീവനുത്ഭവിക്കാനുള്ള സാഹചര്യം നിലവിലുണ്ട്. ഇവയിൽ തന്നെ യൂറോപയിലെ സമുദ്രങ്ങൾ ജീവന്റെ ഗർഭഗൃഹമാണെന്നു തന്നെയാണ് വിശ്വസിക്കപ്പെടുന്നത്.

യൂറോപ (Europa)

വ്യാഴത്തിന്റെ നാലു വലിയ ഉപഗ്രഹങ്ങളിൽ ഒന്നായ യൂറോപയുടെ ഉപരിതലത്തിലുള്ള കട്ടികൂടിയ ഹിമാവരണത്തിനടിയിൽ ദ്രാവകാവസ്ഥയിൽ ജലം നിലനില്ക്കുന്നതിനുള്ള സാദ്ധ്യതയുണ്ട്. സമുദ്രാന്തർഭാഗത്തു നടക്കുന്ന താപ രാസപ്രവർത്തനങ്ങൾ സ്ഥൂല ശരീരഘടനയുള്ള ജീവികളുടെ നിലനില്പിന് സഹായകരമാണ്. 2011 ലാണ് യൂറോപയിലെ ജീവന്റെ സാദ്ധ്യതകൾ ശക്തമായി രംഗത്തെത്തുന്നത്. ബഹിരാകാശ ദൂരദർശിനികൾ യൂറോപയിലെ വിശാലമായ തടാകങ്ങളുടെ തെളിവുകൾ അവതരിപ്പിച്ചത് 2011 ലായിരുന്നു.

ശനി (Saturn)

വാതകഭീമനായ ശനിയിൽ ജീവൻ ഉത്ഭവിക്കുന്നതിനും നിലനില്ക്കുന്നതിനുമുള്ള അനുകൂലനങ്ങൾ നിലനില്ക്കുന്നില്ലെങ്കിലും ശനിയുടെ ഉപഗ്രഹങ്ങളായ ടൈറ്റനിലും എൻസിലാഡസിലും സ്ഥിതി അങ്ങനെയല്ല. ജീവൻ വളർന്നു വികസിക്കുന്നതിനുള്ള സാഹചര്യങ്ങൾ ഖരോപരിതലമുള്ള ഈ ഉപഗ്രഹങ്ങളിലുണ്ട്.

ടൈറ്റൻ (Titan)

സൗരകുടുംബത്തിലെ രണ്ടാമത്തെ വലിയ ഉപഗ്രഹവും ശനിയുടെ ഏറ്റവും വലിയ ഉപഗ്രഹവുമായ ടൈറ്റനാണ് ഏറ്റവും സാന്ദ്രമായ അന്തരീക്ഷമുള്ള ഉപഗ്രഹം. ഹൈഡ്രോകാർബണുകളുടെ, വിശേഷിച്ചും മീഥേയ്ൻ സംയുക്തങ്ങളുടെ സമുദ്രങ്ങളുണ്ട് ടൈറ്റനിൽ. കസീനി-ഹൈഗൻസ് ദൗത്യമാണ് ഈ രഹസ്യം പുറത്തുകൊണ്ടുവന്നത്. സൗരയൂഥത്തിൽ ഭൂമിക്കു വെളിയിൽ, ഉപരിതലത്തിൽ ദ്രാവകം നിലനില്ക്കുന്ന ഏക ഗോളവും ടൈറ്റനാണ്. ജലം ആധാരമായുള്ള ജീവനല്ലാതെ അസറ്റലിൻ, ഈഥേയ്ൻ, മീഥേയ്ൻ എന്നിവ അടിസ്ഥാനമായുള്ള സൂക്ഷ്മജീവികൾ ടൈറ്റനിലെ സമുദ്രത്തിൽ ഉണ്ടാകാനുള്ള സാദ്ധ്യത വളരെയധികമാണ്. ഉപഗ്രഹചിത്രങ്ങളിൽനിന്നു ലഭിക്കുന്ന വിവരങ്ങൾ ടൈറ്റനിലെ മീഥേയ്ൻ നദികൾ ഭൂമിയിലെ നൈൽ നദിയോട് സമാനമാണെന്നാണ്.

എൻസിലാഡസ് (Enceladus)

ശനിയുടെ വലയങ്ങളിൽ നിരീക്ഷണം നടത്തിക്കൊണ്ടിരിക്കുന്ന ബഹിരാകാശപേടകം കസീനി 2011 ൽ പുറത്തുവിട്ട ചിത്രങ്ങളിൽ ശനിയുടെ ഉപഗ്രഹമായ എൻസിലാഡസിൽനിന്നും ഗ്രഹോപരിതലത്തിലേക്ക് ജലം ധാരയായി പ്രവഹിക്കുന്ന ചിത്രങ്ങളും ഉണ്ടായിരുന്നു. ശനി ഗ്രഹത്തിന്റെ ശക്തമായ വേലബലം കാരണമാണ് ഉപഗ്രഹത്തിൽ അന്തർഭാഗത്തുള്ള ജലം പുറത്തേക്കു വ്യാപിക്കുന്നത്. എൻസിലാഡസിന്റെ താപനിലയും സാന്ദ്രതയും ഉപരിതലത്തിനു കീഴെ ജീവൻ നിലനില്ക്കുന്നതിന് അനുകൂലമായ സാഹചര്യം പ്രദാനംചെയ്യുന്നുണ്ട്.

റെയിൻ ടൈറ്റൻ

ധൂമകേതുക്കൾ (Comets)

ഭൂമിയിൽ ജീവൻ ഉത്ഭവിക്കാൻ കാരണം ധൂമകേതുക്കളുടെ ആക്രമണമാണെന്നതാണ് ഇന്ന് നിലവിലുള്ള ഏറ്റവും പ്രബലമായ വാദം. സൗരയൂഥത്തിന്റെ അതിർത്തികളിലുള്ള കുയ്പർ ബെൽറ്റിൽനിന്നും ഊർട്ട് മേഘങ്ങളിൽനിന്നും സൂര്യന്റെ ഗുരുത്വാകർഷണ ഫലമായി സഞ്ചരിച്ചുകൊണ്ടിരിക്കുന്ന ദ്രവ്യശകലങ്ങളാണ് ധൂമകേതുക്കൾ. വാൽനക്ഷത്രങ്ങളെന്ന ഓമനപ്പേരിൽ അറിയപ്പെടുന്ന ഈ ചെളിപുരണ്ട ഹിമക്കട്ടകൾ (Dirty ice) ജീവന്റെ ഈറ്റില്ലമാണ്. സർവേയർ-3 ബഹിരാകാശപേടകം ധൂമകേതുക്കളെക്കുറിച്ച് സമഗ്രമായ പഠനം നടത്തിയിട്ടുണ്ട്.

8

സെറ്റി

(Search for Extra-Terrestrial Intelligence- SETI)

ഭൂമിയിലുള്ള ഒരുകൂട്ടം മനുഷ്യർ ഭൂമിക്കപ്പുറമുള്ള ജീവന്റെ തുടിപ്പുകൾ കണ്ടെത്തുന്നതിനുള്ള അന്വേഷണത്തിലാണ്. അത്തരത്തിലുള്ള ഒരു കൂട്ടായ്മയാണ് സെറ്റി (Search for Extra-Terrestrial Intelligence- SETI). ശാസ്ത്രീയ രീതികളാണ് ഇതിനുവേണ്ടി സെറ്റിയുടെ പ്രോജക്ടുകൾ ഉപയോഗപ്പെടുത്തുന്നത്. അന്യലോക സംസ്കാരത്തിന്റെ ഏതെങ്കിലും തരത്തിലുള്ള അടയാളങ്ങളെക്കുറിച്ചുള്ള മുന്നറിയിപ്പുകൾ നല്കാൻ വൈദ്യുത കാന്തിക വികിരണങ്ങളാണ് സെറ്റി സംഘം ഉപയോഗിക്കുന്നത്. ഹാർവാർഡ് യൂണിവേഴ്സിറ്റി, കാലിഫോർണിയ യൂണിവേഴ്സിറ്റി, ബെർക്‌ലെ, സെറ്റി ഇൻസ്റ്റിറ്റ്യൂട്ട് എന്നിവയാണ് ഇത്തരത്തിലുള്ള പ്രോജക്ടുകൾ നടപ്പിലാക്കുന്ന പ്രധാന സ്ഥാപനങ്ങൾ. 1995 ൽ യു എസ് ഗവൺമെന്റ് സെറ്റി പ്രോജക്ടുകൾക്കുള്ള സാമ്പത്തിക സഹായം നിർത്തലാക്കിയതു മുതൽ മറ്റ് സ്വകാര്യ മാർഗ്ഗത്തിലൂടെയാണ് ഇവർ സാമ്പത്തികം കണ്ടെത്തുന്നത്. പ്രപഞ്ചത്തിന്റെ കോണുകളിലെവിടെയെങ്കിലും ഒരുനാൾ അന്യഗ്രഹജീവന്റെ അടയാളങ്ങൾ കണ്ടെത്തുമെന്നു തന്നെയാണ് ഇവർ വിശ്വസിക്കുന്നത്.

റേഡിയോ പരീക്ഷണങ്ങൾ

ഭൗമാന്തരീക്ഷത്തിൽ റേഡിയോ തരംഗങ്ങൾ ഒഴുകിനടക്കുകയാണ്. റേഡിയോ ടെലസ്കോപ്പ് ഉപയോഗിച്ചുള്ള പ്രപഞ്ചപഠനം ആരംഭിക്കുന്നത് അതിൽനിന്നാണ്. റേഡിയോ ആന്റിനകളാണ് ഇത്തരം ദൂരദർശിനികളുടെ പ്രധാന ഘടകം. റേഡിയോ സിഗ്നലുകൾക്കു പുറമെ മനുഷ്യരുടെ ആശയവിനിമയ ഉപാധികളുടെ ഭാഗമായി വ്യത്യസ്തങ്ങളായ നിരവധി വൈദ്യുത കാന്തിക വികിരണങ്ങളും അന്തരീക്ഷത്തിലുണ്ട്.

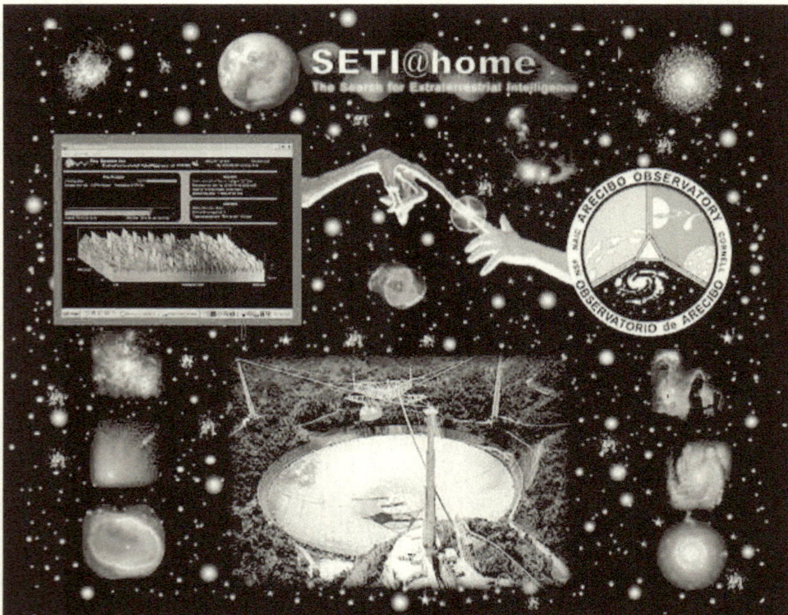

സെറ്റി

ഇത്തര തരംഗങ്ങളുടെ ആവർത്തന സ്വഭാവവും ബാൻഡ് വിഡ്ത്തും കൃത്രിമ തരംഗങ്ങളെ എളുപ്പം തിരിച്ചറിയാൻ സഹായിക്കും. ഈ സങ്കേതം സവിശേഷമായി ഉപയോഗിച്ചാൽ സൗരയൂഥത്തിന്റെ വെളിയിൽ നിന്നു വരുന്ന അസ്വാഭാവികമായ വികിരണങ്ങളെ പെട്ടെന്നു തന്നെ കണ്ടെത്താൻ കഴിയും. സെറ്റി ശാസ്ത്രജ്ഞരും അതുതന്നെയാണ് ചെയ്യുന്നത്.

ആദ്യകാല പഠനങ്ങൾ

1896ൽ നിക്കോള ടെസ്‌ല അന്യഗ്രഹജീവന്റെ പഠനത്തിനായി റേഡിയോ ഉപയോഗിക്കാം എന്ന് അവകാശപ്പെട്ടു. 1899ൽ അദ്ദേഹത്തിന്റെ നോബ് ഹീൽ ലാബിൽ അന്തരീക്ഷ വൈദ്യുതിയുടെ പഠനത്തിനായി ടെസ്‌ല, കോയിൽ റിസീവർ ഉപയോഗിച്ചിരുന്നു. ഭൂമിയിലെ ശബ്ദങ്ങളിൽനിന്നും പ്രകൃതിക്ഷോഭങ്ങളിൽനിന്നും വ്യത്യസ്തമായ ചില ആവർത്തന സിഗ്നലുകൾ അദ്ദേഹത്തിന്റെ ശ്രദ്ധയിൽപ്പെട്ടു. ഇതിന്റെ ഉറവിടം ഒരുപക്ഷേ അന്യഗ്രഹ നാഗരികതയാകാമെന്ന് അദ്ദേഹം സംശയിച്ചിരുന്നു. ഇവ വരുന്നത് ചൊവ്വയിൽ നിന്നാണെന്നായിരുന്നു ടെസ്‌ലയുടെ വാദം. എന്നാൽ, പിന്നീടുള്ള പഠനങ്ങളിൽ ടെസ്‌ല ഒന്നുംതന്നെ കണ്ടെത്തിയില്ല. ഈ സിഗ്നലുകൾ സ്വാഭാവികമായി ഉണ്ടാകാവുന്ന 'ജോവിയൻ പ്ലാസ്മ ടോറസ്' സിഗ്നലുകളാണെന്ന് പിന്നീട് തിരിച്ചറിഞ്ഞു.

1900ത്തിന്റെ ആദ്യവർഷങ്ങളിൽ മാർക്കോണി, ലോർഡ് കെൽവിൻ, ഡേവിഡ് പെക്ക് ടോർഡ് എന്നിവരും ചൊവ്വയിലുള്ളവരുമായി സംവദിക്കാൻ റേഡിയോ ഉപയോഗിക്കാമെന്ന് പ്രസ്താവിച്ചിട്ടുണ്ട്.

ഇരുപതാം നൂറ്റാണ്ടിൽ ആദ്യമായി 1957 ഓഗസ്റ്റ് 21, 22, 23 തീയതികളിൽ ചൊവ്വ ഭൂമിയുടെ വളരെയടുത്തു വന്നു. ആ ദിനങ്ങളിൽ യു.എസ്., 'നാഷണൽ റേഡിയോ സൈലൻസ് ഡേ' ആയി പ്രഖ്യാപിച്ചു. 21 മുതൽ 23 വരെ തീയതികളിലെ 36 മണിക്കൂറുകൾ, ഓരോ മണിക്കൂറും അഞ്ച് മിനിട്ട് അമേരിക്കയിലെങ്ങും റേഡിയോ നിശബ്ദമാക്കിവച്ചു. യു.എസ്. നാവിക നിരീക്ഷകർ അവരുടെ റേഡിയോ റിസീവർ മൂന്നു കിലോമീറ്റർ ഉയർത്തി 8 മുതൽ 9 വരെ കിലോമീറ്റർ തരംഗദൈർഘ്യത്തിൽ ട്യൂൺ ചെയ്തുവച്ചു. അതുകൂടാതെ, റേഡിയോ ക്യാമറയും അവർ സജ്ജീകരിച്ചിരുന്നു. ചൊവ്വയിൽനിന്നുമുള്ള ജീവന്റെ ഏതെങ്കിലുമൊരു അടയാളത്തിനായി നടത്തിയ ഈ പ്രോഗ്രാം നിയന്ത്രിച്ചത് യു എസ് നേവിയിലെയും ആർമിയിലെയും ഉയർന്ന ഉദ്യോഗസ്ഥരായിരുന്നു. എന്നാൽ, അവരുടെ പരിശ്രമം ഫലംകണ്ടില്ല. പിന്നീട് 1959ൽ ഫിലിപ്പ് മോറിസണും ഗിസപ്പെ കൊക്കോണിയും മൈക്രോവേവ് സ്പെക്ട്രത്തിന്റെയും അതിന്റെ ആവൃത്തിയെയും കുറിച്ചുള്ള പഠനങ്ങളുടെ പ്രാരംഭ നടപടികൾ സ്വീകരിച്ചെങ്കിലും തുടർന്നുകൊണ്ടുപോയില്ല. 1960ൽ ഫ്രാങ്ക് ഡ്രേക്ക് ആരംഭിച്ച 'പ്രോജക്ട് ഓസ്മ' (project ozma)യാണ് സെറ്റി മേഖലയിലുള്ള ആദ്യത്തെ ആധുനിക പരീക്ഷണം.

1961 നവംബറിൽ വെസ്റ്റ് വെർജിനിയയിലെ ഗ്രീൻ ബാങ്കിൽവച്ച് സെറ്റിയുടെ ആദ്യ കോൺഫറൻസ് നടന്നു. കാൾ സാഗനെയും മെൽവിൻ കാൽവിനെയും പോലെയുള്ള പത്തു മഹാരഥന്മാർ പങ്കെടുത്ത ഈ കോൺഫറൻസിൽ വച്ചാണ് മൂലകങ്ങളുടെ വർദ്ധനവിനെ സംബന്ധിച്ച ഡ്രേക്ക് സമവാക്യം (Drake equation) ഉരുത്തിരിഞ്ഞത്. ക്ഷീരപഥത്തിലെവിടെയെല്ലാം ജീവൻ നിലനില്ക്കാൻ സാദ്ധ്യതയുണ്ടെന്ന് കണക്കുകൂട്ടാനാണ് ഡ്രേക്ക് സമവാക്യം ഉപയോഗിക്കുന്നത്. 1960ൽ ചില സോവിയറ്റ് ശാസ്ത്രജ്ഞർ അന്യഗ്രഹ ജീവനെത്തേടിയുള്ള പരീക്ഷണങ്ങൾ നടത്തുകയുണ്ടായി. സോവിയറ്റ് ജ്യോതിശാസ്ത്രജ്ഞനായ ലിസിഫ് സ്കോൽവാസ്കി, 'യുനിവേഴ്സ്, ലൈഫ്, ഇന്റലിജൻസ്' എന്ന പേരിൽ പ്രസ്തുത വിഷയത്തിൽ മാർഗ്ഗനിർദ്ദേശിയായ ഒരു പുസ്തകം രചിക്കുകയുണ്ടായി. 1962ലായിരുന്നു ഇത്. ഈ പുസ്തകം 1966 ൽ അമേരിക്കൻ ജ്യോതിശാസ്ത്രജ്ഞനായ കാൾ സാഗൻ വിപുലീകരിക്കുകയും 'ഇന്റലിജൻസ് ലൈഫ് ഇൻ യൂണിവേഴ്സ്' എന്ന പേരിൽ പ്രസിദ്ധീകരിക്കുകയും ചെയ്തു. ദശാബ്ദത്തിലെ ബെസ്റ്റ് സെല്ലറായിരുന്നു ഈ പുസ്തകം.

ആദ്യത്തെ ക്രാഷ്- സ്റ്റൈൽ റേഡിയോ ദൂരദർശിനി 1963ൽ സ്ഥാപിക്കപ്പെട്ടു. ഇതിന് 360 അടി (110 മീ.) വീതിയും 500 അടി (150 മീ.) നീളവും 70 അടി (21 മീ.) ഉയരവും ഉണ്ടായിരുന്നു. സ്വാഭാവിക റേഡിയോ

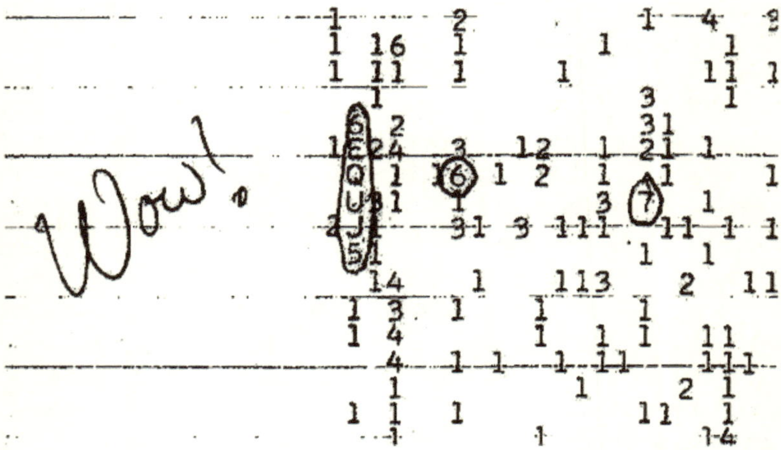

വൗ സിഗ്നൽ

തരംഗങ്ങളെ കണ്ടെത്തുന്നതിന് ആകാശം സ്കാൻ ചെയ്യാൻ പരാബൊളിക് പ്രതിഫലകം ഉപയോഗിച്ചുള്ള ഫ്ളാറ്റ്-പ്ലെയിൻ റേഡിയോ ടെലസ്കോപ്പ് എന്ന ആശയം 1955ൽ അമേരിക്കൻ ശാസ്ത്രജ്ഞനായ ജോൺ. ഡി. ക്രാഷ് അവതരിപ്പിച്ചിരുന്നു. ഓഹിയോ സ്റ്റേറ്റ് യൂണിവേഴ്സിറ്റി രണ്ടു വർഷത്തിനുള്ളിൽ അദ്ദേഹത്തിന്റെ ആശയത്തിന് അംഗീകാരം നല്കുകയുണ്ടായി. നാഷണൽ സയൻസ് ഫൗണ്ടേഷനിൽനിന്ന് 71,000 ഡോളർ ഈ ദൂരദർശിനിയുടെ നിർമ്മാണത്തിന് ധനസഹായവും ലഭിച്ചു. ക്രാഷിന്റെ സ്വപ്നപദ്ധതിയാണ് 1963ൽ യാഥാർത്ഥ്യമായത്. ഓഹിയോയിലെ ദലവാറിൽ 20 ഏക്കറിൽ വ്യാപിച്ചുകിടക്കുന്ന ഈ പദ്ധതി പിന്നീട് 'ബിഗ് ഇയർ' (Big Ear) എന്നാണ് അറിയപ്പെട്ടിരുന്നത്. പിന്നീട് ലോകത്തിലെ ആദ്യത്തെ അവിരാമമായ സെറ്റി പ്രോഗ്രാമായി ഇതു മാറ്റി. ഓഹ്യോ സ്റ്റേറ്റ് യൂണിവേഴ്സിറ്റി സെറ്റി പ്രോഗ്രാം എന്ന് പിന്നീടിതിനെ നാമകരണം ചെയ്തു.

ഡ്രേക്കും ബെർനാഡ് ഒലിവറും ചേർന്ന് ആരംഭിച്ച സെറ്റി പഠനത്തിന് 1971ൽ നാസ ധനസഹായവും വാഗ്ദാനം ചെയ്തു. ശാസ്ത്രജ്ഞർ തയ്യാറാക്കിയ റിപ്പോർട്ടിൽ 10 മില്യൺ യു.എസ്. ഡോളർ ചെലവുവരുന്ന ഒരു റേഡിയോ ടെലസ്കോപ്പിന്റെ ആവശ്യകത ചൂണ്ടിക്കാണിച്ചിരുന്നു. 'പ്രോജക്ട് സൈക്ലോപ്സ്' എന്നറിയപ്പെട്ട ഈ പദ്ധതി നടന്നില്ലെങ്കിലും തുടർന്നുള്ള സെറ്റി പഠനങ്ങൾക്ക് ശാസ്ത്രജ്ഞരുടെ പഠനറിപ്പോർട്ട് പകർന്നുകൊടുത്ത ഊർജ്ജം വളരെ വലുതാണ്.

സെറ്റി പ്രോഗ്രാമിന് വളരെ കീർത്തി ലഭിച്ച ഒരു ദിനമായിരുന്നു 1977 ഓഗസ്റ്റ് 15. അന്നേദിവസം പ്രോജക്ട് പ്രവർത്തകനായ ജെറി ഇമാ

ന് ടെലസ്കോപ്പിൽനിന്ന് ഞെട്ടിപ്പിക്കുന്ന ഒരു സിഗ്നൽ ലഭിച്ചു. സിഗ്നൽ അപഗ്രഥിച്ച ഇമാൻ അത് 'വൗ' (Wow!) ശബ്ദമാണെന്ന് തിരിച്ചറിയുകയും അതിന്റെ പ്രിന്റ് ഔട്ട് എടുക്കുകയും ചെയ്തു. ഭൂമിക്കു വെളിയിൽനിന്നും ലഭിച്ച വളരെ വിചിത്രമായ ഒരു സിഗ്നൽ ആയിരുന്നു അത്. പിന്നീടുണ്ടായ അന്വേഷണങ്ങളിലൊന്നും 'ഠ്ഠ' സിഗ്നലിനെക്കുറിച്ച് കൂടുതൽ വിവരങ്ങളൊന്നും ലഭിച്ചില്ല.

1979ൽ കാലിഫോർണിയ സർവ്വകലാശാല 'സെറൻഡിപ്' (Search for Extraterrestrial Intelligent Populations -- SERENDIP) എന്ന സെറ്റി പ്രോഗ്രാമിന് തുടക്കംകുറിച്ചു. 1986ൽ ബെർക്കലെ അവരുടെ രണ്ടാമത്തെ സെറ്റി സംരംഭമായി SERENDIP-II ഉം ആരംഭിച്ചു. 2009 ജൂണിൽ അറെസിബോ റേഡിയോ ടെലസ്കോപ്പ് ഉപയോഗിച്ച് തുടങ്ങിയ ആകാശ സർവ്വേ ആയ SERENDIP V.v ആണ് ഈ ശ്രേണിയിലെ ഏറ്റവും നൂതനമായ സംരംഭം.

സെന്റിനെൽ, മെറ്റാ, ബീറ്റ

1980ൽ കാൾ സാഗൻ, ബ്രൂസ് മറെ, ലൂയിസ് ഫ്രീഡ്മാൻ എന്നിവർ ചേർന്ന് ഒരു യു.എസ്. പ്ലാനറ്ററി സൊസൈറ്റിക്ക് രൂപംനല്കി. ഇത് ഭാഗികമായി സെറ്റി പഠനങ്ങൾക്കു വേണ്ടിയായിരുന്നു. ഇക്കാലത്തു തന്നെ ഹാർവാർഡ് യൂണിവേഴ്സിറ്റിയിലെ ഭൗതികശാസ്ത്രജ്ഞനായ പോൾ ഹൊറേ വിറ്റ്സ് സെറ്റി പ്രോഗ്രാമുകളുടെ പ്രക്ഷേപണങ്ങൾക്കായി ഒരു സ്പെക്ട്രം അനലൈസർ ഡിസൈൻ ചെയ്തു. പഴഞ്ചൻ മാതൃകയിലുള്ള ഈ 'ഡെസ്ക്ടോപ്പ്' സംവിധാനം സെറ്റി പഠനത്തിന് അനുയോജ്യമായിരുന്നില്ല. തുടർന്ന് ഈ പ്രവർത്തനങ്ങൾ 1981ൽ, 1,31,000 ചാനലുകളുള്ളതും വഹിച്ചുകൊണ്ടു നടക്കാൻ കഴിയുന്നതുമായ 'സ്പെക്ട്രം അനലൈസറി'ന്റെ നിർമ്മാണത്തിലേക്ക് നയിച്ചു. 1983 മുതൽ ഇത് ഉപയോഗിക്കാൻ ആരംഭിച്ചു. 'സ്യൂട്ട്കേസ് സെറ്റി' എന്നാണ് ഇത് അറിയപ്പെട്ടത്.

വിശദമായ ആകാശപഠനത്തിന് 'സ്യൂട്ട്കേസ് സെറ്റി' പര്യാപ്തമല്ലാതിരുന്നതിനാൽ 1985ൽ 'മെറ്റാ' (Mega Channel Extra-Terrestrial Assay) എന്ന പദ്ധതി ആരംഭിച്ചു. മെറ്റാ വർണ്ണരാജിക്ക് 8.4 മില്യൺ ചാനലുകളും 0.05 ഹെർട്സ് ചാനൽ വിശ്ലേഷണവും ഉണ്ടായിരുന്നു. ഭൗമികവും അഭൗമികവുമായ സന്ദേശങ്ങളെ വേർതിരിച്ചറിയാൻ കഴിയുന്ന 'ഫ്രീക്വൻസി ഡോപ്ളർ ഷിഫ്റ്റ്'ന്റെ ഉപയോഗമായിരുന്നു 'മെറ്റ'യുടെ പ്രധാന സവിശേഷത. പ്ലാനറ്ററി സൊസൈറ്റിയുടെയും ഹോളിവുഡ് സിനിമാ സംവിധായകൻ സ്റ്റീവൻ സ്പീൽബെർഗിന്റെയും സഹായം ഈ പ്രോജക്റ്റിനുണ്ടായിരുന്നു. 1990ൽ അർജന്റീനയിൽ 'മെറ്റ'യുടെ രണ്ടാമത്തെ സംരംഭം (META II) ആരംഭിച്ചു. 1996ൽ നൂതന സങ്കേതങ്ങൾ ഉപയോഗിച്ചുകൊണ്ട് മെറ്റാ കക പ്രവർത്തനങ്ങൾ തുടർന്നു.

ബീറ്റ (Billion channel Extra-Terrestrial Assay- BETA) എന്ന പേ

രിലാണ് 'മെറ്റ' തുടർപ്രവർത്തനങ്ങൾ ആരംഭിച്ചത്. 1995 ഒക്ടോബർ 30നാണ് ബീറ്റ നിരീക്ഷണപ്രവർത്തനങ്ങൾ തുടങ്ങിയത്. ബീറ്റ പ്രക്രിയകൾ നിയന്ത്രിച്ചിരുന്നത് 63 ഫാസ്റ്റ് ഫ്യൂറിയർ ട്രാൻസ്ഫോം എഞ്ചിനുകളും (FFT), ഡിജിറ്റൽ സിഗ്നൽ ബോർഡുകളോടുകൂടിയ 21 പേഴ്സണൽ കമ്പ്യൂട്ടറുകളുമായിരുന്നു. 0.5 Hertz/Channel റെസലൂഷനുള്ള 250 മില്യൺ ചാനലുകൾ ഒന്നിച്ച് കൈകാര്യം ചെയ്യാൻ ബീറ്റയ്ക്കു കഴിയും. 1999 മാർച്ച് 23 ന് മെറ്റ-ബീറ്റ പ്രൊജക്റ്റുകളുടെ അടിസ്ഥാനമായിരുന്ന 26 മീറ്റർ റേഡിയോ ടെലസ്കോപ്പ് 'സെന്റിനെൽ' ശക്തമായ കാറ്റിൽ കത്തിപ്പോവുകയുണ്ടായി. ഇത് ബീറ്റ പ്രോജക്ടിന്റെ തുടർന്നുള്ള പ്രവർത്തനങ്ങൾക്ക് തടസ്സമാവുകയും ചെയ്തു.

SETI@home

1999 മെയ് മാസം കാലിഫോർണിയ യൂണിവേഴ്സിറ്റി ആരംഭിച്ച ഡിസ്ട്രിബ്യൂട്ടഡ് കമ്പ്യൂട്ടിംഗ് പ്രോജക്ടിന്റെ പ്രവർത്തകനായ ഡേവിഡ് ഗെയിയും ക്രേയ്ഗ് കാസ്നോഫും ചേർന്നാണ് SETI@home പ്രോജക്ട് തുടങ്ങിയത്. പ്ലാനറ്ററി സൊസൈറ്റിയും പാരാമൗണ്ട് പിക്ചേഴ്സും പിന്നീട് കാലിഫോർണിയ സ്റ്റേറ്റും ഇതിനെ സാമ്പത്തികമായി പിന്തുണച്ചു. BOINC (Berkeley Open Infrastructure for Network Computing) എന്ന സോഫ്റ്റ്വെയർ പ്രോഗ്രാം ഡൗൺലോഡ് ചെയ്താൽ ആർക്കും സെറ്റി റിസർച്ചിന്റെ ഭാഗമാകാവുന്നതാണ്. SERENDIP IV എന്ന ഉപകരണത്തിന്റെ സഹായത്താൽ SETI@home പ്രോഗ്രാമിന് സ്വതന്ത്രമായി സിഗ്നൽ അനാലിസിസ് നടത്താൻ കഴിയും. 2009 ജൂൺ 28 ലെ കണക്കനുസരിച്ച് ക്രിയാത്മകമായി പ്രവർത്തിക്കുന്ന 1,80,000ൽപരം വ്യക്തികൾ SETI@home പ്രോജക്ടിന്റെ ഭാഗമായി പ്രവർത്തിക്കുന്നുണ്ട്.

SETI net

സെറ്റി നെറ്റ് ഒരു സ്വകാര്യ നിരീക്ഷണ സംവിധാനമാണ്. സെറ്റി ലീഗുമായി വളരെയടുത്ത ബന്ധം പുലർത്തുന്ന ഈ സംവിധാനത്തിൽ ആകാശത്തിന്റെ ഏതെങ്കിലുമൊരു ഭാഗം കേന്ദ്രീകരിച്ച് ആന്റിന വളരെക്കാലം ഉപയോഗിക്കുന്ന രീതിയിൽ സജ്ജീകരിക്കുകയാണ് ചെയ്യുന്നത്. അമേചർ സെറ്റി സമൂഹത്തിനുവേണ്ടി പലതരം സോഫ്റ്റ്വെയർ പ്രോഗ്രാമുകളും സെറ്റി നെറ്റ് നിർമ്മിക്കുന്നുണ്ട്. ആസ്ട്രോണമിക്കൽ ക്ലോക്ക്, ഫയൽ മാനേജർ, സ്പെക്ട്രം അനലൈസർ, ഇന്റർനെറ്റുമായി ബന്ധപ്പെടാനുള്ള റിമോട്ട് കൺട്രോൾ സൗകര്യം തുടങ്ങി നിരവധി പാക്കേജുകളും ഈ ടീം ചെയ്തുകൊടുക്കുന്നുണ്ട്.

അലൻ ടെലസ്കോപ്പ് ശ്രേണി

മിനി സൈക്ലോപ്പ്സ് കൂട്ടത്തെപ്പോലെയുള്ള പ്രത്യേക രീതിയിലു

ള്ള റേഡിയോ ദൂരദർശിനികളുടെ ഒരു കൂട്ടത്തെ സൃഷ്ടിച്ച് സെറ്റി പഠനത്തെ പുരോഗതിയിലേക്ക് നയിക്കുന്നതിനായി സെറ്റി ഇൻസ്റ്റിറ്റ്യൂട്ടും കാലിഫോർണിയ യൂണിവേഴ്സിറ്റിയിലെ റേഡിയോ ആസ്ട്രോണമി ലബോറട്ടറിയും ചേർന്ന് രൂപംകൊടുത്ത പ്രോജക്ടാണിത്. പദ്ധതിയുടെ പ്രധാന സംഘാടകനായ പോൾ അലന്റെ പേരാണ് ഈ ദൂരദർശിനി സംഘാതത്തിന് (Allen Telescope Array) നല്കിയിരിക്കുന്നത്. വടക്കൻ കാലിഫോർണിയയിലെ ഗ്രാമത്തിലുള്ള ഹാറ്റ് ക്രീക്ക് ഒബ്സർവേറ്ററിയുമായി ചേർന്നാണ് ഈ പ്രോജക്ട് സാക്ഷാത്കരിക്കപ്പെടുന്നത്. 25 മില്യൺ യു എസ് ഡോളർ ചെലവു പ്രതീക്ഷിക്കുന്ന ഈ പദ്ധതി 2007 ൽ പൂർത്തീകരിക്കുന്നതിനാണ് ആദ്യം തീരുമാനിച്ചത്. 42 ആന്റിനകളോടുകൂടി ഇതിന്റെ ആദ്യഘട്ടം 2007 ഒക്ടോബറിൽ പ്രവർത്തനമാരംഭിച്ചു. 2011 ഏപ്രിൽ മാസം ഫണ്ടിന്റെ അഭാവം കാരണം നിർത്തിവച്ച പദ്ധതിയുടെ നിർമ്മാണ പ്രവർത്തനങ്ങൾ 2011 ഡിസംബർ അഞ്ചിന് പുനരാരംഭിച്ചിട്ടുണ്ട്.

സെറ്റി ശാസ്ത്രജ്ഞർ ശുഭാപ്തിവിശ്വാസികളാണ്. ഈ വിശാല പ്രപഞ്ചത്തിന്റെ ഏതെങ്കിലുമൊരു കോണിൽനിന്ന് എന്നെങ്കിലുമൊരിക്കൽ ഭൂമിയെത്തേടി ഒരു സന്ദേശമെങ്കിലുമെത്തുമെന്ന് അവർ പ്രതീക്ഷിക്കുന്നു. അതിനിനി അധികം താമസമൊന്നുമില്ലെന്നാണ് അവർ കരുതുന്നത്.

9

അന്യഗ്രഹവേട്ടയ്ക്ക് അസാധാരണ ദൂരദർശിനികൾ

"We are all in the gutter, but some of us are looking at the stars"

-Oscar Wilde

അടുത്ത ഒരു ദശാബ്ദത്തിനുള്ളിൽ അഞ്ച് അസാധാരണ ദൂരദർശിനികളാണ് പ്രവർത്തനമാരംഭിക്കുന്നത്. നക്ഷത്രങ്ങൾ പിറവിയെടുക്കുന്നതു മുതൽ സൗരയൂഥത്തിനു വെളിയിലുള്ള ഭൗമസമാന ഗ്രഹങ്ങളിലെ ഭൗമേതര ജീവൻ നേരിട്ടു കാണാൻ വരെ ഈ ദൂരദർശിനികൾകൊണ്ട് സാധിക്കും. അതുമാത്രവുമല്ല, ഭൂമിക്കു ഭീഷണിയാവുന്ന തരത്തിൽ സഞ്ചരിച്ചുകൊണ്ടിരിക്കുന്ന ഛിന്നഗ്രഹങ്ങളെ മുൻകൂട്ടി കണ്ടെത്തുന്നതിനും ആവശ്യമുള്ള മുൻകരുതലുകൾ എടുക്കുന്നതിനും ഈ ദൂരദർശിനികൾ സഹായിക്കും.

ഈ ദൂരദർശിനികളെ പരിചയപ്പെടാം.

1. ടെസ് (Transiting Exoplanet Survey- TESS): 2017

സൗരയൂഥത്തിനു വെളിയിലുള്ള ഗ്രഹങ്ങളെ തിരഞ്ഞുപിടിക്കാനായി പ്രത്യേകമായി നിർമ്മിച്ചിട്ടുള്ള ബഹിരാകാശ ദൂരദർശിനി ടെസ് 2017 ൽ വിക്ഷേപിക്കപ്പെടും. സംതരണവിദ്യ ഉപയോഗിച്ചാണ് ടെസ് അന്യഗ്രഹങ്ങളെ കണ്ടെത്തുന്നത്. നിലവിൽ ഭൂമിയിൽ സ്ഥാപിച്ചിട്ടുള്ള ദൂരദർശിനികളിലും സംതരണവിദ്യ ഉപയോഗിച്ച് അന്യഗ്രഹങ്ങളെ കണ്ടെത്തിയിരുന്നു. എന്നാൽ, അവ അധികവും വ്യാഴത്തിന്റെയും യുറാനസിന്റെയുമൊക്കെ വലിപ്പമുള്ള വാതക ഭീമന്മാരായിരുന്നു. ഭൂമിയുടെയും ചൊവ്വയുടെയുമൊക്കെ വലിപ്പമുള്ള ചെറിയ ഗ്രഹങ്ങളിലാണ് ജീവൻ ഉത്ഭവിക്കുന്നതിനുള്ള സാഹചര്യമുണ്ടാകുന്നത്. എന്നാൽ, സംതരണവിദ്യ

ടെസ്

ഉപയോഗിച്ച് ഇത്തരം ഗ്രഹങ്ങളെ കണ്ടെത്താൻ പ്രയാസമാണ്. കാരണം ഈ ഗ്രഹങ്ങൾ അവയുടെ മാതൃനക്ഷത്രത്തിന്റെ മുന്നിലൂടെ ദൂരദർശിനിക്കഭിമുഖമായി സഞ്ചരിക്കുമ്പോൾ നക്ഷത്രത്തിന്റെ പ്രത്യക്ഷശോഭയിലുണ്ടാകുന്ന കുറവ് വളരെ നിസ്സാരമാണ്. എന്നാൽ, 2009 ൽ വിക്ഷേപിച്ച നാസയുടെ കെപ്ലർ ബഹിരാകാശ ദൂരദർശിനി ഇത്തരം നിരവധി ഭൗമസമാന ഗ്രഹങ്ങളെ കണ്ടെത്തിയിട്ടുണ്ട്. ഇങ്ങനെ കണ്ടെത്തിയ ഗ്രഹങ്ങളിൽ 115 എണ്ണം ജീവൻ വളർന്നു വികസിക്കുന്നതിനുള്ള എല്ലാ അനുകൂലനങ്ങളും ഉള്ളവയാണ്. കെപ്ലർ ദൂരദർശിനി ക്ഷീരപഥത്തിലെ ഒരുലക്ഷം നക്ഷത്രങ്ങളെയും അവയ്ക്കു ചുറ്റുമുള്ള ഗ്രഹങ്ങളെയുമാണ് നിരീക്ഷിക്കുന്നതെങ്കിൽ ടെസിന്റെ നിരീക്ഷണമേഖല ഇതിന്റെ 40 മടങ്ങ് വലുതാണ്. അതുകൂടാതെ ടെസ് കണ്ടെത്തുന്ന ഗ്രഹങ്ങളുടെ ഭ്രമണപഥം, പിണ്ഡം, സാന്ദ്രത, അന്തരീക്ഷഘടന എന്നിവയെല്ലാം തിരിച്ചറിയാൻ കഴിയുന്ന അനുബന്ധ ഉപകരണങ്ങളും ദൂരദർശിനിയിൽ സജ്ജീകരിച്ചിട്ടുണ്ട്. നാസയാണ് ഈ പദ്ധതിയുടെ പിന്നിൽ പ്രവർത്തിക്കുന്നത്.

2. ജെയിംസ് വെബ് സ്പേസ് ടെലസ്കോപ്പ് (JWST): 2018

ഭൂമിയിൽനിന്നും 1300 കോടി പ്രകാശവർഷമകലെ ശൈശവ പ്രപഞ്ചത്തിലെ ആദ്യ നക്ഷത്രസമൂഹങ്ങളുടെ രൂപീകരണത്തിലേക്കാണ് ജെയിംസ് വെബ് നോക്കുന്നത്. ഹബിൾ ദൂരദർശിനിയുടെ പിൻഗാമിയെന്നറിയപ്പെടുന്ന ജെയിംസ് വെബ് 2018 ൽ വിക്ഷേപിക്കും. ഇൻഫ്രാറെഡ് വേവ് ബ്രാൻഡിലും പ്രവർത്തനക്ഷമമായ ഈ ദൂരദർശിനി വികസിക്കുന്ന പ്രപഞ്ചത്തിൽ പരസ്പരം അകന്നുപൊയ്ക്കൊണ്ടിരിക്കുന്ന

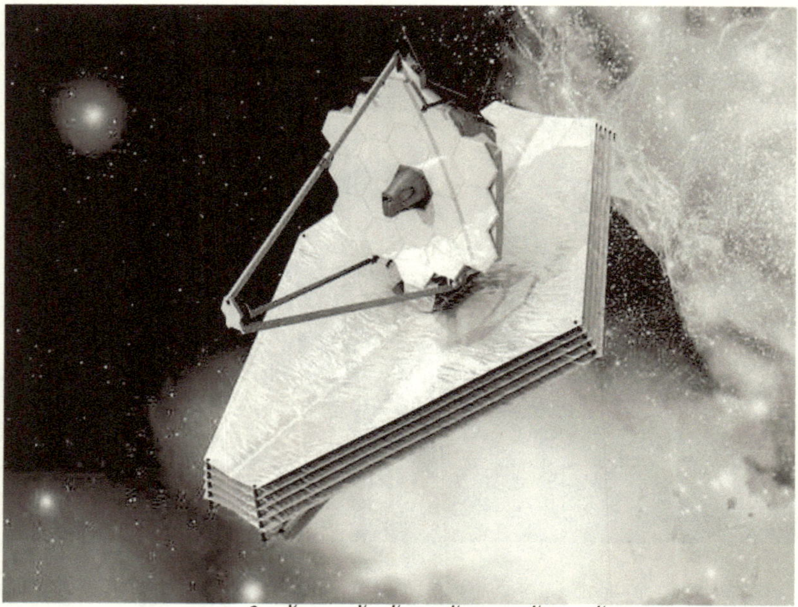

ജെയിംസ് വെബ് സ്പേസ് ടെലസ്കോപ്പ്

നക്ഷത്രസമൂഹങ്ങളുടെയും ഖഗോള പിണ്ഡങ്ങളുടെയും ചുമപ്പുനീക്കം (Doppler shifting) കൃത്യമായി കണ്ടുപിടിക്കുകയും അവയുടെ സ്ഥാനവും വലിപ്പവും മനസ്സിലാക്കുകയും ചെയ്യും. 880 കോടി ഡോളർ ചെലവുവരുന്ന ഈ പദ്ധതിയുടെ പിന്നിൽ നാസയാണ്. 5 മുതൽ 10 വർഷം വരെയാണ് ദൂരദർശിനിയുടെ പ്രവർത്തനകാലം. പ്രപഞ്ചത്തിന്റെ ഭൂതകാലത്തിലേക്ക് തുറന്നുപിടച്ച കണ്ണുകളാണ് ജെയിംസ് വെബ് സ്പേസ് ടെലസ്കോപ്പ് എന്നുപറയാം.

3. ജി എം ടി (Giant Magellan Telescope- GMT): 2020

ചിലിയിലെ പർവ്വതനിരകളിൽ 2020 ൽ നിർമ്മാണം പൂർത്തീകരിക്കപ്പെടുന്ന ഭൂതല ദൂരദർശിനിയാണ് ജയന്റ് മഗെല്ലൻ ടെലസ്കോപ്പ് എന്ന ജി എം ടി. 80 അടി വ്യാസമുള്ള ഇതിന്റെ പ്രാഥമിക ദർപ്പണത്തിന് ഇന്ന് നിലവിലുള്ള മറ്റേത് ദൂരദർശിനിക്കു കഴിയുന്നതിലും അധികം പ്രകാശം പിടിച്ചെടുക്കാൻ കഴിയും. പ്രപഞ്ചത്തിലെ ഏറ്റവും വിദൂരങ്ങളായ ദ്രവ്യരൂപങ്ങളെക്കുറിച്ചാണ് ജി എം ടി പഠിക്കുന്നത്. സൗരയൂഥത്തിന് വെളിയിലുള്ള വാസയോഗ്യ ഗ്രഹങ്ങളെ നേരിട്ടു നിരീക്ഷിക്കാൻ ജി എം ടി ക്കു കഴിയും. ഹബിൾ ദൂരദർശിനിക്ക് കഴിയുന്നതിലും 10 മടങ്ങ് വ്യക്തതയുള്ള പ്രപഞ്ച ചിത്രങ്ങളായിരിക്കും ജി എം ടി നല്കുന്നത്. ഓസ്ട്രേലിയൻ നാഷണൽ യൂണിവേഴ്സിറ്റി, ആസ്ട്രോണമി ഓസ്ട്രേലിയ ലിമിറ്റഡ്, ഹാർവാർഡ് യൂണിവേഴ്സിറ്റി, കൊറിയ ആസ്ട്രോണമി ആന്റ്

ജി എം ടി

സ്പേസ് സയൻസ് ഇൻസ്റ്റിറ്റ്യൂട്ട്, ടെക്സാസ് യൂണിവേഴ്സിറ്റി, അരിസോണ യൂണിവേഴ്സിറ്റി എന്നിങ്ങനെ നിരവധി സ്ഥാപനങ്ങൾ ഈ പദ്ധതിക്കു പിന്നിലുണ്ട്.

4. എൽ എസ് എസ് ടി (Large Synoptic Survey Telescope-LSST): 2021

ചിലിയിലെ പർവ്വതനിരകളിൽ 2021 ൽ നിർമ്മാണം പൂർത്തീകരിക്കപ്പെടുന്ന എൽ എസ് എസ് ടി ആകാശത്തിന്റെ സമഗ്ര സർവ്വേയാണ് നടത്താനൊരുങ്ങുന്നത്. നിലവിൽ ആകാശസെൻസസിൽ അത്ഭുതങ്ങൾ സൃഷ്ടിച്ചുകൊണ്ടിരിക്കുന്ന സ്ലോൺ ഡിജിറ്റൽ സ്കൈ സർവ്വേ (SDSS) നടത്തുന്നതിന്റെ 10 മടങ്ങ് വിസ്തൃതമായ മേഖലയിൽ എൽ എസ് എസ് ടി ആകാശസർവ്വേ നടത്തും. അതിവേഗം പലായനം ചെ

എൽ എസ് എസ് ടി

യ്തുകൊണ്ടിരിക്കുന്ന ഖഗോള പ്രതിഭാസങ്ങളുടെ (Transient Objects) ഏറ്റവും വ്യക്തമായ വിവരം ഇനി ഗവേഷകർക്ക് ലഭ്യമാകും. കോടിക്കണക്കിന് പുതിയ ഖഗോള പിണ്ഡങ്ങൾ എൽ എസ് എസ് ടി കണ്ടെത്തും. അമേരിക്കയിലെയും യൂറോപ്പിലെയും നിരവധി സർവ്വകലാശാലകളുടെയും സാങ്കേതിക സ്ഥാപനങ്ങളുടെയും പിന്തുണ ഈ പദ്ധതിക്കുണ്ട്. അതുകൂടാതെ, ഐ ടി ഭീമനായ മൈക്രോസോഫ്റ്റും ഈ പദ്ധതിയുമായി സഹകരിക്കുന്നുണ്ട്.

5. അറ്റ്ലാസ്റ്റ് (Advanced Technology Large Aperture Space Telescope- ATLAST): 2030

നാസയുടെ സ്വപ്നപദ്ധതിയാണ് അറ്റ്ലാസ്റ്റ്. 'നെക്സ്റ്റ് ജെനറേഷൻ ടെലസ്കോപ്പ്' പദ്ധതിയിൽ ഏറ്റവുമധികം പ്രതീക്ഷയുള്ളതും നാസയ്ക്ക് അറ്റ്ലാസ്റ്റിൽ തന്നെയാണ്. ഹബിൾ ടെലസ്കോപ്പിന്റെ 2000 മടങ്ങ് സംവേദനക്ഷമതയും ജെയിംസ് വെബിനേക്കാൾ 10 മടങ്ങ് റെസലൂഷൻ മികവും ഉള്ള ഈ ബഹിരാകാശ ദൂരദർശിനി ഭൗമേതര ജീവൻ തിരയുന്നതിനുവേണ്ടി സവിശേഷമായി രൂപകല്പന ചെയ്തതാണ്. 2030 ൽ വിക്ഷേപിക്കാൻ ഉദ്ദേശിച്ചിരിക്കുന്ന അറ്റ്ലാസ്റ്റ് പ്രപഞ്ചോല്പത്തിയെക്കുറിച്ചും ശ്യാമദ്രവ്യത്തെക്കുറിച്ചും (Dark matter) ഉള്ള ദുരൂഹതകൾ നീക്കുമെന്നാണ് പ്രതീക്ഷിക്കുന്നത്.

അറ്റ്ലാസ്റ്റ്

10

ഹാർപ്സ് വിദ്യയും അൽഫാ സെന്റോറി സിസ്റ്റവും

"The true logic of this world is the calculus of probabilities"
-James Clerk Maxwell

സൗരയൂഥത്തിനു വെളിയിലുള്ള ജീവൻ തേടുന്ന എക്സോബയോളജിസ്റ്റുകളെ ആവേശഭരിതരാക്കുന്നതാണ് ഏറ്റവും നവീനമായ ഹാർപ്സ് (HARPS) സാങ്കേതികവിദ്യ. ഈ രീതി ഉപയോഗിച്ച് സൗരയൂഥത്തിന്റെ തൊട്ടടുത്തുള്ള ഇരട്ട നക്ഷത്രങ്ങളായ അൽഫാ സെന്റോറി സിസ്റ്റത്തിലുള്ള അൽഫാ സെന്റോറി-ബി നക്ഷത്രത്തിന്റെ തൊട്ടടുത്തുകൂടി-കേവലം 60 ലക്ഷം കിലോമീറ്റർ മാത്രം ദൂരെ- സഞ്ചരിച്ചുകൊണ്ടിരിക്കുന്ന ഒരു ഗ്രഹത്തെയാണ് 2012 നവംബറിൽ കണ്ടെത്തിയിരിക്കുന്നത്. അൽഫാ സെന്റോറി- Bb എന്നാണ് ഈ ഗ്രഹത്തിന് താല്ക്കാലികമായി പേര് നല്കിയിരിക്കുന്നത്. പാറകൾ നിറഞ്ഞ ഈ ഗ്രഹത്തിന് ഭൂമിയുടെ 13 ശതമാനം അധികം പിണ്ഡമുണ്ട്. ഗ്രഹത്തിന്റെ ശരാശരി ഉപരിതല താപനില 1204 ഡിഗ്രി സെൽഷ്യസാണ്. 3.2 ഭൗമദിനങ്ങൾകൊണ്ട് ഈ ഗ്രഹം മാതൃനക്ഷത്രത്തിനു ചുറ്റും ഒരു പ്രദക്ഷിണം പൂർത്തിയാക്കും. സൗരയൂഥത്തിൽനിന്നു മാതൃനക്ഷത്രത്തിന്റെ ഏറ്റവുമടുത്തുള്ള ബുധനിലേക്കുള്ള ദൂരംതന്നെ അഞ്ചുകോടി കിലോമീറ്ററാണ്. ബുധനിലെ താപനില തന്നെ ജീവന് അനുയോജ്യമല്ല. അപ്പോൾ മാതൃനക്ഷത്രവുമായി ഇത്രയടുത്തു സഞ്ചരിക്കുന്ന, വറചട്ടിക്കു സമാനമായ സാഹചര്യങ്ങളുള്ള ഈ ഗ്രഹത്തിൽ ജീവന്റെ തുടിപ്പുകൾ തേടുകയല്ല ശാസ്ത്രജ്ഞർ ചെയ്യുന്നത്. മറിച്ച് ഈ ഗ്രഹത്തിന് സൗരയൂഥത്തിൽ ബുധനുള്ള സ്ഥാനം തന്നെയാണ് ശാസ്ത്രജ്ഞർ നല്കുന്നത്. അതിനർത്ഥം സൗരയൂഥത്തിൽ ഭൂമിയെപ്പോലെതന്നെ അവിടെയും മാതൃനക്ഷത്രത്തിന്റെ വാസയോഗ്യമേഖലയിൽ ഭൗമസമാന ഗ്രഹങ്ങളുണ്ടാകാനുള്ള

സാദ്ധ്യത വളരെ അധികമാണെന്നാണ്.

ഹാർപ്സ് വിദ്യ

യൂറോപ്യൻ സതേൺ ഒബ്സർവേറ്ററിയുടെ (ESO) നിയന്ത്രണത്തിലുള്ള, ചിലിയിലെ ലാ-സില്ല ഒബ്സർവേറ്ററിയിൽ സ്ഥാപിച്ചിട്ടുള്ള 3.6 മീറ്റർ ടെലസ്കോപ്പിൽ സജ്ജീകരിച്ചിരിക്കുന്ന പ്രകാശ സംവേദന ഉപകരണമാണ് (സ്പെക്ട്രോഗ്രാഫ്) ഹാർപ്സ് (High Accuracy Radial Velocity Planet Searcher- HARPS). 2002 ൽ ദൂരദർശിനിയിൽ സ്ഥാപിച്ച ഈ ഉപകരണം 2003 ഫെബ്രുവരിയിൽ പ്രവർത്തനമാരംഭിച്ചു. ഖഗോള പിണ്ഡങ്ങളുടെ ചുമപ്പുനീക്കം (Doppler shifting) അളന്നാണ് ഹാർപ്സ് സൗരയൂഥത്തിനു വെളിയിലുള്ള ഗ്രഹങ്ങളെ കണ്ടെത്തുന്നത്. 2004 ഫെബ്രുവരി 10ന് കണ്ടെത്തിയ HD330075b എന്ന ഗ്രഹമാണ് ഹാർപ്സ് ഉപയോഗിച്ചു കണ്ടെത്തിയ ആദ്യത്തെ എക്സോപ്ലാനറ്റ്. ഇപ്പോൾ 2012 ൽ അൽഫാ സെന്റോറി-Bbയിലെത്തുമ്പോഴേക്കും ഹാർപ്സ് കണ്ടെത്തിക്കഴിഞ്ഞ അന്യഗ്രഹങ്ങളുടെ എണ്ണം 150 ആയി. മൈക്കൽ മേയർ, ദിദിയർ ക്വിലോസ്, സ്റ്റെഫാനി അഡ്രി എന്നീ ജ്യോതിശാസ്ത്രജ്ഞർ ചേർന്നാണ് ഹാർപ്സ് സാങ്കേതികവിദ്യ വികസിപ്പിച്ചെടുത്തത്.

ന്യൂഹൊറൈസൺസ്

അൽഫാ സെന്റോറി സിസ്റ്റം

ഭൂമിയിൽനിന്നും 4.3 പ്രകാശവർഷമകലെ തെക്കൻ ചക്രവാളത്തിൽ കാണപ്പെടുന്ന അൽഫാ സെന്റോറി സിസ്റ്റത്തിൽ രണ്ടു നക്ഷത്രങ്ങളാണുള്ളത്. അൽഫാ സെന്റോറി-Aയും അൽഫാ സെന്റോറി -Bയും. ഇതിൽ അൽഫാ സെന്റോറി-A സൂര്യനെപ്പോലെ തന്നെ ഒരു മഞ്ഞന

ക്ഷത്രമാണ് (Main sequence Star). സൂര്യനേക്കാൾ അല്പം വലിപ്പക്കൂടുതലും പ്രകാശവുമുണ്ടിതിന്. അൽഫാ സെന്റോറി-B വെളിച്ചം കുറഞ്ഞ ഒരു ചുവന്ന നക്ഷത്രമാണ്. ഒരു പൊതു ഗുരുത്വകേന്ദ്രത്തെ ആധാരമാക്കി ഇവ പരസ്പരം ഭ്രമണംചെയ്തുകൊണ്ടിരിക്കുകയാണ്. 80 ഭൗമവർഷങ്ങളെടുക്കും ഇവയ്ക്കൊരു ചക്രം പൂർത്തിയാക്കുന്നതിന്. ഇവയുടെ സമീപമുള്ള മറ്റൊരു ചെറിയ, ചുവന്ന കുള്ളൻ നക്ഷത്രമായ പ്രോക്സിമയും ചേർത്ത് ഇവയെ ഒരു നക്ഷത്രമായി കരുതുന്ന ജ്യോതിശാസ്ത്രജ്ഞരുമുണ്ട്. അൽഫാ സെന്റോറി-Bb എന്ന ഗ്രഹത്തിന്റെ കണ്ടെത്തലോടുകൂടി ഇരട്ടനക്ഷത്രങ്ങൾക്കു ചുറ്റും ഗ്രഹരൂപീകരണം നടക്കില്ലെന്ന പരമ്പരാഗത ഗ്രഹരൂപീകരണ സിദ്ധാന്തത്തിന് ഇളക്കം തട്ടിത്തുടങ്ങി. ദ്വന്ദ്വനക്ഷത്രങ്ങൾ സൃഷ്ടിക്കുന്ന ശക്തമായ കാന്തികക്ഷേത്രത്തിൽ ഗ്രഹരൂപീകരണം നടക്കില്ലെന്നായിരുന്നു ഇതുവരെയുണ്ടായിരുന്ന വിശ്വാസം.

അൽഫാ സെന്റോറിയിലേക്ക് 2100 ൽ?

അൽഫാ സെന്റോറി സൗരയൂഥത്തിന്റെ തൊട്ടടുത്താണെങ്കിലും (4.3 പ്രകാശവർഷം) നിലവിലുള്ള സാങ്കേതികവിദ്യയിൽ അവിടേക്കുള്ള യാത്ര അത്ര എളുപ്പമൊന്നുമല്ല. 2006 ൽ പ്ലൂട്ടോയിലേക്കയച്ച നാസയുടെ ന്യൂ ഹൊറൈസൺസ് ആണ് ഇതുവരെ വിക്ഷേപിക്കപ്പെട്ടിട്ടുള്ള ഏറ്റവും വേഗതയുള്ള സ്പേസ്ക്രാഫ്റ്റ്. നീണ്ട ഒൻപതു വർഷത്തെ യാത്രയ്ക്കുശേഷം 2015 ലാണ് പേടകം പ്ലൂട്ടോയ്ക്കു സമീപമെത്തിച്ചേരുന്നത്. ഇതേ വേഗതയിൽ അൽഫാ സെന്റോറിയിലേക്ക് യാത്രചെയ്താൽ അവിടെയെത്തുമ്പോഴേക്കും 70,000 വർഷങ്ങൾ കഴിഞ്ഞിട്ടുണ്ടാവും. അങ്ങനെയാവുമ്പോൾ ഇപ്പോഴത്തെ സാഹചര്യത്തിൽ ഒരു നക്ഷത്രാന്തര യാത്ര സാദ്ധ്യമല്ലെന്ന് മനസിലാകും. ഫ്യൂഷൻ റോക്കറ്റുകൾ, പ്രതിദ്രവ്യ റോക്കറ്റുകൾ, ഇലക്ട്രിക് പ്രൊപൽഷൻ തുടങ്ങിയ സങ്കേതങ്ങളാണ് ഇതിനുള്ള മറുപടി. എന്നാൽ, ഇത്തരം സങ്കേതങ്ങൾ ഇനിയും വികസിപ്പിക്കേണ്ടിയിരിക്കുന്നു. AD 2100 ൽ നക്ഷത്രാന്തരയാത്രയ്ക്കുള്ള പേടകം സജ്ജമായിരിക്കുമെന്നാണ് ശാസ്ത്രജ്ഞരുടെ പ്രവചനം.

എന്താണീ പ്രകാശവർഷം

പ്രപഞ്ചത്തിലെ വലിയ ദൂരങ്ങൾ അളക്കുന്നതിനുള്ള ഏകകമാണ് പ്രകാശവർഷം. സെക്കന്റിൽ മൂന്നുലക്ഷം കിലോമീറ്റർ സഞ്ചരിക്കുന്ന പ്രകാശം ഒരുവർഷം കൊണ്ട് സഞ്ചരിക്കുന്ന ദൂരമാണ് ഒരു പ്രകാശവർഷം (Light Year). ഇത് ഏകദേശം 10 ലക്ഷം കോടി കിലോമീറ്ററാണ് (3,00,000 x 60 x 60 x 24 x 365= 94,60,80,00,00,000 കിലോമീറ്റർ)!!

പാർസെക് (parsec) എന്ന മറ്റൊരു യൂണിറ്റും ദൂരമളക്കാൻ ജ്യോതിശാസ്ത്രജ്ഞർ ഉപയോഗിക്കുന്നുണ്ട്. 3.26 പ്രകാശവർഷമാണ് ഒരു പാർസെക് (1 parsec= 3.26 LY).

11

ഫ്യൂഷൻ റോക്കറ്റുകൾ

"Space isn't remote at all. It's only an hour's drive away if your car could go straight upwards"

-Fred Hoyle

ന്യൂക്ലിയർ ഫ്യൂഷൻ- സൂര്യനിലും മറ്റു നക്ഷത്രങ്ങളിലും ഊർജ്ജം ഉല്പാദിപ്പിക്കപ്പെടുന്നത് ഈ രീതിയിലാണ്. രണ്ടോ അതില ധികമോ ആറ്റങ്ങളുടെ ന്യൂക്ലിയസുകൾ കൂടിച്ചേർന്ന് കൂടുതൽ ഭാരമു ള്ള മറ്റൊരു മൂലകത്തിന്റെ ന്യൂക്ലിയസായി മാറുന്ന പ്രവർത്തനമാണിത്. ഈ പ്രവർത്തനത്തിൽ ഭീമമായ തോതിൽ ഊർജ്ജം ഉല്പാദിപ്പിക്കപ്പെ ടും. സൂര്യനിലും നക്ഷത്രങ്ങളിലും ഈ ഊർജ്ജം പ്രകാശമായി രൂപാ ന്തരപ്പെടുകയാണ്. ഹൈഡ്രജൻ ബോംബിന്റെ സംഹാരശക്തിക്കു പിന്നിലും ന്യൂക്ലിയർ ഫ്യൂഷൻ തന്നെയാണുള്ളത്. എന്നാൽ, ന്യൂക്ലിയർ ഫ്യൂഷൻ, റോക്കറ്റുകളുടെ ചാലകശക്തിയാകുന്നതിനെക്കുറിച്ച് ചിന്തി ച്ചിട്ടുണ്ടോ? അത്ഭുതപ്പെടേണ്ട, സംഗതി യാഥാർത്ഥ്യമാണ്.

വാഷിങ്ടൺ യൂണിവേഴ്സിറ്റിയിലെ എയ്റോനോട്ടിക്സ് ആന്റ് ആ സ്ട്രോനോട്ടിക്സിൽ അസോസിയേറ്റ് പ്രൊഫസറായ ജോൺ സ്ലോയും സംഘവും യൂണിവേഴ്സിറ്റിക്ക് കീഴിലുള്ള റെഡ്മോൺഡ് പ്ലാസ്മ ഡൈനമിക്സ് ലാബിൽ വച്ചു നടത്തിയ ന്യൂക്ലിയർ ഫ്യൂഷൻ റോക്കറ്റിന്റെ പരീക്ഷണം പൂർണ്ണ വിജയമായിരുന്നു. 2013 മെയ് ആദ്യ വാരത്തിലായിരുന്നു പരീക്ഷണം. ഏതാനും മൈക്രോസെക്കന്റുകൾ മാത്രം നീണ്ടുനിന്ന വ്യത്യസ്ത പരീക്ഷണങ്ങൾ സംയോജിപ്പിക്കുക യാണ് ഇനി ശാസ്ത്രജ്ഞരുടെ ലക്ഷ്യം. അതിനർത്ഥം നാളത്തെ ബ ഹിരാകാശയാത്രകൾ അതിവേഗം ബഹുദൂരമാകുമെന്നു തന്നെയാണ്. ഇനി ചൊവ്വയിൽ പോയി തിരിച്ചുവരുന്നതിന് ഒരുമാസം മതിയാകും.

നിലവിലുള്ള സാങ്കേതികവിദ്യയിൽ മനുഷ്യനെ വഹിച്ചുകൊണ്ടുള്ള ഒരു പേടകം ചൊവ്വയിൽ പോയി തിരിച്ചുവരുന്നതിന് 1680 ദിവസം വേണം. ശക്തമായ 11 റോക്കറ്റുകളുടെ തള്ളൽശക്തിയും ഈ യാത്രയ്ക്കാവശ്യമാണ്. അതിനാവശ്യമുള്ള ചെലവാകട്ടെ, 1200 കോടി ഡോളറും! ഇതിനെല്ലാം പുറമെ ദീർഘകാലം സ്പേസിൽ കഴിച്ചുകൂട്ടുന്നതിന്റെ ശാരീരിക-മാനസിക ആരോഗ്യപ്രശ്നങ്ങളും. ഇതിനെല്ലാം പരിഹാരമാവുകയാണ് ന്യൂക്ലിയർ ഫ്യൂഷൻ റോക്കറ്റുകൾ.

ഉന്നതമർദ്ദത്തിൽ വികസിപ്പിച്ചെടുത്ത പ്ലാസ്മ, ലിഥിയം/അലുമിനിയം കാന്തികക്ഷേത്രത്തിനുള്ളിൽ നിലനിർത്തിക്കൊണ്ടാണ് ശാസ്ത്രജ്ഞർ നിയന്ത്രിത തോതിലുള്ള ഫ്യൂഷൻ സാദ്ധ്യമാക്കിയത്. ഇതിനായി 192 ലേസർ സ്രോതസ്സുകൾ ശാസ്ത്രജ്ഞർ ഉപയോഗിച്ചു. ഏതാനും മൈക്രോ സെക്കന്റുകൾ നീണ്ടുനിന്ന ഈ പരീക്ഷണത്തിൽ സെക്കന്റിൽ 1,80,000 കിലോമീറ്റർ വേഗത കൈവരിക്കുന്നതിന് കഴിഞ്ഞു. ചൊവ്വാ

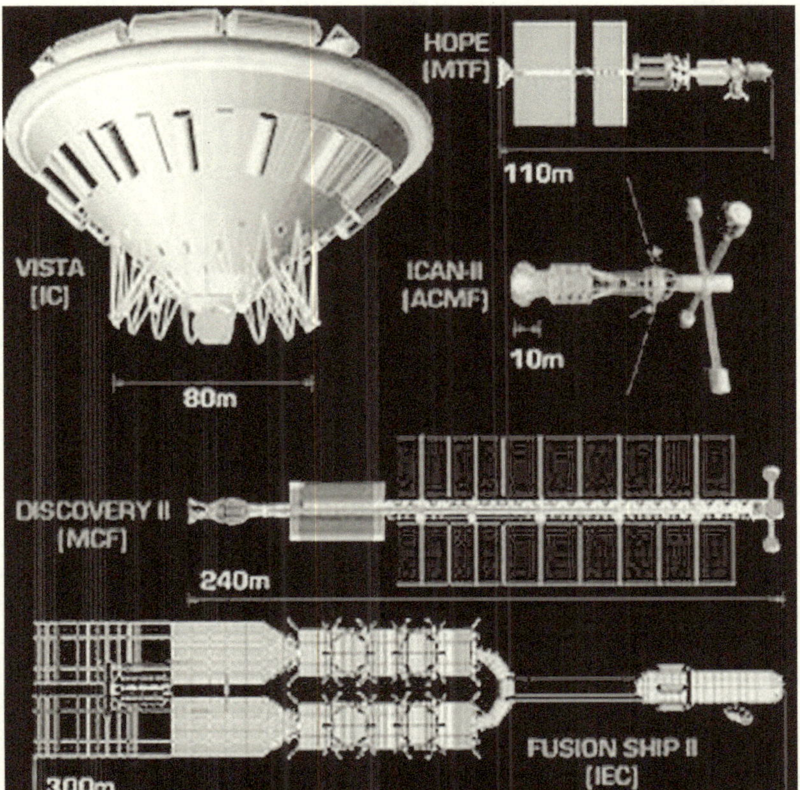

ഫ്യൂഷൻ റോക്കറ്റ്

പര്യവേക്ഷണ വാഹനമായ ക്യൂരിയോസിറ്റിയുടെ വേഗതയുടെ പത്തു മടങ്ങിൽ അധികമാണിത്. നാസയുടെ ഇന്നവേറ്റീവ് അഡ്വാൻസ്ഡ് കൺസെപ്റ്റ്സ് പ്രോഗ്രാമിന്റെ ഭാഗമായി ഏറ്റവുമധികം ധനസഹായം ലഭിച്ചിരിക്കുന്നത് ഫ്യൂഷൻ റോക്കറ്റുകളുടെ വികസനപ്രവർത്തനങ്ങൾക്കാണ്. അഞ്ചുലക്ഷം ഡോളറാണ് ഇതുവരെ നാസ ഈ പദ്ധതിക്ക് ധനസഹായം നല്കിയിരിക്കുന്നത്. 2020 ൽ യന്ത്രമനുഷ്യനെയും വഹിച്ചുകൊണ്ടുള്ള ആദ്യത്തെ ഫ്യൂഷൻ റോക്കറ്റ് വിക്ഷേപിക്കപ്പെടും. അന്യഗ്രഹ ജീവന്റെ അടയാളങ്ങൾ തേടുകതന്നെയാണ് ഉദ്ദേശ്യം. പിന്നീട് 2030 ൽ മനുഷ്യനെയും വഹിച്ചുകൊണ്ടു പറക്കുന്ന ആദ്യത്തെ ഫ്യൂഷൻ റോക്കറ്റ് യാത്രയാകും... ചൊവ്വയിലേക്ക്.

12

ന്യൂക്ലിയർ എഞ്ചിനുകൾ യാഥാർത്ഥ്യമാകുന്നു

"Any sufficiently advanced technology is indistinguishable from magic"

-Arthur C Clarke

ഭാവിയിലെ ചൊവ്വാ, ചാന്ദ്ര യാത്രകൾക്കും അതിനുമപ്പുറത്തേക്കുള്ള ബഹിരാകാശ പര്യവേക്ഷണങ്ങൾക്ക് ഇനി ന്യൂക്ലിയർ എഞ്ചിൻ ഘടിപ്പിച്ചിട്ടുള്ള ബഹിരാകാശ പേടകങ്ങളായിരിക്കും ഉപയോഗിക്കുന്നത്. നിലവിലുള്ള സാങ്കേതികവിദ്യ (Chemical propulsion) നേരിടുന്ന നീണ്ട കാലദൈർഘ്യം ഒഴിവാക്കാനാകുമെന്നു മാത്രമല്ല, ന്യൂക്ലിയർ എഞ്ചിനുകൾ കുറേക്കൂടി സുരക്ഷിതവും വിശ്വസനീയവും ഭാരക്കുറവുള്ളതുമാണ്. നിലവിലുള്ള ക്രയോജനിക് എഞ്ചിനുകളുടെ ഭാരക്കൂടുതലും ദ്രാവക ഇന്ധന ടാങ്കുകളുടെ വലിപ്പവും ദീർഘദൂര ബഹിരാകാശ യാത്രകൾക്ക് അനുയോജ്യമല്ല. ഇനി സോളാർ പാനലുകൾ ഉപയോഗിക്കാമെന്നുവച്ചാലോ? സൂര്യനിൽനിന്ന് അകലുന്തോറും പ്രകാശതീവ്രതയിലുണ്ടാകുന്ന കുറവുകാരണം സ്പേസ് ക്രാഫ്റ്റുകളിൽ ഒരു ഫുട്ബോൾ കോർട്ടിന്റെയെങ്കിലും വലിപ്പമുള്ള പാനലുകൾ ഘടിപ്പിച്ചിരിക്കണം. ഇത്രയും വലിയ സോളാർ പാനലുകളും വഹിച്ചുകൊണ്ടുള്ള യാത്ര അപകടകരമാണ്. മാത്രമല്ല അതൊട്ടും പ്രായോഗികവുമല്ല. ഇതിനെല്ലാമുള്ള മറുപടിയാണ് പുതിയ ന്യൂക്ലിയർ എഞ്ചിനുകൾ.

നാസയുടെയും ലോസ് അലാമോസ് നാഷണൽ ലാബറട്ടറിയിലെയും ഗവേഷകർ ചേർന്നു രൂപകല്പന നിർവ്വഹിച്ച ഏറ്റവും നവീനമായ ന്യൂക്ലിയർ എഞ്ചിന്റെ പരീക്ഷണം പൂർണ്ണവിജയമായി. 19-ാം നൂറ്റാണ്ടിൽ നിർമ്മിക്കപ്പെട്ട പഴയ സ്റ്റെർലിങ് ഗ്യാസ് എഞ്ചിനിൽ ചില അഴിച്ചുപണികൾ നടത്തിയാണ് ഈ പുതിയ ന്യൂക്ലിയർ എഞ്ചിൻ വികസി

ന്യൂക്ലിയർ എഞ്ചിൻ

പ്പിച്ചെടുത്തിരിക്കുന്നത്. ഭാരക്കുറവുള്ളതും അനായാസം പ്രവർത്തിപ്പിക്കാൻ കഴിയുന്നതുമായ ന്യൂക്ലിയർ എഞ്ചിനിൽ സങ്കീർണ്ണമായ നിയന്ത്രണ സംവിധാനങ്ങൾ ഒന്നുംതന്നെ ഇല്ലെന്നുപറയാം. അതുകൂടാതെ സാധാരണയായി സ്പേസ് റോവറുകളിൽ ഉപയോഗിക്കുന്ന ദുർലഭമായ പ്ലൂട്ടോണിയം (Pu-238) റേഡിയോ ഐസോടോപ്പിനു പകരം സുലഭമായ യുറേനിയം ഉപയോഗിക്കാൻ കഴിയുമെന്നതും ഈ യന്ത്രസംവിധാനത്തിന്റെ പ്രത്യേകതയാണ്. സൗരയൂഥത്തിന്റെ അതിരുകളും കടന്നു സഞ്ചരിച്ചുകൊണ്ടിരിക്കുന്ന വോയേജർ ദൗത്യങ്ങളിലും, ശനി പര്യവേക്ഷണവാഹനമായ കസീനിയിലുമാണ് ഇതിനുമുൻപ് പ്ലൂട്ടോണിയം റേഡിയോ ഐസോടോപ്പ് ഉപയോഗിച്ചിട്ടുള്ളത്. അതുകൂടാതെ ഇപ്പോൾ ചൊവ്വയിൽ പര്യവേക്ഷണം നടത്തിക്കൊണ്ടിരിക്കുന്ന മാർസ്റോവർ, ക്യൂരിയോസിറ്റിയിലും നേരിയ അളവിൽ പ്ലൂട്ടോണിയം ഉപയോഗിക്കുന്നുണ്ട്.

ആറു ഭാഗങ്ങളാണ് ഗവേഷകർ വികസിപ്പിച്ചെടുത്ത പുതിയ ന്യൂക്ലിയർ എഞ്ചിനുള്ളത്. സമ്പുഷ്ട യുറേനിയം നിറച്ചിട്ടുള്ള കോർ, ഒരു കോർ പ്രതിഫലകം, ഒരു നിയന്ത്രണദണ്ഡ് (എഞ്ചിൻ പ്രവർത്തിപ്പിക്കുന്നതിനും പ്രവർത്തനം നിർത്തുന്നതിനും വേണ്ടിയാണിത്), ഒരു റേഡിയേഷൻ ഷീൽഡ്, ഹീറ്റ് പൈപ്പുകൾ ഘടിപ്പിച്ചിട്ടുള്ള എട്ട് സ്റ്റെർലിങ് എഞ്ചിനുകൾ ഇവയെല്ലാം ക്രമീകരിച്ചിട്ടുള്ള എഞ്ചിൻ യൂണിറ്റ് എന്നിവയാണവ. വളരെ കുറഞ്ഞ തോതിൽ മുതൽ ന്യൂക്ലിയർ പവർസ്റ്റേഷനു

കളിലേതുപോലെ ഉയർന്ന അളവിൽ വരെ വൈദ്യുതി ഉൽപ്പാദിപ്പിക്കാൻ ഈ യന്ത്രസംവിധാനത്തിനു കഴിയും. പ്രവർത്തനമികവും കൈകാര്യം ചെയ്യാൻ എളുപ്പവുമുള്ള ഈ ന്യൂക്ലിയർ എഞ്ചിന് പ്രത്യേക സുരക്ഷാ ക്രമീകരണങ്ങളോ ശീതീകാരികളോ ഘനജലമോ ഒന്നും ആവശ്യമില്ല.

ബഹിരാകാശ പേടകങ്ങൾക്ക് 600 മുതൽ 700 വരെ വാട്ട് വൈദ്യുതിയാണ് ആവശ്യമുള്ളത്. പുതിയ ന്യൂക്ലിയർ എഞ്ചിന്റെ പ്രോട്ടോടൈപ്പ് ഉപയോഗിച്ചു നടത്തിയ 'ഡഫ്' (Demonstration Using Flattop Fission-DUFF) പരീക്ഷണത്തിൽ 24 വാട്ട് വൈദ്യുതിയാണ് ഉല്പാദിപ്പിച്ചത്. പ്രോട്ടോടൈപ്പിന്റെ പരീക്ഷണ വിജയം ഈ പുതിയ സാങ്കേതികവിദ്യയുടെ (Kilowatt Reactor Using Stirling TechnologY-KRUSTY) വിജയമായാണ് ശാസ്ത്രജ്ഞർ വിലയിരുത്തുന്നത്. 1816 ൽ റോബർട്ട് സ്റ്റെർലിങ് എന്ന സ്കോട്ടിഷ് എഞ്ചിനീയറാണ് സ്റ്റെർലിങ് എഞ്ചിൻ കണ്ടുപിടിച്ചത്. ഇതിന്റെ രൂപകല്പനയിലുള്ള പ്രത്യേകതയാണ് ന്യൂക്ലിയർ എഞ്ചിനുവേണ്ടി ഈ മാതൃക സ്വീകരിക്കാൻ കാരണമായത്. സാധാരണ ആന്തര ദഹനയന്ത്രങ്ങളെ അപേക്ഷിച്ച് ആണവ ഇന്ധനമുൾപ്പെടെ ഏതു തരത്തിലുള്ള ഇന്ധനവും ഉപയോഗിക്കാൻ കഴിയുമെന്നതാണ് സ്റ്റെർലിങ് എഞ്ചിന്റെ സവിശേഷത. ലളിതമായ യന്ത്രസംവിധാനങ്ങളാണ് ഇതിലുള്ളത്. എഞ്ചിന്റെ പ്രവർത്തനത്തിന് വായുപ്രവാഹം ആവശ്യമില്ലാത്തതുകൊണ്ട് മുങ്ങിക്കപ്പലുകളിലും സ്റ്റെർലിങ് സാങ്കേതികവിദ്യ (air independent propulsion) ഉപയോഗിക്കാറുണ്ട്. കാലാവസ്ഥയിലുള്ള മാറ്റങ്ങൾ എഞ്ചിൻ പ്രവർത്തനത്തെ ബാധിക്കില്ല.

13

ഇലക്ട്രിക് പ്രൊപൽഷൻ

"Equipped with his five senses, Man explores the Universe around him and calls the adventure Science"

-Edwin Hubble

വളരെ ചുരുങ്ങിയ കാലത്തിനുള്ളിൽ റോക്കറ്റ് സാങ്കേതികവിദ്യയിലുണ്ടായിട്ടുള്ള പുരോഗതി ബഹിരാകാശ ദൗത്യങ്ങളുടെ വിക്ഷേപണത്തിനും പ്രകടനത്തിനും പിന്നിൽ വിപ്ലവകരമായ മാറ്റമാണ് വരുത്തിയത്. കൂടുതൽ ദൂരത്തേക്ക് കൂടുതൽ വേഗതയിൽ കൃത്രിമ ഉപഗ്രഹങ്ങളെ വിക്ഷേപിക്കുന്നതിനും പര്യവേക്ഷണങ്ങൾ നടത്തുന്നതിനും സാങ്കേതികവിദ്യയിലുണ്ടായ പുരോഗതി കുറച്ചൊന്നുമല്ല സഹായിച്ചിട്ടുള്ളത്.

കൃത്രിമ ഉപഗ്രഹങ്ങളുടെ സഞ്ചാരത്തെ ഐസ് സ്കേറ്റിങ്ങുമായി താരതമ്യം ചെയ്യുന്നതിൽ തെറ്റില്ല. സ്കേറ്റിങ്ങിലേതുപോലെ തന്നെ ഒരു ചെറിയ തള്ളലും അതിന്റെ ശക്തിയിൽ തെന്നിയുള്ള നീക്കവുമാണ് കൃത്രിമ ഉപഗ്രഹങ്ങളും സ്വീകരിച്ചിരിക്കുന്നത്. സ്പേസിൽ ഉപഗ്രഹത്തെ പുറമെനിന്നു തള്ളുന്നതിന് കഴിയാത്തതുകൊണ്ട് എഞ്ചിനിൽനിന്നു പുറന്തള്ളുന്ന വാതകത്തിന്റെ ശക്തിയിലാണ് ഉപഗ്രഹം സഞ്ചരിക്കുന്നത്. എഞ്ചിനിൽ നടക്കുന്ന രാസപ്രവർത്തനങ്ങളുടെ ഫലമായി ഉല്പാദിപ്പിക്കപ്പെടുന്ന ചൂടുപിടിച്ച വാതകങ്ങൾ ശക്തമായി പുറന്തള്ളുന്ന പ്രവർത്തനമാണ് സാധാരണയായി ഒരു ബഹിരാകാശ പേടകത്തിൽ നടക്കുന്നത്. കെമിക്കൽ പ്രൊപൽഷൻ എന്നാണ് ഈ സങ്കേതത്തിനു പറയുന്ന പേര്. ഒരു കാറിന്റെയോ ബസിന്റെയോ ആന്തര ദഹനയന്ത്രത്തിൽ (Internal Combustion Engine) നടക്കുന്ന രാസപ്രവർത്തനത്തിൽനിന്ന് ഇതിന് കാര്യമായ വ്യത്യാസമൊന്നുമില്ല. യന്ത്രത്തിന്റെ അന്തർഭാഗത്ത്

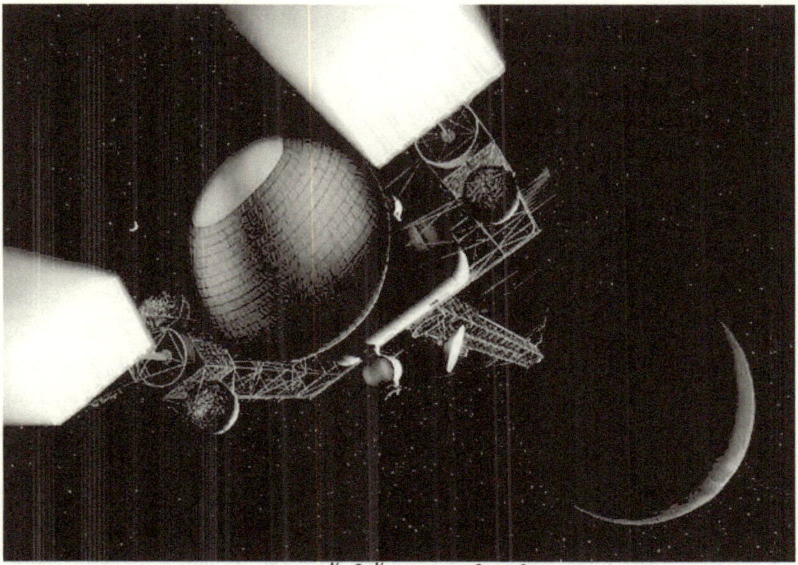

ഇലക്ട്രിക് പ്രൊപൽഷൻ

നിയന്ത്രിതമായ തോതിൽ ഇന്ധനം കത്തിക്കുകയും അതിന്റെ ഫലമായുണ്ടാകുന്ന ചൂടുപിടിച്ച വാതകത്തെ ചെറിയൊരു വിടവിലൂടെ പുറന്തള്ളുകയും ചെയ്യുമ്പോൾ വാതകപ്രവാഹത്തിന്റെ എതിർദിശയിൽ വാഹനം സഞ്ചരിക്കും. റോക്കറ്റുകളും ഏതാണ്ടിങ്ങനെ തന്നെയാണ് പ്രവർത്തിക്കുന്നത്. എന്നാൽ, ഇന്ധനം കത്തിക്കുന്നതിന് അന്തരീക്ഷത്തിലെ ഓക്സിജന്റെ സഹായം ആവശ്യമില്ല എന്നൊരു വ്യത്യാസമുണ്ട്.

വളരെയധികം ഭാരമുള്ള ഉപഗ്രഹങ്ങളെ വരെ ബഹിരാകാശത്തെത്തിക്കാൻ പര്യാപ്തമാണ് ഈ സാങ്കേതികവിദ്യയെങ്കിലും ഇതു വളരെ സങ്കീർണ്ണമായ ഒരു പ്രക്രിയയാണ്. വളരെ വലിയ ഇന്ധന ടാങ്കുകൾ, നിരവധി പൈപ്പുകൾ, വാൽവുകൾ, സങ്കീർണ്ണമായ നിയന്ത്രണസംവിധാനങ്ങൾ എന്നിവയെല്ലാം അതിനാവശ്യമുണ്ട്. അതിനു പുറമെ ഇന്ധന ടാങ്കുകളുടെയും അനുബന്ധ ഉപകരണങ്ങളുടെയും ഭാരം ഉപഗ്രഹങ്ങളുടെ പ്രകടനത്തെ സാരമായി ബാധിക്കുന്നുണ്ട്. പോരാത്തതിന് റോക്കറ്റിലുപയോഗിക്കുന്ന ദ്രാവക ഇന്ധനങ്ങൾ വളരെ എളുപ്പത്തിൽ തീപിടിക്കുന്നവയുമാണ്.

ഇലക്ട്രിക് പ്രൊപൽഷൻ ഇതിനെല്ലാമുള്ള മറുപടിയാണ്. വർഷങ്ങൾക്കു മുൻപേ ഈ മേഖലയിൽ ഗവേഷണങ്ങൾ ആരംഭിച്ചുവെങ്കിലും കെമിക്കൽ പ്രൊപൽഷനെ കവച്ചുവയ്ക്കാവുന്ന തരത്തിലുള്ള പുരോഗതി അതിനുണ്ടായിരുന്നില്ല. എന്നാൽ, യൂറോപ്യൻ സ്പേസ് ഏജൻസിയുടെ ഇലക്ട്രിക് പ്രൊപൽഷൻ എഞ്ചിൻ ഘടിപ്പിച്ച സ്മാർട്ട്-1 എന്ന ചാന്ദ്രപേടകം യാഥാർത്ഥ്യമായതോടെ ആ പരിമിതിയും മറികടക്കുക

യാണ്. സ്റ്റേഷനറി പ്ലാസ്മ ത്രസ്റ്റർ (SPT) എന്നുവിളിക്കുന്ന ഇലക്ട്രിക് പ്രൊപൽഷൻ എഞ്ചിനാണ് സ്മാർട്ട്-1 ന്റെ ഹൃദയത്തിൽ മിടിച്ചുകൊണ്ടിരിക്കുന്നത്.

പ്രൊപലന്റ് ക്സീനോൺ (xenon) എന്ന വാതകവും.

എന്താണ് ഇലക്ട്രിക് പ്രൊപൽഷൻ

കമ്പിളിത്തുണിയിൽ ഉരസിയ ബോൾപെൻ പേപ്പർ കഷണങ്ങളെ ആകർഷിക്കുന്നത് നിങ്ങൾ കണ്ടിരിക്കും. കമ്പിളിയിൽ ഉരസുമ്പോൾ പേനയിൽ ഒരു വൈദ്യുത ചാർജുണ്ടാവുന്നുണ്ട്. ഇനി പേനയ്ക്കു പകരം ദ്വാരങ്ങളിലുള്ള ഒരു ചട്ടവും (grid) കഷണങ്ങൾക്കു പകരം ചെറിയ പന്തുകളുമാണ് ഉപയോഗിക്കുന്നതെന്നു കരുതുക. ചട്ടത്തിന് വൈദ്യുത ചാർജ് ലഭിക്കുമ്പോൾ പന്തുകൾ ദ്വാരത്തിലൂടെ അതിവേഗത്തിൽ സഞ്ചരിക്കുന്നതു കാണാം. ഏതാണ്ടിതുപോലെ തന്നെയാണ് ഇലക്ട്രിക് പ്രൊപൽഷനിലും നടക്കുന്നത്. ഇവിടെ പന്തുകളുടെ സ്ഥാനം അയണീകരിക്കപ്പെട്ട കണികകൾ കൈയടക്കുമെന്നു മാത്രം. ഈ പ്രവർത്തനം നടക്കുന്നത് ഒരു വൈദ്യുത-കാന്തിക ക്ഷേത്രത്തിലാണെങ്കിൽ കണികകളുടെ പുറത്തേക്കുള്ള തള്ളൽ കൂടുതൽ ശക്തമാവുകയും സ്പേസ്ക്രാഫ്റ്റിനെ അതിവേഗത്തിൽ മുന്നോട്ടുപായിക്കുകയും ചെയ്യും. 'ലോറൻസ്' ബലം (Lorenz force) എന്ന സാങ്കേതിക പദമാണ് ഇതിന് ശാസ്ത്രജ്ഞർ ഉപയോഗിക്കുന്നത്. ഉപഗ്രഹത്തിന്റെ ഭാരത്തിൽ ഗണ്യമായ കുറവുവരുത്താൻ കഴിയുന്നതുകൊണ്ടും കുറഞ്ഞ സമയത്തിനുള്ളിൽ കൂടുതൽ ദൂരം സഞ്ചരിക്കാൻ കഴിയുന്നതുകൊണ്ടും സൗരയൂഥത്തിന് പുറത്തേക്ക് സഞ്ചരിക്കുന്ന ഉപഗ്രഹങ്ങൾക്ക് ഇലക്ട്രിക് പ്രൊപൽഷനാണ് അനുയോജ്യം. ഉപഗ്രഹ നിയന്ത്രണം വളരെ കൃത്യമായി നിർവ്വഹിക്കാൻ കഴിയുന്നതുകൊണ്ട് ജി പി എസ് സംവിധാനത്തിനും അനുയോജ്യമാണ്. ക്സീനോൺ, ആർഗൺ എന്നീ വാതകങ്ങളോ ദ്രാവക ലോഹങ്ങളായ സീഷിയം, ഇൻഡിയം എന്നിവയോ ആണ് ഇലക്ട്രിക് പ്രൊപൽഷൻ എഞ്ചിനുകളിൽ ഉപയോഗിക്കുന്ന പ്രൊപലന്റുകൾ.

മേന്മകൾ

ഏറ്റവും സുരക്ഷിതമായ ഉപഗ്രഹ വിക്ഷേപണ സങ്കേതമാണ് ഇലക്ട്രിക് പ്രൊപൽഷൻ. കെമിക്കൽ പ്രൊപൽഷൻ എഞ്ചിനുകളേക്കാൾ പ്രവർത്തന മികവ് ഇവയ്ക്കുണ്ട്. ഒരു സാധാരണ കെമിക്കൽ എഞ്ചിന്റെ ഇരുപതു മടങ്ങ് ശക്തമാണ് ഇലക്ട്രിക് പ്രൊപൽഷൻ എഞ്ചിൻ. ഗ്രഹാന്തര യാത്രകൾക്കാവശ്യമായ ദീർഘകാല ഇന്ധന ദാതാവായി പ്രവർത്തിക്കുന്നതിന് ഇതിനു കഴിയും. സ്പേസ്ക്രാഫ്റ്റുകളുടെ നിയന്ത്രണം അനായാസവും കൂടുതൽ കൃത്യതയുമുള്ളതാകും. കൂടാതെ ബഹിരാകാശ യാനത്തിന്റെ ഭാരത്തിൽ 20 ശതമാനത്തിലധികം കുറവുവരുത്തുന്നതിനും സാധിക്കും.

പരിമിതികൾ

ഇലക്ട്രിക് പ്രൊപൽഷൻ സാങ്കേതികവിദ്യ വളർച്ചയുടെ പാതയിലാണ്. ആസന്നഭാവിയിൽ കെമിക്കൽ പ്രൊപൽഷനു പകരംവയ്ക്കാൻ കഴിയുന്ന ഒരു സാങ്കേതികവിദ്യയായി അതു വളരും. 'ക്രിപ്റ്റൺ ഹാൾ ത്രസ്റ്റർ' പോലെയുള്ള പുതിയ സങ്കേതങ്ങളുടെ കണ്ടുപിടിത്തവും നാസയുടെയും യൂറോപ്യൻ സ്പേസ് ഏജൻസിയുടെയുമെല്ലാം ഗവേഷണങ്ങളും ശുഭപ്രതീക്ഷയാണ് നല്കുന്നത്.

ഭൂമി ജീവന്റെ ഗർഭഗൃഹം തന്നെയാണ്. എന്നാൽ, എക്കാലവും ജീവന് ഗർഭപാത്രത്തിൽ തന്നെ കഴിയാനാവില്ലല്ലോ. സൗരയൂഥത്തിലും അതിനു വെളിയിലുമെല്ലാമുള്ള വാസയോഗ്യമേഖലയിലെ ഗ്രഹാന്തര ഭവനങ്ങളിലേക്ക് കുടിയേറാൻ കാത്തിരിക്കുന്ന ഭാവി തലമുറയ്ക്ക് ഇലക്ട്രിക് പ്രൊപൽഷൻ ഒഴിച്ചുകൂടാനാവാത്ത സാങ്കേതികവിദ്യയായിരിക്കും, തീർച്ച.

14

വോയേജർ ജീവൻ തിരയുന്നു സൗരയൂഥത്തിനുമപ്പുറം!

"O dark, dark, dark. They all go into the dark.
The vacant interstellar spaces, the vacant into the vacant"
-T S Eliot

മനുഷ്യവംശം ആർജ്ജിച്ച സാങ്കേതികവിദ്യയുടെ ഏറ്റവും ഉന്നതമായ മുഹൂർത്തത്തിന് ഈ തലമുറ സാക്ഷ്യംവഹിക്കുകയാണ്. ആദ്യമായി ഒരു മനുഷ്യനിർമ്മിത വാഹനം സൗരയൂഥത്തിന്റെ അതിരു കടന്ന് നക്ഷത്രാന്തര സ്പേസിലേക്കു പ്രവേശിച്ചു. 1977 ൽ നാസ വിക്ഷേപിച്ച ഇരട്ട ഉപഗ്രഹങ്ങളിൽ ഒന്നായ വോയേജർ-1 സൗരയൂഥത്തിന്റെ അതിർത്തിയായ സൂര്യന്റെ ഗുരുത്വബലം നേർത്തു നേർത്ത് അവസാനിക്കുന്ന 'ഹീലിയോപോസ്' കടന്നുപോവുകയാണ്. 2004 ൽത്തന്നെ സൗരയൂഥത്തിനു ചുറ്റുമുള്ള, ചാർജിത കണങ്ങളുടെ ഭീമൻ കുമിളയായ 'ഹീലിയോ സ്ഫിയറിൽ'(നക്ഷത്രാന്തര സ്പേസിൽനിന്ന് പ്രവഹിക്കുന്ന കോസ്മിക് കിരണങ്ങളിൽനിന്ന് സൗരകുടുംബാംഗങ്ങളെ സംരക്ഷിക്കുന്നത് ഹീലിയോസ്ഫിയറാണ്) പ്രവേശിച്ച പേടകം ഇപ്പോൾ അതിൽനിന്ന് പുറത്തെത്തിയിരിക്കുകയാണ്. വോയേജർ-1 ഇപ്പോൾ ഭൂമിയിൽനിന്ന് 19 ബില്യൻ (1900 കോടി) കിലോമീറ്റർ അകലെയാണെന്നാണ് നാസ അറിയിക്കുന്നത്. ഇനിയുള്ള യാത്ര നക്ഷത്രാന്തര സ്പേസിലെ ശൂന്യമായ ഇരുട്ടിലൂടെയാണ്. 2025 വരെ യാത്ര തുടരുന്നതിനുള്ള ഊർജ്ജം പേടകത്തിലുള്ള പ്ലൂട്ടോണിയം ബാറ്ററികൾക്കുണ്ട്.

1977 ൽ ആരംഭിച്ച വോയേജറിന്റെ യാത്ര 37 വർഷങ്ങളായി തടസ്സമൊന്നുമില്ലാതെ തുടരുകയാണ്. അതും സെക്കന്റിൽ 17 കിലോമീറ്ററെന്ന അതിവേഗതയിൽ. സൗരകുടുംബത്തിലെ ഭീമൻ വാതകഗോളങ്ങളായ വ്യാഴം, ശനി, യുറാനസ്, നെപ്റ്റ്യൂൺ എന്നീ ഗ്രഹങ്ങളും അവയുടെ 48

വോയേജർ 1

ഉപഗ്രഹങ്ങളും ഈ യാത്രയ്ക്കിടയിൽ വോയേജർ-1 സന്ദർശിച്ചിട്ടുണ്ട്. അവയിൽനിന്നുള്ള വാർത്തകളും ചിത്രങ്ങളും ഭൂമിയിലെത്തിച്ച വോയേജർ-1 ന് ഈ ഭീമൻ ഗ്രഹങ്ങളുടെ ഗുരുത്വബലത്തിൽനിന്ന് കടമെടുത്ത അധിക പ്രവേഗം (ഗ്രാവിറ്റി അസിസ്റ്റ് ട്രാക്കിങ്) കൊണ്ട് ഇരട്ടകളിലൊന്നായ വോയേജർ-2നേക്കാൾ ബഹുദൂരം മുന്നിലെത്താൻ കഴിഞ്ഞു. വോയേജർ-2 ഇപ്പോൾ വോയേജർ ഒന്നിനേക്കാൾ 300 കോടി കിലോമീറ്റർ പിന്നിലാണ്. അല്ലെങ്കിൽ വോയേജർ-2 ഭൂമിയിൽനിന്ന് 1600 കോടി കിലോമീറ്റർ അകലെയാണെന്നു പറയാം. കരവാഹനങ്ങളിൽനിന്ന് ആകാശ നൗകകളിലേക്കും ഭൗമാന്തരീക്ഷത്തിന്റെ അതിരുകൾ കടന്ന് ബഹിരാകാശ പേടകങ്ങളിലേക്കും നീണ്ട മനുഷ്യന്റെ യാത്ര ഇപ്പോൾ സൗരയൂഥമെന്ന വലിയ ലോകത്തിന്റെ അതിർത്തിയും ഭേദിച്ച് ക്ഷീരപഥത്തിന്റെ അപാരതയിലേക്കു നീളുകയാണ്. മനുഷ്യവംശം ആർജ്ജിച്ച ഏറ്റവും വലിയ സാങ്കേതിക നേട്ടമെന്നാണ് നാസയിലെ ശാസ്ത്രജ്ഞർ ഈ മഹാസംഭവത്തെ വിശേഷിപ്പിക്കുന്നത്.

വോയേജർ ദൗത്യം

സൗരകുടുംബത്തിലെ വാതകഭീമന്മാരായ വ്യാഴം, ശനി, യുറാനസ്, നെപ്റ്റ്യൂൺ എന്നീ ഗ്രഹങ്ങളും അവയുടെ ഉപഗ്രഹങ്ങളും ധൂമകേതുക്കളുടെ ജന്മഗൃഹമായ കുയ്പർ ബെൽറ്റും ഊർട്ട് മേഘങ്ങളും ഉൾപ്പെടുന്ന 'ഔട്ടർ സോളാർ സിസ്റ്റവും' സൗരയൂഥത്തിനു വെളിയിൽ നക്ഷ

ത്രാന്തര മാധ്യമത്തിന്റെ സവിശേഷതകളും പഠിക്കുന്നതിനുവേണ്ടി 1977 ൽ നാസ വിക്ഷേപിച്ച ഇരട്ട ഉപഗ്രഹങ്ങളാണ് വോയേജർ-1 ഉം വോയേജർ-2 ഉം. 722 കിലോഗ്രാമാണ് ഉപഗ്രഹങ്ങളുടെ ഭാരം. നാസയുടെ തന്നെ ജെറ്റ് പ്രൊപൽഷൻ ലബോറട്ടറിയിലാണ് വോയേജർ നിർമ്മിച്ചത്. 3.7 മീറ്റർ വ്യാസമുള്ള ഡിഷ് ആന്റിന വഴി ഭൂമിയിലേക്ക് റേഡിയോ സന്ദേശങ്ങൾ അയച്ചുകൊണ്ടിരിക്കുന്ന പേടകത്തിൽ 62,500 KB സംഭരണശേഷിയുള്ള ഒരു ഡിജിറ്റൽ ടേപ്പ് റിക്കാഡറും സജ്ജീകരിച്ചിട്ടുണ്ട്. പേടകത്തിന്റെ യാത്രയ്ക്കാവശ്യമായ ഊർജ്ജം പകരുന്നത് അതിലുള്ള മൂന്ന് വലിയ ജനറേറ്ററുകളാണ്. റേഡിയോ ഐസോടോപ്പായ പ്ലൂട്ടോണിയം-238 ന്റെ 24 ഗോളങ്ങളാണ് ജനറേറ്ററുകളിൽ ഊർജ്ജോല്പാദനത്തിന് ഉപയോഗിച്ചിരിക്കുന്നത്. മൂന്നു ജനറേറ്ററുകളും കൂടി 470 വാട്ട് വൈദ്യുതിയാണ് ഉല്പാദിപ്പിക്കുന്നത്. 2025 വരെ ഈ ജനറേറ്ററുകൾ പ്രവർത്തനക്ഷമമായിരിക്കും.

വോയേജറിലെ ശാസ്ത്രീയ ഉപകരണങ്ങളോടൊപ്പം സജ്ജീകരിച്ചിട്ടുള്ള സ്വർണ്ണംപൂശിയ ഓഡിയോ- വിഷ്വൽ ഡിസ്ക് കൗതുകകരമാണ്. ഈ ഡിസ്കിൽ ഭൂമിയിലെ ഏതാനും ജന്തുക്കളുടെയും മനുഷ്യന്റെയും (സ്ത്രീയും പുരുഷനും) ചിത്രങ്ങളും, ശാസ്ത്രസാങ്കേതിക വിദ്യയിലുണ്ടായ വളർച്ചയുടെ ഒരു സംക്ഷിപ്ത ചരിത്രവും രേഖപ്പെടുത്തിയിട്ടുണ്ട്. അതുകൂടാതെ, ഭൂമിയിലെ ചില ശബ്ദങ്ങളും (തിമിംഗലത്തിന്റെ ശബ്ദം, മനുഷ്യശിശുവിന്റെ കരച്ചിൽ, തിരമാലകളുടെ ശബ്ദം, മൊസാർട്ടിന്റെ സിംഫണി, ചക്ബെറിയുടെ ഗാനം, ഐക്യരാഷ്ട്രസഭയുടെ സെക്രട്ടറി ജനറൽ, കർട്ട് വാൽഡ് ഹൈം അമേരിക്കൻ പ്രസിഡന്റ് ജിമ്മി കാർട്ടർ എന്നിവരുടെ ശബ്ദ സന്ദേശങ്ങൾ) റെക്കോർഡ് ചെയ്തിട്ടുണ്ട്. ഭാവിയിൽ നക്ഷത്രാന്തര സ്പേസിലൂടെ സഞ്ചരിക്കുന്ന പേടകത്തെ സൗരയൂഥത്തിനു വെളിയിലുള്ള ഏതെങ്കിലുമൊരു ഗ്രഹത്തിലുള്ള സാങ്കേതികവിദ്യ വികാസം പ്രാപിച്ച നാഗരികത കണ്ടെത്തുമെന്നും ഈ സന്ദേശങ്ങൾ തിരിച്ചറിയാൻ കഴിഞ്ഞാൽ അവർക്ക് ഭൂമിയുമായി ബന്ധ

വോയേജറിലെ സ്വർണഫലകം

പ്പെടാൻ കഴിയുമെന്നുമുള്ള പ്രതീക്ഷയാണ് ഈ ഉദ്യമത്തിനു പിന്നിലു ള്ളത്.

വോയേജർ പുതിയ ലോകങ്ങൾ തേടിയുള്ള യാത്ര തുടരുകയാണ്. കോസ്മിക് കിരണങ്ങളുടെ ആക്രമണവും മണിക്കൂറിൽ 10 ലക്ഷം കി ലോമീറ്ററിലധികം വേഗത്തിൽ ആഞ്ഞടിക്കുന്ന നക്ഷത്രാന്തര വാതങ്ങ ളെയും അതിജീവിക്കാൻ കഴിഞ്ഞാൽ ഇനിയുമൊരു വ്യാഴവട്ടം ആ യാത്ര നീളും. ഈ സ്പേസിന്റെ വിശാലതകളിലെവിടെയെങ്കിലുമുള്ള ജീവൻ ഇവിടെ, ഇങ്ങകലെ ഈ ഭൂമിയിൽ മനുഷ്യനെന്നു പേരുവിളി ക്കുന്ന ഒരു ജീവിയുണ്ടെന്ന സന്ദേശം തിരിച്ചറിയുമെന്ന പ്രതീക്ഷയാണ് ഈ യാത്രയുടെ പിന്നിലുള്ള ഊർജ്ജം.

15

എൽ എസ് എസ് ടിയും ആകാശ സെൻസസും

"Absence of evidence is not the evidence of absence"
-Carl Sagan

ജ്യോതിശാസ്ത്ര പര്യവേക്ഷണങ്ങളുടെ ഗുണനിലവാരം വാനോളമുയർത്തുന്ന പദ്ധതിയാണ് എൽ എസ് എസ് ടി. ഉത്തര ചിലിയിലെ 'സെറോ പാക്കൺ' (Cerro Pachon) പർവ്വതനിരകളിലെ 'എൽ പെനോൺ' കൊടുമുടിയിൽ സമുദ്രനിരപ്പിൽനിന്ന് 2663 മീറ്റർ ഉയരത്തിൽ സ്ഥാപിക്കുന്ന എൽ എസ് എസ് ടി (Large Synoptic Survey Telescope-LSST) ജ്യോതിശാസ്ത്ര പര്യവേക്ഷണ ചരിത്രത്തിൽ പുതിയ നാഴികക്കല്ലാവുകയാണ്. 2012 ആഗസ്തിൽ അംഗീകരിക്കപ്പെട്ട എൽ എസ് എസ് ടി പദ്ധതി ഈ ദശാബ്ദത്തിൽ തന്നെ പൂർത്തീകരിക്കപ്പെടും. 2021 ൽ ദൂരദർശിനി പ്രവർത്തനം ആരംഭിക്കുമെന്നാണ് പ്രതീക്ഷിക്കപ്പെടുന്നത്.

ദുരൂഹ പ്രതിഭാസങ്ങളായ ഡാർക്ക് എനർജി, ഡാർക്ക് മാറ്റർ എന്നിവയെക്കുറിച്ചുള്ള പഠനങ്ങൾ, കുയ്പർ ബെൽറ്റിലെ ധൂമകേതുക്കൾ, ഭൂമിക്കു സമീപത്തുകൂടി സഞ്ചരിച്ചുകൊണ്ടിരിക്കുന്ന ഛിന്നഗ്രഹങ്ങൾ (Near Earth Objects), നോവാ, സൂപ്പർ നോവാ സ്ഫോടനങ്ങൾ, ട്രാൻസിയൻസ് എന്നിവയെക്കുറിച്ചെല്ലാം പഠനം നടത്തുന്ന എൽ എസ് എസ് ടി ക്ഷീരപഥത്തിന്റെ സമ്പൂർണ്ണ മാപിങ്ങും ആകാശത്തിന്റെ സമഗ്രസർവ്വേയുമാണ് ലക്ഷ്യമിടുന്നത്. അതുകൂടാതെ ആദ്യമായി ആകാശപ്രതിഭാസങ്ങളുടെ ചലിക്കുന്ന ചിത്രങ്ങൾ ആറു വർണ്ണങ്ങളിൽ അവതരിപ്പിക്കുന്ന പ്രപഞ്ച ചലച്ചിത്രവും എൽ എസ് എസ് ടി നിർമ്മിക്കും. എൽ എസ് എസ് ടിയുടെ സവിശേഷതകൾ അവിടെ തീരുന്നില്ല. ഏറ്റവും വലുതും ശക്തവുമായ ഡിജിറ്റൽ ക്യാമറ ഉപയോഗിക്കുന്ന ടെലസ്കോപ്പ്, ത്രിതീയ ദർപ്പണം ഉപയോഗിക്കുന്ന ആദ്യത്തെ പ്രതിഫലന ദൂരദർശിനി

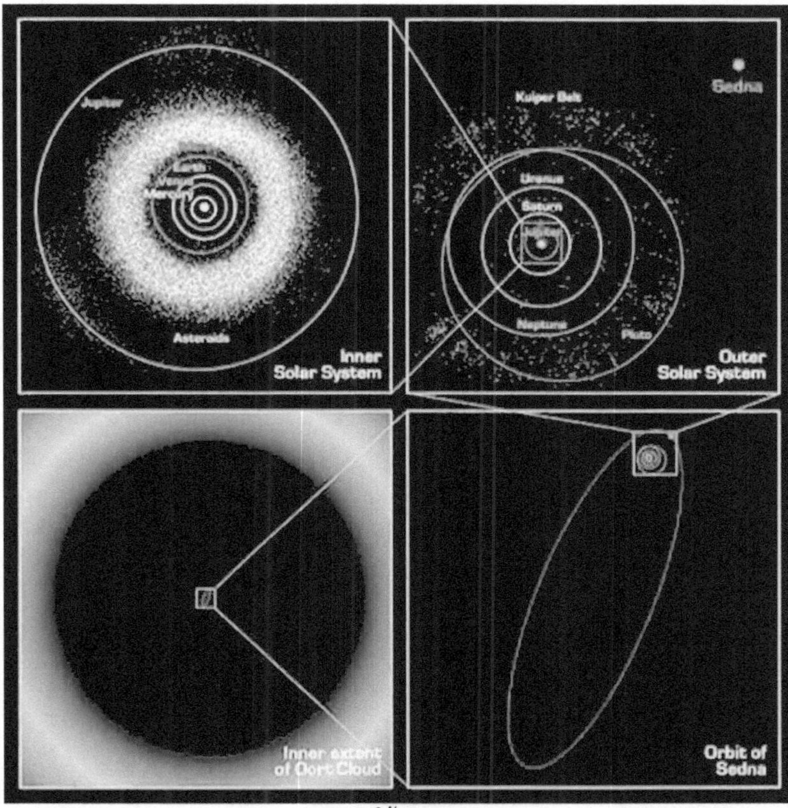

ഊർട്ട് മേഘം

(Reflecting Telescope), ഏറ്റവും കൂടുതൽ വിവരങ്ങൾ ശേഖരിക്കുന്ന അനുബന്ധ ഉപകരണങ്ങൾ, സൂപ്പർ കമ്പ്യൂട്ടറുകളുടെ പിന്തുണ, ലോകമെമ്പാടും വ്യാപിച്ച ഇന്റർനെറ്റ് ശൃംഖലയുടെ സഹായം എന്നിങ്ങനെ എൽ എസ് എസ് ടിയുടെ വിശേഷണങ്ങൾ നിരവധിയാണ്. ദൂരദർശിനിയുടെ നിർമ്മാണത്തിനു ചുക്കാൻപിടിക്കുന്നത് അമേരിക്കയിലെ നാഷണൽ സയൻസ് ഫൗണ്ടേഷനാണ്. അതുകൂടാതെ സോഫ്റ്റ്‌വെയർ രംഗത്തെ ശതകോടീശ്വരന്മാരായ ചാൾസ് സൈമൺയി, ബിൽഗേറ്റ്സ് എന്നിവരുടെ സാമ്പത്തിക സഹകരണവും ഈ പദ്ധതിക്കുണ്ട്.

ശാസ്ത്രം ജനകീയമാക്കുകയെന്ന ലക്ഷ്യത്തോടെ പൊതുമേഖലയുടെയും സ്വകാര്യമേഖലയുടെയും പങ്കാളിത്തത്തോടെയാണ് എൽ എസ് എസ് ടി സ്ഥാപിക്കപ്പെടുന്നത്. ജ്യോതിശാസ്ത്ര ഗവേഷകർക്കു മാത്രമല്ല, വിദ്യാർഥികൾക്കും അമചർ ആസ്ട്രോണമർമാർക്കും ഇന്റർനെറ്റ് സൗകര്യമുള്ള ഏതൊരാൾക്കും ഓഫീസിലോ വീട്ടിലോ കാറിലോ ഇരുന്ന് എൽ എസ് എസ് ടി ഉപയോഗിക്കാൻ കഴിയും.

ശാസ്ത്രാഭിമുഖ്യമുള്ള ഏതൊരാളും എൽ എസ് എസ് ടിയെക്കുറിച്ച് അറിഞ്ഞിരിക്കണം.

എന്താണ് എൽ എസ് എസ് ടി?

ഇന്നുവരെ നിർമ്മിച്ചിട്ടുള്ളതിൽവച്ച് ഏറ്റവും വലിയ കളക്ടിങ് ഏരിയയുള്ള ഓപ്ടിക്കൽ (ദൃശ്യപ്രകാശം ആധാരമാക്കി പ്രവർത്തിക്കുന്നത്) ദൂരദർശിനിയാണ് ലാർജ് സിനൊപ്ടിക് സർവ്വേ ടെലസ്കോപ്പ് (LSST). ഈ റിഫ്ളക്ടിങ് ടെലസ്കോപ്പിന്റെ പ്രാഥമിക ദർപ്പണത്തിന്റെ വ്യാസം 8.4 മീറ്ററാണ്. അതുമാത്രമല്ല, എൽ എസ് എസ് ടിയുടെ പ്രത്യേകത. ഇതിൽ ഉപയോഗിക്കുന്ന 3200 മെഗാ പിക്സൽ ഡിജിറ്റൽ ക്യാമറ ലോകത്തിന് ഇന്നുവരെ ദൂരദർശിനികളിൽ ഉപയോഗിച്ചിട്ടുള്ള ക്യാമറകളിൽ ഏറ്റവും വലുതാണ്. സാധാരണ ഒപ്ടിക്കൽ ദൂരദർശനികളിൽ രണ്ടു ദർപ്പണങ്ങൾ പ്രതിഫലകങ്ങളായി ഉപയോഗിക്കുമ്പോൾ എൽ എസ് എസ് ടിയിൽ അഞ്ചു മീറ്റർ വ്യാസമുള്ള ഒരു ത്രിതീയ ദർപ്പണംകൂടി ഉപയോഗിക്കുന്നുണ്ട്. നിരീക്ഷണമേഖലയുടെ സൂക്ഷ്മതയ്ക്കും വളരെ മങ്ങിയ പ്രകാശസ്രോതസ്സുകളെ കണ്ടെത്തുന്നതിനുമാണിത്. 30 ടെറാ ബൈറ്റ് ഡാറ്റകളാണ് ഓരോ രാത്രിയിലും എൽ എസ് എസ് ടി നല്കുന്നത്.

കുയ്പർ ബെൽട്ട്

എന്താണീ സിനോപ്ടിക് സർവേ?

സിനോപ്സിസ് (Synopsis) എന്ന ഗ്രീക്ക് പദത്തിൽനിന്നാണ് സിനോപ്ടിക് എന്ന പേര് സ്വീകരിച്ചിട്ടുള്ളത്. ഒരു വസ്തുവിന്റെ എല്ലാ സവിശേഷതകളും സമ്പൂർണ്ണമായി പഠിക്കുന്നതിനാണ് സിനോപ്സിസ് എന്നു

പറയുന്നത്. എൽ എസ് എസ് ടിയുടെ നിരീക്ഷണപരിധിയിൽ വരുന്ന കോടിക്കണക്കിന് ആകാശപ്രതിഭാസങ്ങളുടെ ചിത്രങ്ങൾ ആറു വർണ്ണങ്ങളിൽ നിർമ്മിക്കുകയും ദൂരദർശിനിയുടെ അനുബന്ധ ഘടകമായ സൂപ്പർ കമ്പ്യൂട്ടറുകൾ വഴി വിവരങ്ങൾ അപഗ്രഥിച്ച് ദൃശ്യപ്രപഞ്ചത്തിന്റെ വീഡിയോ ദൃശ്യങ്ങൾ തുടർച്ചയായി സൃഷ്ടിക്കുകയും ചെയ്യുന്ന ദൂരദർശിനിക്ക് ഈ പേര് എന്തുകൊണ്ടും അനുയോജ്യമാണ്.

എന്താണ് എൽ എസ് എസ് ടിയുടെ പ്രസക്തി?

തുടർച്ചയായി നടത്തുന്ന ആകാശസർവ്വേയിലൂടെ ദൃശ്യപ്രപഞ്ചത്തിന്റെ വീഡിയോ ചിത്രങ്ങൾ നിർമ്മിക്കുക വഴി ആകാശ പ്രതിഭാസങ്ങളുടെ സഞ്ചാരത്തിലും പ്രഭയിലുമുണ്ടാകുന്ന നേരിയ വ്യതിയാനം പോലും കണ്ടുപിടിക്കാൻ കഴിയും. പത്തുവർഷത്തെ തുടർച്ചയായ നിരീക്ഷണത്തിലൂടെ നിർമ്മിക്കുന്ന വീഡിയോ ചിത്രങ്ങൾ ഇതുവരെ നിർമ്മിക്കപ്പെട്ടിട്ടുള്ളതിൽ വച്ച് ഏറ്റവും ദീർഘമേറിയ പ്രപഞ്ച ചലച്ചിത്രമായിരിക്കും. ജ്യോതിശാസ്ത്രത്തിലും ഭൗതികത്തിലും നിലനില്ക്കുന്ന നിരവധി പ്രഹേളികകൾക്കുള്ള ഉത്തരമായിരിക്കും എൽ എസ് എസ് ടി.

എന്തുകൊണ്ട് ചിലി?

ലൈറ്റ് പൊല്യൂഷൻ ഒഴിവാക്കുന്നതിനുവേണ്ടി വലിയ ഓപ്ടിക്കൽ ദൂരദർശിനികൾ ജനവാസമേഖലയിൽനിന്ന് വളരെ അകന്നാണ് സ്ഥാപിക്കാറുള്ളത്. എൽ എസ് എസ് ടി സ്ഥാപിക്കുന്ന 'സെറോ പാക്കോൺ' സമുദ്രനിരപ്പിൽനിന്നും 2600 മീറ്ററിലധികം ഉയരമുള്ള പർവ്വതനിരയാണ്. ഈ മേഖലയിലെ വരണ്ട കാലാവസ്ഥ മേഘാവൃതമായ അന്തരീക്ഷം സൃഷ്ടിക്കുന്ന അസ്വസ്ഥതകൾ ഒരു പരിധിവരെ ഒഴിവാക്കുകയും ചെയ്യും. അതുമാത്രമല്ല, ദൂരദർശിനി സ്ഥാപിക്കുന്നതിനുവേണ്ടി നിയമിക്കപ്പെട്ട സ്ഥാനനിർണ്ണയ കമ്മിറ്റി ഭൂമിയിൽ ഏറ്റവും അനുയോജ്യമായ പത്തു സ്ഥലങ്ങളിൽ പ്രഥമ സ്ഥാനം നല്കിയതും ചിലിക്കു തന്നെയാണ്.

എന്നുമുതൽ എൽ എസ് എസ് ടി പ്രവർത്തനമാരംഭിക്കും?

എൽ എസ് എസ് ടിയുടെ ഡിസൈനിങ്ങും ഇൻഫ്രാസ്ട്രക്ചർ വികസനവുമാണ് ഇപ്പോൾ നടന്നുകൊണ്ടിരിക്കുന്നത്. ഈ ദശാബ്ദത്തിന്റെ അവസാനത്തോടെ ദൂരദർശിനി പൂർണ്ണമായും പ്രവർത്തനസജ്ജമാകും. ദൂരദർശിനിയുടെ ഏറ്റവും പ്രധാന ഭാഗമായ പ്രാഥമിക, ദ്വിതീയ, ത്രിതീയ ദർപ്പണങ്ങൾ നിർമ്മിക്കുകയും സൂക്ഷ്മമായി സംയോജിപ്പിക്കുകയും ചെയ്തുകഴിഞ്ഞു. 2014 ൽ എൽ എസ് എസ് ടി ഭാഗികമായി നിരീക്ഷണം ആരംഭിക്കും. 2021 ൽ ദൂരദർശിനി പൂർണ്ണമായി പ്രവർത്തനസജ്ജമാകും.

എൽ എസ് എസ് ടി ക്ലാസ് മുറികളിലേക്ക്?

എൽ എസ് എസ് ടി ഗൂഗിളുമായി ചേർന്നു പ്രവർത്തിക്കുന്നതു കൊണ്ട് വിദ്യാർഥികൾക്ക് ജ്യോതിശാസ്ത്രം, ഭൗതികശാസ്ത്രം, രസതന്ത്രം, ഭൂമിശാസ്ത്രം, ഗണിതം, സാങ്കേതികവിദ്യ എന്നിങ്ങനെ വിവിധ വിഷയങ്ങളിൽ സമയബന്ധിതവും കാലികവുമായി പ്രോജക്ടുകൾ തയ്യാറാക്കുന്നതിനും അപ്ഡേറ്റ് ചെയ്യുന്നതിനും കഴിയും. ഈ മേഖലകളിൽ പുത്തൻ പ്രതിഭകളെ വളർത്തിക്കൊണ്ടുവരുന്നതിനും എൽ എസ് എസ് ടി ശാസ്ത്രജ്ഞർക്ക് താല്പര്യമുണ്ട്. അദ്ധ്യാപകർക്ക് അവരുടെ തൊഴിൽ നിലവാരം ഉയർത്തുന്നതിന് വിവിധ പദ്ധതികളും തയ്യാറാക്കുന്നുണ്ട്.

എന്തിനാണ് പുതിയൊരു ദൂരദർശിനി?

എൽ എസ് എസ് ടി ചെയ്യുന്നതിന് അടുത്തെത്താൻപോലും നിലവിലുള്ള ഒരു ദൂരദർശിനിക്കും കഴിയില്ല. ഇതിന്റെ നിരീക്ഷണമേഖലയുടെ വ്യാപ്തിയും ഇതിലുപയോഗിക്കുന്ന ക്യാമറാ സംവിധാനങ്ങളും മറ്റൊരു ദൂരദർശിനിക്കും അവകാശപ്പെടാൻ കഴിയില്ല. മറ്റു ദൂരദർശിനികളുമായി താരതമ്യം ചെയ്യുമ്പോൾ വൈഡർ- ഫാസ്റ്റർ- ഡീപ്പർ എന്നു വേണമെങ്കിൽ എൽ എസ് എസ് ടിയെ വിശേഷിപ്പിക്കാം. ഇതു കേവലമൊരു ദൂരദർശിനി മാത്രമല്ല, 3200 മെഗാപിക്സൽ ക്യാമറ, ശക്തമായ ഡാറ്റാ പ്രൊസസർ, സൂപ്പർ കമ്പ്യൂട്ടറുകൾ, വാർത്താവിതരണ സംവിധാനം, ഇന്റർനെറ്റ് സങ്കേതങ്ങൾ എന്നിങ്ങനെ വിവിധ മേഖലകളിലേക്ക് വ്യാപിച്ചുകിടക്കുന്ന വിവിധോദ്ദേശ്യ പദ്ധതികൂടിയാണിത്. ബഹിരാകാശ പര്യവേക്ഷണത്തിൽ പുതിയ മാനങ്ങളാണ് എൽ എസ് എസ് ടി തുറന്നുതരുന്നത്.

പൊതുസമൂഹത്തിലേക്ക്?

എൽ എസ് എസ് ടി ശേഖരിക്കുന്ന വിവരങ്ങളും നിർമ്മിക്കുന്ന ചിത്രങ്ങളും ഇന്റർനെറ്റിലൂടെ ലഭ്യമാകും. പൊതുജനങ്ങളെയും വിദ്യാർഥികളെയും ഉൾപ്പെടുത്തിക്കൊണ്ടുള്ള വിവിധ പര്യവേക്ഷണ-നിരീക്ഷണ പദ്ധതികൾ ശാസ്ത്രജ്ഞർ തയ്യാറാക്കുന്നുണ്ട്.

ഇപ്പോൾ ഗൂഗിൾ സ്കൈയും വേൾഡ് വൈഡ് ടെലസ്കോപ്പും (WWT) ചെയ്യുന്നതുപോലെ എൽ എസ് എസ് ടി തയ്യാറാക്കുന്ന ഗവേഷണ പ്രോജക്ടുകൾ ക്ലാസ് മുറികളിലും വീടുകളിലും ലഭ്യമാക്കുന്നതു കൂടാതെ ശാസ്ത്രമ്യൂസിയങ്ങളിൽ വച്ച് പൊതുജനങ്ങൾക്കും ഉപയോഗിക്കാൻ കഴിയും. എൽ എസ് എസ് ടി നിർമ്മിക്കുന്ന ചിത്രങ്ങൾ സൂപ്പർ കമ്പ്യൂട്ടറുകളുടെ സഹായത്തോടെ നാലു മാനങ്ങളിലുള്ള സ്ഥല-കാല ചിത്രീകരണത്തിലൂടെ (4 Dimensional Spacetime Landscape)

ആറു വർണ്ണങ്ങളിലുള്ള വീഡിയോചിത്രങ്ങളായി പുനഃസൃഷ്ടിക്കുന്നത് ശാസ്ത്രാഭിമുഖ്യമുള്ള ഏതൊരാൾക്കും ആവേശം പകരും.

ചെറിയ ദർപ്പണങ്ങൾ സംയോജിപ്പിച്ചുകൊണ്ടുള്ള ദൂരദർശിനികളാണല്ലോ കൂടുതൽ പ്രായോഗികം? എന്തിനാണീ 8 മീറ്റർ ഭീമൻ ദർപ്പണം?

വലിയ ദർപ്പണത്തിന്റെ സയൻസ് അല്ല ചെറിയ ദർപ്പണത്തിന്. ഭൂമിക്കു സമീപം സഞ്ചരിച്ചുകൊണ്ടിരിക്കുന്ന ഛിന്നഗ്രഹങ്ങളെയും (Near Earth Objects) അതിവേഗം പലായനം ചെയ്തുകൊണ്ടിരിക്കുന്ന പ്രാപഞ്ചിക പ്രതിഭാസങ്ങളെയും (Transient Objects) കൂടുതൽ സമയം 'എക്സ്പോസ്' ചെയ്യുന്ന ചെറിയ ദർപ്പണങ്ങളുള്ള ദൂരദർശിനികൾ ഉപയോഗിച്ച് കണ്ടെത്താൻ കഴിയില്ല. വലിയ ദർപ്പണങ്ങളുപയോഗിക്കുന്ന ദൂരദർശിനികൾക്ക് നിരീക്ഷണവേഗതയും കൂടുതലാണ്.

എന്തുകൊണ്ട് എൽ എസ് എസ് ടി ഒരു സ്പേസ് ടെലസ്കോപ്പ് ആയില്ല?

ഭൂതല ദൂരദർശിനികളെ അപേക്ഷിച്ച് ബഹിരാകാശ ദൂരദർശിനികളുടെ കളക്ടിങ് ഏരിയ ചെറുതാണ്. എൽ എസ് എസ് ടി പോലെ വിശാലമായ കളക്ടിങ് ഏരിയയും ഡീപ്-ഫാസ്റ്റ് സർവ്വേയും നടത്താൻ കഴിയുന്ന ഒരു ബഹിരാകാശ ദൂരദർശിനിയുടെ വലിപ്പം വളരെ വലുതായിരിക്കും. ഇത്തരമൊരു ഭീമൻ ദൂരദർശിനി സ്പേസിലെത്തിക്കുന്നതിനും അതിന്റെ മെയിന്റനൻസിനും ആവശ്യമായിവരുന്ന സാമ്പത്തിക ചെലവും സാങ്കേതിക ബുദ്ധിമുട്ടുകളും വളരെ വലുതായിരിക്കും. ട്രാൻസിയൻസ് പോലെയുള്ള പ്രതിഭാസങ്ങൾ കണ്ടെത്തുന്നതിന് ഭൂതല ദൂരദർശിനികളാണ് പൊതുവെ ജ്യോതിശാസ്ത്രജ്ഞർ ഉപയോഗിക്കുന്നത്.

എല്ലാം എൽ എസ് എസ് ടിയുടെ പരിധിയിൽ വരുമ്പോൾ അമച്വർ ആസ്ട്രോണമർമാരുടെ ഭാവി?

പുതിയ അവസരങ്ങളും എൽ എസ് എസ് ടി സൃഷ്ടിക്കുന്നുണ്ട്.

എൽ എസ് എസ് ടി യെക്കുറിച്ച് കൂടുതൽ അറിയാൻ?

lsst.orgലേക്ക് "Contact" എന്ന് മെയിൽ ചെയ്യുക. പൊതുജനങ്ങളിൽനിന്നുള്ള നിർദ്ദേശങ്ങൾ എൽ എസ് എസ് ടി സംഘം പരിഗണിക്കുന്നതാണ്.

16

ഇ-എൽറ്റ് തിരയുന്നു, ഭൗമേതര ജീവൻ!

"There are grounds for cautious optimism that we may now be near the end of the search for the ultimate laws"

-Stephen Hawking

ലോകത്തിന്നുവരെ നിർമ്മിച്ചിട്ടുള്ളതിൽ വച്ച് ഏറ്റവും വലുതും ശക്തവും സംവേദനക്ഷമവുമായ ഒപ്ടിക്കൽ ടെലസ്കോപ്പ് (ദൃശ്യപ്രകാശം ആധാരമായി പ്രവർത്തിക്കുന്ന ദൂരദർശിനി) നിർമ്മിക്കാൻ യൂറോപ്യൻ സതേൺ ഒബ്സർവേറ്ററി (USO) തയ്യാറെടുക്കുകയാണ്. 2012 ജൂൺ 11 ന് പാരീസിൽ വച്ചു നടന്ന യൂറോപ്യൻ യൂണിയന്റെ രാജ്യാന്തര കൗൺസിലിൽ വച്ചാണ് ഈ തീരുമാനമുണ്ടായത്. യൂറോപ്പിലെ 15 രാജ്യങ്ങളുടെ സഹകരണത്തോടെ നിർമ്മിക്കുന്ന ഇ-എൽറ്റ് (European Extremely Large Telescope: E-ELT) സ്ഥാപിക്കപ്പെടുന്നത് ചിലിയിലെ അറ്റക്കാമ മരുഭൂമിയിലുള്ള സെറോ അർമാസോൺ പർവ്വതത്തിന്റെ മുകളിലാണ്. സമുദ്രനിരപ്പിൽനിന്ന് 3060 മീറ്റർ ഉയരത്തിൽ സ്ഥാപിക്കപ്പെടുന്ന ഈ ദൂരദർശിനിയുടെ പ്രവർത്തനത്തിന് അറ്റക്കാമ മരുഭൂമിയിലെ വരണ്ട കാലാവസ്ഥ തീർത്തും അനുയോജ്യമാണ്. യൂറോപ്യൻ സതേൺ ഒബ്സർവേറ്ററിയുടെതന്നെ വെരിലാർജ് ടെലസ്കോപ്പിന് സമീപത്തുതന്നെയാണ് ഇ-എൽറ്റും നിർമ്മിക്കുന്നത്.

വളരെ വലുതും സംവേദനക്ഷമത കൂടിയതുമായ ദൂരദർശിനികൾ പൊതുവെ ദൃശ്യപ്രകാശത്തെ ആധാരമാക്കി പ്രവർത്തിക്കുന്നവയല്ല. ഭൗമാന്തരീക്ഷത്തിലെ പ്രക്ഷുബ്ധതകൾ നിരീക്ഷണത്തെ തടസ്സപ്പെടുത്താമെന്നതുകൊണ്ട് അത്തരം ദൂരദർശിനികൾ സാധാരണയായി എക്സ്-റേ, ഇൻഫ്രാറെഡ്, റേഡിയോ തരംഗദൈർഘ്യത്തിലാണ് പ്രവർത്തിക്കുന്നത്. സ്ക്വയർ കിലോമീറ്റർ അറേ (SKA)യും അൽമ (ALMA)യും ടി എം ടി

ഇ-എൽറ്റ്

യുമെല്ലാം അത്തരത്തിലുള്ള ഭീമൻ ദൂരദർശിനികളാണ്. എന്നാൽ, അഡാപ്റ്റീവ് ഒപ്റ്റിക്സ് എന്ന നൂതന സാങ്കേതികവിദ്യയിൽ പ്രവർത്തിക്കുന്നതുകൊണ്ട് ഭൗമാന്തരീക്ഷത്തിന്റെ പ്രക്ഷുബ്ധതകൾ ഇ-എൽറ്റിനെ ബാധിക്കില്ല. 39.3 മീറ്ററാണ് ഈ ദൂരദർശിനിയുടെ പ്രാഥമിക ദർപ്പണത്തിന്റെ വ്യാസം. നിലവിലുള്ള മറ്റേതു ദൂരദർശിനിയിലുള്ളതിലും വലിയ ദർപ്പണമായിരിക്കുമിത്. ദർപ്പണത്തിന്റെ വ്യാസം കൂടുന്നതിനനുസരിച്ച് ദൂരദർശിനി സ്വീകരിക്കുന്ന പ്രകാശത്തിന്റെ അളവും വർദ്ധിക്കും. മനുഷ്യനേത്രം സ്വീകരിക്കുന്ന പ്രകാശത്തിന്റെ 10 കോടി മടങ്ങ് പ്രകാശകണങ്ങളെ സ്വീകരിക്കാൻ ഇ-എൽറ്റിന്റെ കണ്ണുകൾക്ക് കഴിയും. ഗലീലിയോയുടെ ആദ്യ ദൂരദർശിനിയെക്കാൾ 80 ലക്ഷം മടങ്ങ് ശക്തമാണ് ഇ-എൽറ്റ്. നിലവിലുള്ള ഏറ്റവും വലിയ ഒപ്ടിക്കൽ ടെലസ്കോപ്പായ വി എൽ ടി (Very Large Telescope)യെക്കാൾ 26 മടങ്ങ് ശക്തമായിരിക്കും ഈ ദൂരദർശിനി. 978 ച മീറ്റർ കളക്ടിങ് ഏരിയയുള്ള ഇ-എൽറ്റ് നൽകുന്ന ചിത്രങ്ങൾ ഹബിൾസ്പേസ് ടെലസ്കോപ്പിൽനിന്നു ലഭിക്കുന്ന ചിത്രങ്ങളെക്കാൾ 15 മടങ്ങ് വ്യക്തതയും സൂക്ഷ്മതയുള്ളതുമായിരിക്കും. 135 കോടി ഡോളർ നിർമ്മാണ ചെലവ് പ്രതീക്ഷിക്കുന്ന ഈ ഭീമൻ ദൂരദർശിനിയുടെ നിർമ്മാണം 2012 ജൂലൈ അവസാനത്തോടെ ആരംഭിച്ചു. 10 വർഷമെങ്കിലുമെടുക്കുന്ന നിർമാണ പ്രവർത്തനങ്ങൾക്കൊടുവിൽ 2022 ൽ ദൂരദർശിനി പൂർണ്ണമായും പ്രവർത്തനക്ഷമമാകും.

സൗരകുടുംബത്തിനു വെളിയിൽ മറ്റു നക്ഷത്രങ്ങളുടെ വാസയോഗ്യമേഖലയിലുള്ള ഭൗമസമാന ഗ്രഹങ്ങളെ നിരീക്ഷിക്കുകയാണ്

ഇ-എൽറ്റിന്റെ പ്രഥമ ദൗത്യം. ഭൂമിക്കു വെളിയിലുള്ള എക്സോപ്ലാനറ്റുകളിൽ ജീവൻ കണ്ടെത്തുന്നതിന് നേരിട്ടുള്ള നിരീക്ഷണത്തിന് ശക്തമാണ് ഈ ദൂരദർശിനി. അതുകൂടാതെ, ഗ്രഹരൂപീകരണത്തിന്റെ വിവിധ ഘട്ടങ്ങൾ അപഗ്രഥിക്കുകയും നക്ഷത്രാന്തര സ്പേസിലെ ജലബാഷ്പത്തെക്കുറിച്ചും ജൈവഘടകങ്ങളെക്കുറിച്ചും പഠനം നടത്തുകയും ചെയ്യും. പ്രപഞ്ചോല്പത്തിയെ തുടർന്ന് ആദ്യ നക്ഷത്രങ്ങളുടെ രൂപീകരണവും തമോഗർത്തങ്ങളും നക്ഷത്രസമൂഹങ്ങളുടെ പ്രവർത്തനവും തമ്മിലുള്ള ബന്ധം കണ്ടെത്തുന്നതും ഇ-എൽറ്റിന്റെ വിഷയമാണ്. ഗാലക്സികളുടെ പരിണാമവും രാസമൂലകങ്ങളുടെ രൂപീകരണവും പഠിക്കുന്ന ഇ-എൽറ്റ് പ്രപഞ്ചവികാസത്തെക്കുറിച്ചും അതിനു കാരണമാകുന്ന ശ്യാമ ഊർജ്ജ (Dark energy)ത്തിന്റെ പ്രഭാവത്തെക്കുറിച്ചും പ്രപഞ്ചത്തിലെ ദുരൂഹ പ്രതിഭാസമായ ശ്യാമദ്രവ്യത്തിന്റെ (Dark matter) സാന്നിധ്യത്തെക്കുറിച്ചും കൂടുതൽ വ്യക്തതയുള്ള ചിത്രങ്ങൾ നല്കുമെന്നാണ് കണക്കാക്കപ്പെടുന്നത്.

798 ദർപ്പണങ്ങൾ സംയോജിപ്പിച്ചുകൊണ്ടാണ് ദൂരദർശിനിയുടെ 39.3 മീറ്റർ വ്യാസമുള്ള ഭീമാകാരമായ പ്രൈമറി മിറർ നിർമ്മിക്കുന്നത്. 1.45 മീറ്റർ വീതിയുള്ള ഈ ദർപ്പണങ്ങൾക്ക് 50 മില്ലിമീറ്റർ മാത്രമേ കട്ടിയുണ്ടാവുകയുള്ളൂ. ദർപ്പണങ്ങളെ കൃത്യമായി സംയോജിപ്പിക്കുന്നതിനുവേണ്ടിയാണ് അവയുടെ കട്ടി കുറച്ചിരിക്കുന്നത്. ദൂരദർശിനിയുടെ പ്രധാന ഘടകഭാഗങ്ങൾക്കെല്ലാം കൂടി 2800 ടൺ ഭാരമുണ്ടാകും. ഇ-എൽറ്റിന്റെ സെക്കണ്ടറി മിററിന്റെ വ്യാസമാകട്ടെ, യൂറോപ്പിലെ ഏറ്റവും വലിയ ദൂരദർശിനികളിലൊന്നായ വില്യം ഹെർഷൽ ടെലസ്കോപ്പിന്റെ പ്രാഥമിക ദർപ്പണത്തിന് തുല്യമാണ്. ഇത് 4.2 മീറ്റർ വരും.

ഇ-എൽറ്റ് കേവലമൊരു ദൂരദർശിനി മാത്രമല്ല. നിരവധി ശാസ്ത്രീയ ഉപകരണങ്ങൾ അനുബന്ധമായി സജ്ജീകരിക്കുന്ന ഒരു വിവിധോദ്ദേശ്യ പര്യവേക്ഷണ നിലയമാണിത്. ദൂരദർശിനിയുടെ നിരീക്ഷണമേഖലയിൽ നിമിഷങ്ങൾക്കുള്ളിൽ മാറ്റംവരുത്തുന്നതിനും നിരീക്ഷണത്തിന്റെ ആഴവും പരപ്പും വ്യത്യാസപ്പെടുത്തുന്നതിനും ഈ അനുബന്ധ ഉപകരണങ്ങൾക്കു കഴിയും. 8 അനുബന്ധ ഉപകരണങ്ങളാണ് ദൂരദർശിനിയുമായി കൂട്ടിയിണക്കുന്നത്. കോഡക്സ്, ഈഗിൾ, എപിക്സ്, ഹാർമണി, മെറ്റിസ്, മിക്കാഡോ, ഓപ്റ്റിമസ്, സിംപിൾ എന്നീ പേരുകളിലറിയപ്പെടുന്ന സ്പെക്ട്രോഗ്രാഫുകളും ദൃശ്യപ്രകാശത്തിലും ഇൻഫ്രാറെഡ് തരംഗദൈർഘ്യത്തിലും ഒരുപോലെ സംവേദനക്ഷമമായ ഹൈ-റെസല്യൂഷൻ ക്യാമറകളും അനുബന്ധ ഉപകരണങ്ങളിൽപ്പെടും. നിർമാണത്തിന്റെ ആദ്യഘട്ടത്തിൽ തന്നെ ചെക്ക് റിപ്പബ്ലിക്, ജർമനി, ഹോളണ്ട്, സ്വീഡൻ, സ്വിറ്റ്സർലൻഡ് എന്നീ രാജ്യങ്ങളുടെ പിന്തുണ ഈ പദ്ധതിക്കുണ്ട്. ഇ-എൽറ്റ് ഒരു ചരിത്രസംഭവമാകും. ശാസ്ത്രസമൂഹം അതിനായി കാത്തിരിക്കുകയാണ്.

17

റോസെറ്റ വാൽനക്ഷത്രത്തിലേക്ക് ജീവന്റെ ഗർഭഗൃഹത്തിലേക്ക്

"We are survival machines- robot vehicles blindly programmed to preserve the selfish molecules known to us as genes"
-Richard Dawkins

ആദ്യമായി ഒരു സ്പേസ്ക്രാഫ്റ്റ് വാൽനക്ഷത്രത്തിൽ ലാൻഡ് ചെയ്യാൻ തയ്യാറെടുക്കുന്നു. ആദ്യമായി ഒരു ധൂമകേതുവിന്റെ ഹൈ റെസലൂഷൻ ക്ലോസ്-അപ് ചിത്രങ്ങൾ ലഭിക്കാൻ പോകുന്നു. ചരിത്രത്തിൽ ആദ്യമായി സോളാർ പാനൽ ഉപയോഗിച്ച് പ്രവർത്തിച്ചുകൊണ്ടിരിക്കുന്ന വ്യോമയാനമായ റോസെറ്റ (Rosetta) പത്തുവർഷത്തെ യാത്രയ്ക്കൊടുവിൽ ഹീലിയോ സെൻട്രിക് ധൂമകേതുവായ '67p/ചര്യൂമോവ്-ഗെരാസിമെൻകോ'യിൽ ഇറങ്ങുകയാണ്. 2014 നവംബറിലാണ് ഈ ചരിത്ര സംഭവം അരങ്ങേറുന്നത്. ഇതിനു മുൻപും സ്പേസ്ക്രാഫ്റ്റുകൾ ധൂമകേതുക്കളെ പിന്തുടർന്നിട്ടുണ്ടെങ്കിലും ഇതാദ്യമായാണ് ഒരു ധൂമകേതുവിനെ സ്പേസ്ക്രാഫ്റ്റ് ഭ്രമണംചെയ്യുന്നതും അതിൽ ലാൻഡ് ചെയ്യുന്നതും.

യൂറോപ്യൻ സ്പേസ് ഏജൻസി വിക്ഷേപിച്ച റോസെറ്റ രണ്ടു പേടകങ്ങൾ സംയോജിപ്പിച്ചുകൊണ്ടുള്ള ബഹിരാകാശയാനമാണ്. റോസെറ്റ സ്പേസ് പ്രോബ് ധൂമകേതുവിനെ ഭ്രമണം ചെയ്യുമ്പോൾ ഫിലേ ലാൻഡർ (Philae lander) വാൽനക്ഷത്രത്തിന്റെ ന്യൂക്ലിയസിൽ സാവധാനം ലാൻഡ് ചെയ്യും. ഫിലെ ലാൻഡറിലുള്ള അനുബന്ധ ഉപകരണങ്ങൾ ധൂമകേതുവിന്റെ ഉപരിതലം ഒൻപത് ഇഞ്ചുവരെ തുരക്കുകയും ദ്രവ്യത്തിന്റെ ധാതുഘടന പരിശോധിക്കുകയും ചെയ്യും. സൗരയൂഥ നിർമ്മിതിയിൽ ഗ്രഹരൂപീകരണത്തിന് മുൻപുള്ള അവസ്ഥ ശാസ്ത്രസമൂഹത്തിന് മുന്നിൽ അനാവരണം ചെയ്യുകയാണ് റോസെറ്റയുടെ പ്രധാന ലക്ഷ്യം.

റോസറ്റയും ലാൻഡറും

1969 സെപ്തംബർ 11 ന് രണ്ടു റഷ്യൻ വാനനിരീക്ഷകരാണ് 67P ധൂമകേതുവിനെ കണ്ടെത്തിയത്. 6.6 വർഷത്തെ ഓർബിറ്റൽ പിരീഡുള്ള ഈ ധൂമകേതുവിന് നാലുകിലോമീറ്റർ വ്യാസമുണ്ട്. 2014 മെയ് മാസത്തിൽ റോസെറ്റ, ധൂമകേതുവിന് സമീപമെത്തും. തുടർന്ന് വേഗത കുറച്ചുകൊണ്ടുവന്ന് നവംബറിൽ ഫിലെ ലാൻഡറെ ധൂമകേതുവിൽ ഇറക്കുകയും ചെയ്യും. നാലു കിലോമീറ്റർ മാത്രം വ്യാസമുള്ള ധൂമകേതുവിന്റെ ഗുരുത്വബലം നാമമാത്രമായതുകൊണ്ട് സ്പേസ്ക്രാഫ്റ്റ് തറയിൽനിന്ന് ഉയർന്നുപോകാതിരിക്കാൻ പാദം സ്ക്രൂ ഉപയോഗിച്ച് തറയിൽ ഉറപ്പിക്കും. ധൂമകേതുവിന്റെ ന്യൂക്ലിയസും ധാതുഘടനയും സൂക്ഷ്മമായി വിശകലനം ചെയ്യുന്നതിനൊപ്പം സഞ്ചാരപഥവും അപഗ്രഥിക്കപ്പെടും.

റോസെറ്റയുടെ അനുബന്ധ ഉപകരണങ്ങളിൽ ഒരു അൾട്രാവയലറ്റ് ഇമേജിങ് സ്പെക്ട്രോഗ്രാഫും (ALICE) ഒരു ഓപ്ടിക്കൽ റിമോട്ട് ഇമേ

ജിങ് സിസ്റ്റവും (OSIRIS) ഒരു തെർമൽ ഇമേജിങ് സ്പെക്ട്രോമീറ്ററും (VIRTIS) ഒരു മൈക്രോവേവ് ഡിവൈസും (MIRO) ഉൾപ്പെടുന്നു. അതുകൂടാതെ, ധൂമകേതുവിന്റെ ഉള്ളറകളിലെ രഹസ്യങ്ങൾ തിരയുന്നതിനു വേണ്ടിയുള്ള റേഡിയോ ട്രാൻസ്മിഷൻ ഉപകരണവും (CONSERT) അയോണുകളുടെയും തന്മാത്രകളുടെയും പഠനത്തിനുള്ള ഉപകരണവും (ROSINA) ധൂളീപഠനത്തിനായുള്ള മൈക്രോ-ഇമേജിങ് സിസ്റ്റവും (MIDAS) ചേർന്ന ഒരു സമ്പൂർണ്ണ ലാബറട്ടറിയാണ് റോസെറ്റയെന്നു പറയാം. ഉപകരണങ്ങൾ നിർമ്മിച്ചത് യൂറോപ്യൻ യൂണിയന്റെ അംഗരാഷ്ട്രങ്ങളും അമേരിക്കയും ചേർന്നാണ്.

ഗ്രാവിറ്റി അസിസ്റ്റ് ട്രാക്കിങ് എന്ന സങ്കേതമുപയോഗിച്ച് അധിക ദൂരങ്ങളിലേക്ക് ദീർഘകാലം സഞ്ചരിക്കാൻ കഴിയുന്ന തരത്തിലാണ് റോസെറ്റയുടെ സഞ്ചാരമാർഗ്ഗം രൂപകല്പന ചെയ്തിരിക്കുന്നത്. ന്യൂക്ലിയർ ഇന്ധനം ഉപയോഗിക്കാതെ സോളാർ പാനലുകളുടെ സഹായത്തോടെയാണ് യാത്രയ്ക്കാവശ്യമായ ഊർജ്ജം റോസെറ്റ സംഭരിക്കുന്നത്. 2014 നവംബറിൽ റോസെറ്റ ധൂമകേതുവിലിറങ്ങുമ്പോൾ അതൊരു ചരിത്ര മുഹൂർത്തമാകും. ശാസ്ത്രലോകം ആ ദിവസത്തിനായി കാത്തിരിക്കുകയാണ്.

18

സ്പേസ് ഔട്ട്പോസ്റ്റുകൾ ഗ്രഹാന്തരയാത്രകൾക്ക് ഒരിടത്താവളം

"The Universe is a big place, perhaps the biggest"
-Kurt Vonnegut

ബഹിരാകാശത്തൊരു ഔട്ട്പോസ്റ്റ് ജ്യോതിശാസ്ത്രജ്ഞരുടെയും ബഹിരാകാശ സഞ്ചാരികളുടെയും വിദൂര സ്വപ്നത്തിലെവിടെയെങ്കിലും ഉണ്ടായിരുന്നിരിക്കണം. ആ സ്വപ്നം പൂവണിയാൻ ഇനി അധികകാല മൊന്നും ആവശ്യമില്ല. കേവലം 15 വർഷങ്ങൾക്കുള്ളിൽ സ്പേസ് ഔട്ട് പോസ്റ്റുകൾ യാഥാർത്ഥ്യമാകും! അന്താരാഷ്ട്ര ബഹിരാകാശ നിലയം പോലെ ഭൂമിയുടെ തൊട്ടടുത്തൊന്നുമല്ല ഈ ഔട്ട്പോസ്റ്റുകൾ നിർമ്മി

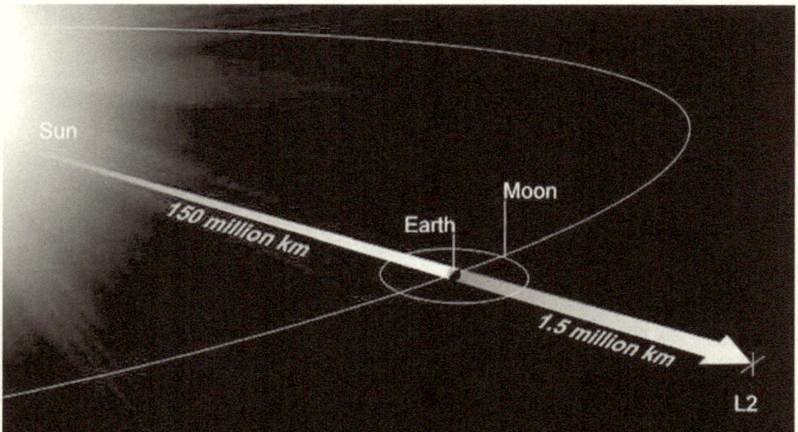

ലോഗാൻജിയൻ പോയിന്റുകൾ

ക്കുന്നത്. ഭൂമിയിൽനിന്നും 4,43,000 കിലോമീറ്റർ അകലെ, ചന്ദ്രനിൽനിന്നും 60,800 കിലോമീറ്റർ ദൂരെ ഭൂമിയുടെയും ചന്ദ്രന്റെയും ഗുരുത്വാകർഷണബലം പരസ്പരം നിർവീര്യമാക്കപ്പെടുന്ന സ്ഥാനത്താണ് (Earth-Moon Lagrangian Point-2 or EML-2) ആദ്യത്തെ ഔട്ട്പോസ്റ്റ് സ്ഥാപിക്കപ്പെടുന്നത്. ആറുമാസത്തെ നിരന്തര പഠനത്തിനൊടുവിലാണ് അപ്പോളോ 11 ലെ ചാന്ദ്രയാത്രികനായ എഡ്വിൻ ബൂസ് ആൽഡ്രിനും സംഘവും ചേർന്ന് തയ്യാറാക്കിയ പ്രൊപ്പോസൽ നാസ അംഗീകരിക്കുന്നത്.

നാസയുടെ രണ്ട് സുപ്രധാന ബഹിരാകാശ പദ്ധതികൾക്ക് ശേഷമാണ് സ്പേസ് ഔട്ട്പോസ്റ്റ് നിർമ്മാണം ആരംഭിക്കുന്നത്. ഇതിൽ ആദ്യത്തേത് 2017 ൽ വിക്ഷേപിക്കപ്പെടുന്ന ഒറിയൺ ഡീപ് സ്പേസ് ക്യാപ്സ്യൂളാണ്. ചന്ദ്രനിലേക്കും ചൊവ്വയിലേക്കും മനുഷ്യരെ വഹിച്ചു കൊണ്ടുപോകാനും തിരിച്ചുകൊണ്ടുവരാനും രൂപകല്പന ചെയ്ത വാഹനമാണ് ഒറിയൺ. അപ്പോളോ പേടകങ്ങളുടെ മാതൃകയിൽ നിർമ്മിക്കുന്ന പേടകത്തിന്റെ അവസാനഘട്ട മിനുക്കുപണികൾ നാസയുടെ ജെറ്റ് പ്രൊപൽഷൻ ലാബിൽ നടന്നുകൊണ്ടിരിക്കുകയാണ്. സ്പേസ് ഷട്ടിലുകൾ പോലെ റൺവേയിൽ ഇറങ്ങുന്നതിനും പറന്നുയരുന്നതിനും ഒറിയണിനു കഴിയില്ല. കടലിൽ ഇറങ്ങുന്ന തരത്തിലാണിതിന്റെ രൂപകല്പന. നാസയുടെ രണ്ടാമത്തെ പദ്ധതിയാണ് ഹെവി-ലിഫ്റ്റ് സ്പേസ് ലോഞ്ച് സിസ്റ്റമെന്ന എസ് എൽ എസ് (Heavy-Lift Space Launch System- SLS). 2021 ലാണ് എസ് എൽ എസ് പരീക്ഷണവിക്ഷേപണത്തിന് നാസ പദ്ധതിയിട്ടിരിക്കുന്നത്. അതിനുശേഷമാണ് നാസയുടെ സ്വപ്നപദ്ധതിയായ സ്പേസ് ഔട്ട്പോസ്റ്റ് നിർമ്മാണമാരംഭിക്കുന്നത്. 2030 ന് മുൻപുതന്നെ ആദ്യത്തെ ഔട്ട്പോസ്റ്റ് നിർമ്മാണം പൂർത്തീകരിക്കാനാകുമെന്നാണ് നാസയുടെ മേധാവി പറയുന്നത്.

സ്പേസ് ഔട്ട്പോസ്റ്റുകൾ പ്രായോഗികമാണോ?

സാങ്കേതികമായി ലാഗ്രാൻജിയൻ പോയിന്റുകൾ കണ്ടെത്തുന്നതിനും അവിടെ ഫ്ളോട്ടിങ് സ്റ്റേഷനുകൾ സ്ഥാപിക്കുന്നതിനും തടസ്സമൊന്നുമില്ല. സാമ്പത്തികബാദ്ധ്യതയാണ് പ്രധാന പ്രശ്നം. അമേരിക്കയുൾപ്പെടെയുള്ള പല വികസിത രാജ്യങ്ങളും ബഹിരാകാശ ഗവേഷണത്തിന് വകയിരുത്തുന്ന തുകയിൽ നിയന്ത്രണമേർപ്പെടുത്തിക്കൊണ്ടിരിക്കുന്ന സാഹചര്യത്തിൽ വിശേഷിച്ചും. 3,500 കോടി ഡോളറാണ് പദ്ധതിയുടെ ചെലവ് പ്രതീക്ഷിക്കുന്നത്. സ്വകാര്യമേഖലയുടെ പങ്കാളിത്തത്തോടെ പദ്ധതി പൂർത്തീകരിക്കാൻ കഴിയുമെന്നു തന്നെയാണ് ആൽഡ്രിനും സംഘവും കരുതുന്നത്.

എന്താണീ ലെഗ്രാൻജിയൻ പോയിന്റുകൾ?

വലിയ പിണ്ഡമുള്ള രണ്ടോ അതിലധികമോ ദ്രവ്യരൂപങ്ങളുടെ ഗുരുത്വാകർഷണബലം പരസ്പരം നിർവ്വീര്യമാക്കപ്പെടുന്ന മേഖലയാണ് ലെ

ഗ്രാൻജിയൻ പോയിന്റുകൾ എന്നറിയപ്പെടുന്നത്. ലിബ്രേഷൻ പോയിന്റുകളെന്നും എൽ-പോയിന്റുകളെന്നും ഇവയെ വിളിക്കാറുണ്ട്. ഭൂമിയുടെയും ചന്ദ്രന്റെയും കാര്യം പരിഗണിച്ചാൽ ഇവയുടെ ഗുരുത്വബലം നിർവ്വീര്യമാക്കപ്പെടുന്ന അഞ്ചു സ്ഥാനങ്ങൾ സ്പേസിൽ അടയാളപ്പെടുത്താൻ കഴിയും (L1, L2, L3, L4, L5). 1772 ൽ ഇറ്റാലിയൻ വംശജനായ ഫ്രഞ്ച് ശാസ്ത്രജ്ഞൻ ജോസഫ് ലൂയി ലെഗ്രാൻജ് ആണ് ഗുരുത്വബലം നിർവ്വീര്യമാകുന്ന ഇത്തരം സ്ഥാനങ്ങളെക്കുറിച്ച് ആദ്യമായി പഠനം നടത്തിയതും കണക്കുകൂട്ടലിലൂടെ അവ കണ്ടെത്തിയതും. ഭൂമിക്കും സൂര്യനുമിടയിലും സൂര്യനും മറ്റു ഗ്രഹങ്ങൾക്കുമിടയിലും അവയ്ക്കു പരസ്പരവും അത്തരം ലെഗ്രാൻജിയൻ പോയിന്റുകളുണ്ട്. സൂര്യനും ഭൂമിക്കുമിടയിലുള്ള ഇത്തരം ആദ്യത്തെ സ്ഥാനം (L1) ഭൂമിയിൽനിന്നും 15 ലക്ഷം കിലോമീറ്റർ ദൂരെയാണ്. സൗരപ്രതിഭാസങ്ങളെക്കുറിച്ച് പഠനം നടത്തുന്ന സോളാർ ഹീലിയോസ്ഫെറിക് ഒബ്സർവേറ്ററി (SOHO) പേടകവും അഡ്വാൻസ്ഡ് കോംപോസിഷൻ എക്സ്പ്ലോററും (ACE) ഇപ്പോഴുള്ളത് ഭൂമിക്കും സൂര്യനുമിടയിലുള്ള L1 പോയിന്റിലാണ്. ഹെർഷൽ സ്പേസ് ഒബ്സർവേറ്ററി, ഡബ്ല്യു-മാപ് (WMAP), ഗയ, ചാങ് എന്നീ സ്പേസ്ക്രാഫ്റ്റുകളും വിക്ഷേപണത്തിനൊരുങ്ങിയിരിക്കുന്ന ഹബിളിന്റെ പിൻഗാമിയെന്നറിയപ്പെടുന്ന ജെയിംസ് വെബ് സ്പേസ് ടെലസ്കോപ്പും (JWST) ഭൂമിയുടെയും സൂര്യന്റെയും L2 പോയിന്റിലാണുള്ളത്. ട്രോജൻ ഛിന്നഗ്രഹങ്ങൾ കാണപ്പെടുന്നത് സൂര്യനും വ്യാഴത്തിനുമിടയിലുള്ള L4, L5 പോയിന്റുകളിലാണ്.

ഭാവിയിൽ ചൊവ്വയിലേക്കും അതിനുമപ്പുറത്തേക്കുമുള്ള മനുഷ്യരുടെ ദീർഘയാത്രകൾക്ക് ഇത്തരം ഇടത്താവളങ്ങൾ ഒഴിവാക്കാനാവില്ല. ക്യൂരിയോസിറ്റി ചൊവ്വയിലെത്താൻ നീണ്ട എട്ടുമാസങ്ങൾ വേണ്ടിവന്നുവെന്ന കാര്യം ഓർമ്മിച്ചാൽ ലെഗ്രാൻജിയൻ പോയിന്റുകളിൽ സ്ഥാപിക്കപ്പെടുന്ന ഔട്ട്പോസ്റ്റുകളുടെ പ്രാധാന്യം മനസ്സിലാകും. സാമ്പത്തികബാദ്ധ്യത ഈ സ്വപ്നപദ്ധതിയിൽ നിഴൽവീഴ്ത്തില്ലെന്ന പ്രതീക്ഷയാണ് ആൽഡ്രിനൊപ്പം ശാസ്ത്രസമൂഹത്തിനു മുഴുവനുമുള്ളത്.

19

കെപ്ലർ ദൗത്യം

"Do not worry about how life was created on Earth, think how it might be transported here from elsewhere"

-David Koerner

സൗരയൂഥത്തിന് വെളിയിൽ മറ്റു നക്ഷത്ര കുടുംബങ്ങളിലുള്ള ഭൗമസമാന ഗ്രഹങ്ങളെ കണ്ടെത്തുന്നതിനുവേണ്ടി 2009 മാർച്ച് 7ന് നാസ വിക്ഷേപിച്ച സ്പേസ്ക്രാഫ്റ്റാണ് കെപ്ലർ. ജ്യോതിശാസ്ത്രജ്ഞനായ

കെപ്ലർ സ്പേസ് ക്രാഫ്റ്റ്

യൊഹാൻ കെപ്ലറുടെ സ്മരണ നിലനിർത്തുന്നതിനുവേണ്ടിയാണ് നാസ ഈ പേര് സ്വീകരിച്ചത്. നാസയുടെ മറ്റു ബഹിരാകാശ പദ്ധതികളുമായി താരതമ്യം ചെയ്യുമ്പോൾ ചെലവു കുറഞ്ഞതാണ് (600 മില്യൺ ഡോളർ മാത്രം!) കെപ്ലർ ദൗത്യം. 'ഫോട്ടോമീറ്റർ' എന്ന ശാസ്ത്രീയ ഉപകരണമാണ് കെപ്ലറിന്റെ പ്രധാന പ്രത്യേകത. കേപ് കനാവറിലെ വ്യോമസേനാ ആസ്ഥാനത്തുനിന്നും ഡെൽറ്റ II റോക്കറ്റുപയോഗിച്ചാണ് 1039 കിലോഗ്രാം ഭാരമുള്ള ഈ കൃത്രിമ ഉപഗ്രഹത്തെ ബഹിരാകാശത്തിലെത്തിച്ചത്. ഈ ബഹിരാകാശ നിരീക്ഷണകേന്ദ്രത്തിന്റെ കളക്ടിങ് ഏരിയ 0.708 ച.മീറ്ററാണ്. 400-865 nm തരംഗദൈർഘ്യത്തിനിടയിലാണ് കെപ്ലർ വാനനിരീക്ഷണം നടത്തുന്നത്.

ക്ഷീരപഥത്തിലെ ഒരു പ്രത്യേക മേഖലയിലുള്ള 1,45,000 നക്ഷത്രങ്ങളെയാണ് കെപ്ലർ തുടർച്ചയായി നിരീക്ഷിക്കുന്നത്. ഇതിനായി കെപ്ലർ തെരഞ്ഞെടുത്തിരിക്കുന്നത് സിഗ്നസ്, ലൈറ, ഡ്രാക്കോ എന്നീ നക്ഷത്രരാശികളാണ്. വടക്കൻ ചക്രവാളത്തിലാണ് ഇവ കാണപ്പെടുന്നത്. ഈ താരാഗണങ്ങൾ ഭൂമിയുടെ എലിപ്ടിക്കൽ പ്ലെയിനിൽനിന്ന് പുറത്തായതുകൊണ്ട് സൂര്യപ്രകാശം സൃഷ്ടിക്കുന്ന തടസ്സങ്ങളിൽ നിന്നകന്നു നിന്നുകൊണ്ട് കൂടുതൽ സൂക്ഷ്മതയോടെ വിവരങ്ങൾ ശേഖരിക്കാൻ കെപ്ലറിന് കഴിയും. നാസയുടെ ജെറ്റ് പ്രൊപൽഷൻ ലബോറട്ടറിയും കൊളറാഡോയിലുള്ള ലബോറട്ടറി ഓഫ് അറ്റ്മോസ്ഫെറിക് ആന്റ് സ്പേസ് ഫിസിക്സും (LASP) ആണ് കെപ്ലറിന്റെ പ്രവർത്തനങ്ങൾ നിയന്ത്രിക്കുന്നതും കെപ്ലർ ശേഖരിച്ച വിവരങ്ങൾ അപഗ്രഥിക്കുന്നതും. മറ്റേതൊരു ബഹിരാകാശ നിലയത്തിലുപയോഗിക്കുന്നതിലും വലുതും ഉയർന്ന റെസലൂഷനുള്ളതുമായ ക്യാമറയാണ് കെപ്ലറിലുള്ളത്. നാസയുടെ മറ്റേതൊരു ദൗത്യവും നല്കുന്നതിലും കൂടുതൽ വിവരങ്ങൾ കെപ്ലർ ശേഖരിക്കുകയും ഭൂമിയിലേക്കയക്കുകയും ചെയ്യുന്നുണ്ട്.

ഗ്രഹസംതരണവിദ്യ (Transit method) ഉപയോഗിച്ചാണ് കെപ്ലർ അന്യഗ്രഹവേട്ട നടത്തുന്നത്. ട്രാൻസിറ്റ് ടൈമിങ് വേരിയേഷൻ (TTV) എന്ന രീതിയും ഇതിനായി ഉപയോഗപ്പെടുത്തുന്നുണ്ട്. കെപ്ലർ കണ്ടെത്തിക്കഴിഞ്ഞ ആയിരക്കണക്കിന് അന്യഗ്രഹങ്ങളിൽനിന്നും ഇതുവരെ 694 നക്ഷത്ര കുടുംബങ്ങളിലുള്ള 889 ഗ്രഹങ്ങൾ നാസ സ്ഥിരീകരിച്ചിട്ടുണ്ട്. ഇവയിൽ 133 നക്ഷത്ര കുടുംബങ്ങൾ സൗരയൂഥത്തിന് തുല്യമാണ്. 2013 മെയ് 22 ന് നാസ പുറത്തുവിട്ട വിവരമാണിത്. ഈ ഗ്രഹങ്ങളിൽ പലതും ഭൗമസമാന സാഹചര്യങ്ങളുള്ളവയും ജീവന്റെ നിലനില്പിന് അനുയോജ്യവുമാണ്. കെപ്ലർ ശേഖരിച്ച വിവരങ്ങളുടെ അടിസ്ഥാനത്തിൽ ഹാർവാർഡ്- സ്മിത്ത്സോണിയൻ സെന്റർ ഫോർ ആസ്ട്രോഫിസിക്സിലെ ജ്യോതിശാസ്ത്രജ്ഞർ ഉണ്ടാക്കിയ സ്ഥിതിവിവരക്കണക്ക് പ്രകാരം ക്ഷീരപഥത്തിൽ മാത്രം 1700 കോടി ഭൗമസമാന ഗ്രഹങ്ങളുണ്ടത്രെ!

മൂന്നര വർഷത്തെ പ്രവർത്തനകാലമാണ് പദ്ധതിയിട്ടിരുന്നതെങ്കിലും

കെപ്ലർ ഇപ്പോഴും സുഗമമായി ആകാശനിരീക്ഷണം നടത്തുന്നതു കൊണ്ട് ഈ ബഹിരാകാശ ദൂരദർശിനിയുടെ പ്രവർത്തനം 2016 വരെ നീട്ടിയിട്ടുണ്ട്. എന്നാൽ, 2013 മെയ് 15 ന് സ്പേസ്ക്രാഫ്റ്റിനുണ്ടായ ചില തകരാറുകൾ ആശങ്കയുണ്ടാക്കുന്നുമുണ്ട്. അതെന്തായാലും ഇന്ന് അന്യ ഗ്രഹവേട്ടയിൽ കെപ്ലർ തന്നെയാണ് താരം. കെപ്ലർ ശേഖരിച്ച വിവര ങ്ങൾ ശാസ്ത്രജ്ഞർ അപഗ്രഥിച്ചുകൊണ്ടിരിക്കുകയാണ്. ഭൗമേതര ജീവൻ, അതു കണ്ടെത്തുക തന്നെയാണ് കെപ്ലർ ദൗത്യത്തിന്റെ ലക്ഷ്യം.

കെപ്ലർ സൈറ്റ് അഡ്രസ്: http://archive.stsci.edu/kepler

2013 ഒക്ടോബറിൽ കെപ്ലർ വിരമിച്ചു. സ്പേസ് ക്രാഫ്റ്റിലുണ്ടായ തകരാറുകൾ പരിഹരിക്കാൻ കഴിഞ്ഞില്ല. എന്നാൽ, കെപ്ലർ ശേഖരിച്ച വിവരങ്ങൾ അപഗ്രഥിച്ചു കഴിഞ്ഞിട്ടില്ല. 2014 ൽ പുതിയ അത്ഭുത ങ്ങൾക്കായി ശാസ്ത്രലോകം കാത്തിരിക്കുകയാണ്.

20

സൂപ്പർ എർത്തുകൾ

"Space is almost infinite.
As a matter of fact, we think it is infinite"

-Dan Quayle

ഭൗമസമാനമായ അന്തരീക്ഷവും കാലാവസ്ഥയും നിലനില്ക്കുന്ന അന്യഗ്രഹത്തെ 2012 നവംബർ എട്ടിന് യൂറോപ്യൻ സതേൺ ഒബ്സർവേറ്ററിയിലെ ജ്യോതിശാസ്ത്രജ്ഞർ കണ്ടെത്തി. സൗരയൂഥത്തിൽനിന്ന് 42 പ്രകാശവർഷം അകലെ പിക്ടർ രാശിയിൽപ്പെടുന്ന HD 40307 എന്ന കുള്ളൻ നക്ഷത്രത്തെ ചുറ്റിസഞ്ചരിക്കുന്ന ആറു ഗ്രഹങ്ങളിൽ ഒന്നായ HD 40307 G എന്ന സൂപ്പർ-എർത്തിന് ഭൂമിയുടെ ഏഴുമടങ്ങ് പിണ്ഡ

സൂപ്പർ എർത്ത്

മുണ്ട്. സൂര്യനും ഭൂമിക്കുമിടയിലുള്ള ദൂരം തന്നെയാണ് ഈ ഗ്രഹത്തിന് അതിന്റെ മാതൃനക്ഷത്രവുമായുള്ളത്. അതിനർത്ഥം ഇവിടെ ജലം ദ്രാവകാവസ്ഥയിൽ നിലനില്ക്കുന്നതിനുള്ള സാഹചര്യം ഉണ്ടെന്നാണ്. ഗ്രഹത്തിന്റെ ദീർഘവൃത്ത ഭ്രമണപഥവും ഈ വാദത്തിന് ബലം നല്കുന്നുണ്ട്.

ഒന്നിലധികം നക്ഷത്രങ്ങളെ ആധാരമാക്കി രൂപീകരിക്കപ്പെട്ടിട്ടുള്ള ഈ ഗ്രഹകുടുംബത്തിൽ HD 40307 ഒഴികെ മറ്റ് അഞ്ചുഗ്രഹങ്ങളും മാതൃനക്ഷത്രത്തിന്റെ വാസയോഗ്യമേഖലയിലല്ല സ്ഥിതിചെയ്യുന്നത്. അവ വാസയോഗ്യ മേഖലയ്ക്കു വെളിയിൽ നക്ഷത്രത്തിന്റെ വളരെ അടുത്തായാണ് കാണപ്പെടുന്നത്. HD 40307 G എന്ന സൂപ്പർ എർത്തിന്റെ ഭ്രമണകാലം ഏറക്കുറെ ഭൂമിക്കു തുല്യമാണ്. രാത്രിയും പകലും തുല്യവും മുറതെറ്റാതെ ആവർത്തിക്കുന്നതുമായതുകൊണ്ട് ഈ ഗ്രഹത്തിലെ കാലാവസ്ഥയും ഭൗമസമാനമായിരിക്കാനാണ് സാധ്യത. മാതൃനക്ഷത്രത്തിന്റെ തൊട്ടടുത്ത് സഞ്ചരിക്കുന്ന ഗ്രഹങ്ങളുടെ ഭ്രമണത്തെ നക്ഷത്രത്തിന്റെ ഗുരുത്വബലം ശക്തമായി സ്വാധീനിക്കുകയും അവയുടെ സ്വയം ഭ്രമണകാലം വളരെ ദീർഘമാവുകയും ചെയ്യും. ഇത്തരം ഗ്രഹങ്ങളുടെ ഒരു മുഖംമാത്രം എപ്പോഴും നക്ഷത്രത്തിനു നേരെ തിരിഞ്ഞിരിക്കും. നക്ഷത്രത്തിന് അഭിമുഖമായ മുഖം ചുട്ടുപഴുത്തും മറുഭാഗം തണുത്തുമരവിച്ച് ഇരുണ്ടുമായിരിക്കും. അവിടെ ജീവൻ രൂപപ്പെടുന്നതിനും നിലനില്ക്കുന്നതിനുമുള്ള സാഹചര്യങ്ങളുണ്ടാവില്ല. എന്നാൽ, വാസയോഗ്യമേഖലയിലുള്ള ഗ്രഹങ്ങളുടെ സ്ഥിതി അതല്ല. അവിടെ ജീവൻ ഉത്ഭവിക്കുകയും വളർന്നുവികസിക്കുകയും ചെയ്യും.

21

ആസ്ട്രോണമിക്കൽ യൂണിറ്റ് തിരുത്തുന്നു

സൗരയൂഥത്തിലെ അളവുകൾ ഇനി അണുവിട മാറില്ല

"All truths are easy to understand once they are discovered; the point is to discover them"

-Galileo Galilei

കൊട്ടും കുഴൽവിളിയുമൊന്നുമില്ലാതെ തന്നെ ജ്യോതിശാസ്ത്രജ്ഞർ സൗരയൂഥത്തിലെ ഏറ്റവും പ്രധാനപ്പെട്ട ദൂരപരിധി പുനർനിർവ്വചിച്ചിരിക്കുകയാണ്. ആസ്ട്രോണമിക്കൽ യൂണിറ്റ് (AU) എന്ന സൂര്യനും ഭൂമിക്കുമിടയിലുള്ള ഏകദേശ ദൂരം ഇനി അർത്ഥശങ്കയ്ക്കിടയില്ലാത്ത വിധം ഒരു ക്ലിപ്തസംഖ്യയായിരിക്കും. ആസ്ട്രോണമിക്കൽ യൂണിറ്റ് എന്താണെന്നു ചോദിച്ചാൽ അത് ഭൂമിക്കും സൂര്യനുമിടയിലുള്ള അകലമെന്ന് അവ്യക്തമായ ഒരു ഉത്തരം ഇനിയില്ല. മറിച്ച് അതു കൃത്യം 1,49,59,78,70,700 മീറ്ററാണ്. ഒരിഞ്ച് കൂടുതലുമില്ല, കുറവുമില്ല.

ആസ്ട്രോണമിക്കൽ യൂണിറ്റ് പുനർനിർവ്വചിക്കുന്നതുകൊണ്ട് എന്താണ് പ്രയോജനം? ഭൂമിക്കോ അതിലെ ജീവനോ ഇതുകൊണ്ടൊരു മാറ്റവുമുണ്ടാകില്ല. പതിവുപോലെ ഭൂമി സൂര്യനുചുറ്റും സഞ്ചരിച്ചുകൊണ്ടിരിക്കും. ഋതുക്കൾ മാറിമാറി വരികയും ചെയ്യും. എന്നാൽ, ജ്യോതിശാസ്ത്രജ്ഞർ സംഭവങ്ങൾ ഇങ്ങനെയല്ല കാണുന്നത്. സൗരയൂഥത്തിലെ അളവുകൾ ഇനി അണുവിട വ്യത്യാസമില്ലാതെ അവതരിപ്പിക്കാൻ കഴിയും. ജ്യോതിശാസ്ത്ര വിദ്യാർത്ഥികൾക്ക് അർത്ഥശങ്കയില്ലാതെ ആസ്ട്രോണമിക്കൽ യൂണിറ്റ് എന്താണെന്ന് പഠിക്കുന്നതിനും കഴിയും.

ആസ്ട്രോണമിക്കൽ യൂണിറ്റെന്നാൽ ഭൂമിയും സൂര്യനും തമ്മിലുള്ള അകലമാണെങ്കിൽ പിന്നെ എന്താണൊരു അർത്ഥശങ്കയ്ക്കവിടെ സ്ഥാനം? സൂര്യനു ചുറ്റുമുള്ള ഭൂമിയുടെ സഞ്ചാരം ദീർഘവൃത്ത പഥ

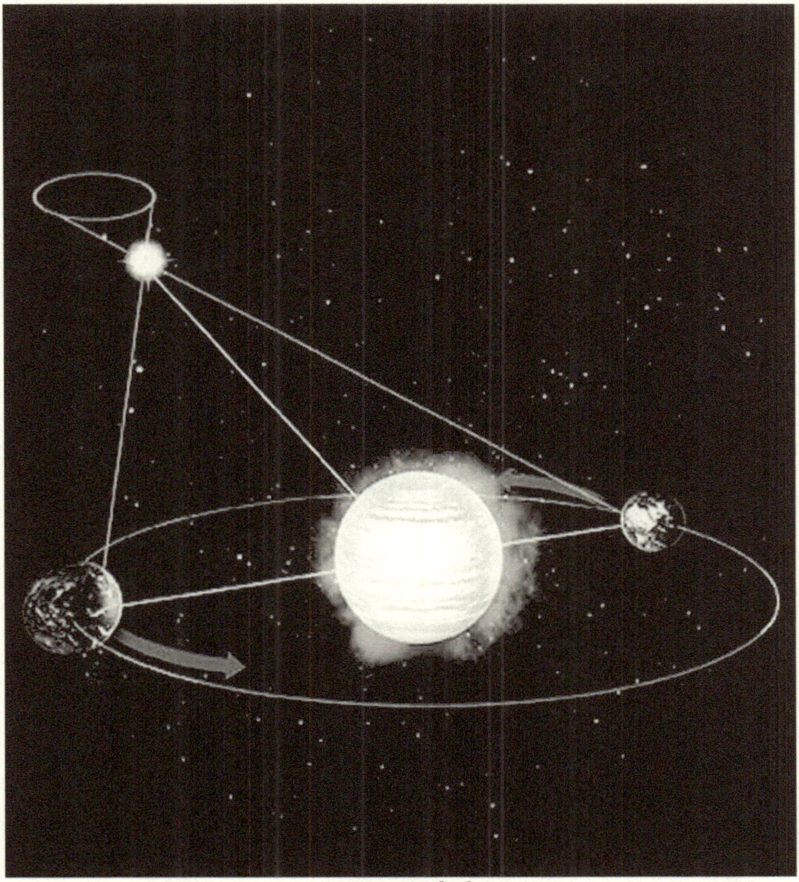

ലംബന രീതി

ത്തിലാണ് (Elliptical Orbit). സൂര്യനു ചുറ്റുമുള്ള ഭൂമിയുടെ സഞ്ചാര വേഗതയാവട്ടെ, സെക്കന്റിൽ 30 കിലോമീറ്ററും! ഒരു വെടിയുണ്ടയുടെ പത്തിരട്ടി വേഗത!! അതിനർത്ഥം ഭൂമിയും സൂര്യനും തമ്മിലുള്ള അകലം നിരന്തരം വ്യത്യാസപ്പെട്ടുകൊണ്ടിരിക്കുമെന്നാണ്. ഇങ്ങനെ വ്യത്യാസപ്പെടുന്നതുകൊണ്ടാണ് ഭൂമിയിൽ ഋതുഭേദങ്ങൾ അനുഭവപ്പെടുന്നത്. അങ്ങനെ വരുമ്പോൾ ആസ്ട്രോണമിക്കൽ യൂണിറ്റിനെ ഭൂമിയും സൂര്യനും തമ്മിലുള്ള അകലമെന്ന് സാമാന്യമായി നിർവ്വചിക്കുന്നതിൽ കാര്യമില്ല. സൂര്യനും ഭൂമിക്കുമിടയിലുള്ള ഏതകലമാണെന്ന് വ്യക്തമാക്കണം. ഭൂമി സൂര്യന് സമീപമെത്തുന്ന സ്ഥാനവും (Perihelion) ഏറ്റവും അകലെയായിരിക്കുന്ന സ്ഥാനവും (Aphelion) തമ്മിൽ ലക്ഷക്കണക്കിന് കിലോമീറ്ററുകളുടെ വ്യത്യാസമുള്ളപ്പോൾ ഇത്തരമൊരു മാനദണ്ഡം സൗര

യൂഥത്തിലെ ദൂരങ്ങൾ അളക്കാൻ ഉപയോഗിക്കുന്നത് അതിന്റെ കൃത്യതയ്ക്ക് ഭംഗംവരുത്തും. ഈ പരിമിതിയാണ് ഇപ്പോൾ ജ്യോതിശാസ്ത്രജ്ഞർ മറികടന്നിരിക്കുന്നത്.

ഭൂമിക്കും സൂര്യനുമിടയിലുള്ള അകലം ജ്യോതിശാസ്ത്ര ചരിത്രത്തിലെ വലിയ പ്രഹേളികകളിൽ ഉണ്ടായിരുന്നു. ബി സി മൂന്നാംനൂറ്റാണ്ടിൽ ആർക്കിമെഡിസ് ആണ് ആദ്യമായി ഈ അകലം കണ്ടെത്താൻ ശ്രമിച്ചത്. അദ്ദേഹത്തിന്റെ കണക്കുകൂട്ടലിൽ അത് 5000 ഭൗമവ്യാസത്തിന് തുല്യമായിരുന്നു. പിന്നീട് അരിസ്റ്റാർക്കസും ഹിപ്പാർക്കസും ടോളമിയുമെല്ലാം ആസ്ട്രോണമിക്കൽ യൂണിറ്റ് നിർവ്വചിച്ചിട്ടുണ്ടെങ്കിലും ആധുനിക നിർവ്വചനത്തോട് അല്പമെങ്കിലും അടുത്തുനില്ക്കുന്നത് ആർക്കിമെഡിസിന്റെ നിർവ്വചനമാണെന്ന് പറയാതെവയ്യ. ആധുനിക കാലഘട്ടത്തിൽ ഗണിതസങ്കേതങ്ങളുപയോഗിച്ച് ആസ്ട്രോണമിക്കൽ യൂണിറ്റ് കൃത്യമായി അളന്നത് 1672 ൽ പ്രശസ്ത ഇറ്റാലിയൻ ജ്യോതിശാസ്ത്രജ്ഞനായ ജിയോവാനി കസീനി ആണ്. അദ്ദേഹവും സഹപ്രവർത്തകനായ ഴാങ് റിഷറും ചേർന്ന് ലംബന (Parallax) രീതി ഉപയോഗിച്ചാണ് ഈ ദൂരം കണ്ടെത്തിയത്. ഒരു നഭോഗോളത്തെ ഭൂമിയിലുള്ള രണ്ടു വ്യത്യസ്ത സ്ഥാനങ്ങളിൽ നിന്നുകൊണ്ട് ഒരേ സമയം നിരീക്ഷിക്കുമ്പോൾ അത് സൃഷ്ടിക്കുന്ന കോണീയ വിഭേദനം (Angular Difference) കണക്കുകൂട്ടി ആ നഭോഗോളത്തിലേക്കുള്ള ദൂരം അളക്കുന്ന രീതിയാണിത്. കസീനി പാരീസിൽനിന്നും റിഷർ തെക്കേ അമേരിക്കയിലെ ഫ്രഞ്ച് ഗയാനയിൽനിന്നും ഒരേസമയം ചൊവ്വാഗ്രഹത്തെ നിരീക്ഷിക്കുകയും അവ തമ്മിലുള്ള കോണീയ വിഭേദനം കണക്കുകൂട്ടി ഭൂമിയും ചൊവ്വയും തമ്മിലുള്ള അകലം കണ്ടെത്തുകയും ചെയ്തു. ഇതിനു സ്വീകരിച്ച അതേ തന്ത്രവും ഗണിത അനുപാതങ്ങളും ഉപയോഗിച്ചുതന്നെയാണ് സൂര്യനിലേക്കുള്ള ദൂരവും അവർ കണ്ടെത്തിയത്. 14 കോടി കിലോമീറ്റർ എന്നായിരുന്നു അവർക്കു കിട്ടിയ ഉത്തരം. ഇരുപതാം നൂറ്റാണ്ടിന്റെ അവസാനം വരെ ഈ ലംബനരീതി തന്നെയായിരുന്നു സൗരയൂഥത്തിലെ ദൂരമളക്കാനുള്ള ഏറ്റവും വിശ്വസനീയമായ മാർഗ്ഗമായി നിലനിന്നിരുന്നത്. എന്നാൽ, ഒരു ആസ്ട്രോണമിക്കൽ യൂണിറ്റെന്നാൽ 14 കോടി കിലോമീറ്റർ ആണെന്നല്ല, പകരം അത് ദൂരത്തിന്റെ കോണീയ മാനങ്ങളുടെ, ഒരുകൂട്ടം മൗലിക സ്ഥിരാങ്കങ്ങളുടെ സംഘാതമായിട്ടാണ് അവതരിപ്പിക്കപ്പെട്ടത്. ഇനി ഇതിനൊരു നിർവ്വചനം വേണമെന്നുണ്ടെങ്കിൽ... (ഒന്നു ദീർഘനിശ്വാസമെടുത്തോളൂ) “നാമമാത്രമായ പിണ്ഡമുള്ള ഒരു കണികയുടെ, സൂര്യനു ചുറ്റുമുള്ള സഞ്ചാരവേഗത ദിവസം 0.01720209895 റേഡിയനുകൾ (പ്രതല കോണിന്റെ ഏകകമാണ് റേഡിയൻ) ആണെങ്കിൽ ആ കണികയുടെ ഭ്രമണച്യുതിയില്ലാത്ത പഥത്തിന്റെ ആരം (Radius) ആണ് ആസ്ട്രോണമിക്കൽ യൂണിറ്റ്.” ഇത് ഗോസിന്റെ സ്ഥിരാങ്കമെന്നും അറിയപ്പെടുന്നു.

ഗോസിന്റെ ആരാധകരായ ഗണിതശാസ്ത്രജ്ഞർക്ക് സംഗതി

നന്നായി ബോധിച്ചുവെങ്കിലും ജ്യോതിശാസ്ത്രജ്ഞർക്ക് ഇതത്ര സ്വീകാര്യമായില്ല. ജ്യോതിശാസ്ത്ര വിദ്യാർത്ഥികൾക്ക് ഇതു പഠനത്തിന്റെ തുടക്കത്തിൽ തന്നെ മടുപ്പുണ്ടാക്കുമെന്നാണ് ജർമ്മനിയിലെ ഡ്രെസ്ഡൺ ടെക്നിക്കൽ യൂണിവേഴ്സിറ്റിയിലെ ജ്യോതിശാസ്ത്രജ്ഞനായ സെർജി ക്ലെയ്നർ പറയുന്നത്. അതുമാത്രമല്ല, ഈ ഗണിത നിർവ്വചനം ഐൻസ്റ്റൈന്റെ സാമാന്യ ആപേക്ഷികതയുമായി സംഘട്ടനത്തിലാവുകയും ചെയ്യും. സാമാന്യ ആപേക്ഷികതയിൽ നിരീക്ഷകന്റെ സ്ഥാനത്തിനും സഞ്ചാരവേഗതയ്ക്കുമനുസരിച്ച് സ്ഥലകാലങ്ങൾ ആപേക്ഷികമാണ്. നിരീക്ഷകന്റെ സ്ഥാനത്തിനനുസരിച്ച് വ്യത്യാസപ്പെട്ടുകൊണ്ടിരിക്കുന്ന 'റെഫറൻസ് ഫ്രെയിമിൽ' നിന്നുകൊണ്ട് സംഭവങ്ങൾ വസ്തുനിഷ്ഠമായി അവതരിപ്പിക്കാൻ കഴിയില്ല. ഒരു സ്പേസ്ക്രാഫ്റ്റിൽ സഞ്ചരിക്കുമ്പോൾ ഈ വ്യത്യാസം തിരിച്ചറിയാൻ കഴിയില്ലെങ്കിലും പ്ലാനറ്ററി സയന്റിസ്റ്റുകൾക്ക് സൗരയൂഥ മാതൃക നിർമ്മിക്കുമ്പോഴും അതിലെ രണ്ടു സ്ഥാനങ്ങൾ തമ്മിലുള്ള ദൂരം രേഖപ്പെടുത്തുമ്പോഴും ഉണ്ടാകുന്ന ബുദ്ധിമുട്ട് ചെറുതല്ല. പ്രശ്നം അവിടെയും തീരുന്നില്ല. ഗോസിന്റെ സ്ഥിരാങ്കം സൗരപിണ്ഡത്തെ ആശ്രയിച്ചാണിരിക്കുന്നത്. അതുകൊണ്ടുതന്നെ ആസ്ട്രോണമിക്കൽ യൂണിറ്റും സൗരപിണ്ഡവുമായി വേർപെടുത്താനാകാത്തവിധം ബന്ധപ്പെട്ടാണിരിക്കുന്നത്. എന്നാൽ, സൗരവികിരണങ്ങളോടൊപ്പം സൗരപിണ്ഡം ക്രമേണ കുറയുന്നുണ്ട്. അതിനർഥം ആസ്ട്രോണമിക്കൽ യൂണിറ്റും അതിനനുസരിച്ച് വ്യത്യാസപ്പെട്ടുകൊണ്ടിരിക്കുമെന്നാണ്.

ഈ പ്രശ്നങ്ങളെല്ലാം തുടച്ചുനീക്കുന്നതിനാണ് പുതിയ നിർവ്വചനം. അളന്നെടുക്കാവുന്ന ഒരു ക്ലിപ്തസംഖ്യയായി ആസ്ട്രോണമിക്കൽ യൂണിറ്റ് പുനർനിർവ്വചിക്കപ്പെട്ടിരിക്കുന്നതുകൊണ്ട് സൗരപിണ്ഡത്തിന്റെ പ്രശ്നം ഉദിക്കുന്നില്ല. 'മീറ്റർ' എന്നാലെന്താണെന്ന് കൃത്യമായി നിർവ്വചിക്കപ്പെട്ടിട്ടുമുണ്ട്. ശൂന്യതയിലൂടെ സഞ്ചരിക്കുന്ന പ്രകാശം ഒരു സെക്കന്റിൽ സഞ്ചരിക്കുന്ന ദൂരത്തിന്റെ 1/29,97,92,458 ഭാഗമാണ് ഒരു മീറ്റർ. ഈ അളവ് ആപേക്ഷികമായി വ്യത്യാസപ്പെടില്ല. കാരണം ഏതു 'റെഫറൻസ് ഫ്രെയിമിലും' പ്രകാശ പ്രവേഗം സ്ഥിരമായിരിക്കും. അങ്ങനെ വരുമ്പോൾ സൗരയൂഥത്തിലെ ഏതു സ്ഥാനത്തുനിന്നുമുള്ള നിരീക്ഷകനും ആസ്ട്രോണമിക്കൽ യൂണിറ്റ് ഒന്നുതന്നെയായിരിക്കും. പ്രകാശവേഗത പോലെതന്നെ ഒരു സ്ഥിരസംഖ്യയായിരിക്കുമെന്നർത്ഥം!

ആസ്ട്രോണമിക്കൽ യൂണിറ്റ് പുനർനിർണ്ണയിക്കുന്നതുകൊണ്ട് ചില്ലറ കുഴപ്പങ്ങളൊക്കെയുണ്ടാകുമെന്നാണ് ചില ജ്യോതിശാസ്ത്രജ്ഞരുടെ വാദം. മുൻകൂട്ടി തയ്യാറാക്കിയ ചില കമ്പ്യൂട്ടർ പ്രോഗ്രാമുകൾ തകരാറിലാകുമെന്ന് ഒരുകൂട്ടർ പറയുമ്പോൾ മറ്റുചിലർക്ക് പഴയ മാതൃകയോടുള്ള വൈകാരിക സമീപനമാണ് തലവേദനയുണ്ടാക്കുന്നത്. അതെന്തായാലും ശരി ഇനിമുതൽ ആസ്ട്രോണമിക്കൽ യൂണിറ്റെന്നാൽ ഭൂമിയും സൂര്യനും തമ്മിലുള്ള അകലം എന്നല്ല പറയേണ്ടത്. 1,49,59,78,70,700

മീറ്റർ എന്നാണ്.

പരിഷ്കരിച്ച ആസ്ട്രോണമിക്കൽ യൂണിറ്റനുസരിച്ച് സൗരയൂഥത്തിലെ അംഗങ്ങൾക്ക് സൂര്യനിൽനിന്നുള്ള അകലം.

ബുധൻ	:	0.39 (+/-) 0.09 AU
ശുക്രൻ	:	0.72 (+/-) 0.01 AU
ഭൂമി	:	1.00 (+/-) 0.02 AU
ചൊവ്വ	:	1.52 AU
വ്യാഴം	:	5.20 (+/-) 0.25 AU
ശനി	:	0.39 (+/-) 0.09 AU
യുറാനസ്	:	19.3 (+/-) 0.85 AU
നെപ്ട്യൂൺ	:	30.10 (+/-) 0.34 AU
കുയ്പർ ബെൽറ്റ്	:	30 AU
പ്ലൂട്ടോ	:	39.3 (+/-) 9.6 AU
ഊർട്ട് മേഘങ്ങൾ	:	20,000 AU
ഹീലിയോ പോസ് (സൗരയൂഥത്തിന്റെ അതിർത്തി)	:	2,30,000 AU
ഭൂമി <-> ചന്ദ്രൻ	:	0.0026 AU

22

ചൊവ്വാദോഷം

"Mars is there, waiting to be reached"

-Buzz Aldrin

രണ്ടായിരത്തി പതിമൂന്ന് ചൊവ്വാ ഗ്രഹപര്യവേഷണത്തിന് വളരെയധികം പ്രാധാന്യം നല്കുന്ന വർഷമാണ്. രണ്ട് അത്യാധുനിക സ്പേസ്ക്രാഫ്റ്റുകളാണ് ചൊവ്വയിലേക്ക് യാത്ര തിരിക്കുന്നത്. നാസയുടെ മാവെൻ (MAVEN- Mars Atmosphere and Volatile EvolutioN) ചൊവ്വയുടെ അന്തരീക്ഷത്തെക്കുറിച്ച് പഠിക്കുമ്പോൾ ഭാരതത്തിന്റെ സ്വപ്ന പദ്ധതിയായ മംഗൽയാൻ (Mangalyaan) ഭാവിയിലെ മനുഷ്യരുടെ ചൊവ്വായാത്രകൾക്കുള്ള അനുകൂലനങ്ങൾ തിരയും. രണ്ടു പേടകങ്ങളും 2013 നവംബറിൽ വിക്ഷേപിച്ചു. ചൊവ്വാ പര്യവേഷണത്തിന്റെ നാൾവഴികളിലൂടെ ഒന്നു സഞ്ചരിക്കാം. ചുവന്ന ഗ്രഹത്തിൽ പര്യവേഷണം നടത്തിക്കൊണ്ടിരിക്കുന്ന റോബോട്ട് നിയന്ത്രിത മാർസ് റോവർ 'ക്യൂരിയോസിറ്റി' നിത്യവും പുതിയ വാർത്തകൾ നല്കിക്കൊണ്ടിരിക്കുന്ന ഈ അവസരത്തിൽ ഇത്തരമൊരു ചൊവ്വാ ചരിത്രപഠനത്തിന് പ്രസക്തിയേറെയുണ്ട്. മാത്രവുമല്ല, ഭൗമേതര ജീവൻ അന്വേഷിക്കുന്ന ശാസ്ത്രലോകത്തിന് ചൊവ്വയോടുള്ള താല്പര്യം ഒന്നുവേറെ തന്നെയാണ്. സൂര്യന്റെ വാസയോഗ്യമേഖലയിൽ സ്ഥിതിചെയ്യുന്ന ഗ്രഹമെന്ന പരിഗണനയും ചൊവ്വയ്ക്കുണ്ട്. ഭൗമേതര ജീവന്റെ തെളിവുകൾ ചൊവ്വയിൽനിന്നു ലഭിക്കുമെന്ന വിശ്വാസത്തിലാണ് ഓരോ ചൊവ്വാപര്യവേഷണവും നടത്തുന്നത്.

സൂര്യനിൽനിന്നുള്ള ദൂരത്തെ അടിസ്ഥാനമാക്കിയാൽ സൗരകുടുംബത്തിലെ നാലാമത്തെ ഗ്രഹമാണ് ചൊവ്വ. സൂര്യനിൽനിന്ന് ഏകദേശം 22.8 കോടി കിലോമീറ്റർ അകലെയാണ് ചൊവ്വ. ഭൂമിയിൽനിന്ന് ചൊവ്വയിലേക്ക് ഏകദേശം 7.8 കോടി കിലോമീറ്റർ ദൂരമുണ്ട്. ഗ്രഹത്തിലെ ഉപരിതല മണ്ണിൽ ഇരുമ്പിന്റെ സംയുക്തങ്ങൾ ധാരാളമുള്ളതുകൊണ്ട്

ഫോബസ് സ്പേസ് ക്രാഫ്റ്റ്

ചൊവ്വ പൊതുവെ ചുവന്ന നിറത്തിലാണ് കാണപ്പെടുന്നത്. ഗ്രഹത്തിന്റെ ചുവന്ന നിറം അതിന് റോമൻ യുദ്ധദേവതയുടെ (Mars) പേരു നല്കുന്നതിനും കാരണമായി. സൗരയൂഥത്തിലെ ആദ്യത്തെ നാലു ഗ്രഹങ്ങളുടെയും ഭൗതിക ഗുണങ്ങളിൽ വളരെയധികം സമാനതകളുണ്ട്. ഭൗമ ഗ്രഹങ്ങളെന്നാണ് ഈ ഗ്രഹങ്ങളെ വിളിക്കുന്നത്. ചൊവ്വയ്ക്കുമപ്പുറം ഔട്ടർ സോളാർ സിസ്റ്റത്തിലെ അംഗങ്ങളായ വ്യാഴം മുതൽ നെപ്ട്യൂൺ വരെയുള്ള ഗ്രഹങ്ങൾ വാതകഗോളങ്ങളാണ്. ഗ്രഹോപരിതലവും അന്തരീക്ഷവും തമ്മിൽ ഈ ഗ്രഹങ്ങളിൽ കൃത്യമായ വേർതിരിവുകളില്ല.

വളരെ നേർത്ത ഒരന്തരീക്ഷമാണ് ചൊവ്വയ്ക്കുള്ളത്. ഗ്രഹത്തിന്റെ വലിപ്പക്കുറവും (ഭൂമിയുടെ പകുതി മാത്രമാണ് ചൊവ്വയുടെ വ്യാസം). ഭൂമിക്കുള്ളതുപോലെയുള്ള ഒരു കാന്തികക്ഷേത്രത്തിന്റെ അഭാവവും കാരണം അന്തരീക്ഷ വാതകങ്ങളെ പിടിച്ചുനിർത്താൻ ചൊവ്വയ്ക്കു കഴിയുന്നില്ല. ഒരു കാലത്തുണ്ടായിരുന്ന കട്ടിയേറിയ അന്തരീക്ഷം ക്രമേണ നഷ്ടപ്പെട്ടുപോയതിന്റെ തെളിവുകൾ ഇതിനകം ലഭിച്ചിട്ടുണ്ട്. ഗ്രഹോപരിതലം കുന്നുകളും താഴ്വരകളും ഉൽക്കാ ഗർത്തങ്ങളും മരുഭൂമികളും അഗ്നിപർവ്വതങ്ങളും നിറഞ്ഞതാണ്. സൗരയൂഥത്തിലെ ഏറ്റവും ഉയരമുള്ള അഗ്നിപർവ്വതം 'ഒളിമ്പസ് മോൺസ്' ചൊവ്വയിലാണ്. എവറസ്റ്റ് കൊടുമുടിയുടെ മൂന്നിരട്ടി ഉയരമുണ്ടിതിന്. ചൊവ്വയുടെ ധ്രുവമേഖലയിൽ കട്ടികൂടിയ ഹിമാവരണവുമുണ്ട്.

6878 കിലോമീറ്റർ വ്യാസമുള്ള ചൊവ്വയ്ക്ക് ഭൂമിയുടെ 11 ശതമാനം

മാത്രമേ ഭാരമുള്ളൂ. ഭൂഗുരുത്വ ബലത്തിന്റെ 38 ശതമാനമാണ് ചൊവ്വയുടെ ഗുരുത്വബലം. നൂറു കിലോഗ്രാം ഭാരമുള്ള ഒരു ബഹിരാകാശ സഞ്ചാരി ചൊവ്വയിലെത്തിയാൽ അയാൾക്ക് 38 കിലോഗ്രാം ഭാരം മാത്രമേ അനുഭവപ്പെടൂ. 24 മണിക്കൂറും 39 മിനിട്ടും വേണം ചൊവ്വയ്ക്ക് സ്വയമൊന്നു തിരിയാൻ. ഭൂമിയുടെ ഒരു ദിവസത്തേക്കാൾ 40 മിനിട്ട് അധികമാണ് ചൊവ്വയിലെ ഒരു ദിവസത്തിന്റെ ദൈർഘ്യം. ചൊവ്വയ്ക്ക് സൂര്യനെ ചുറ്റുന്നതിന് 687 ഭൗമദിനങ്ങൾ വേണം. ഒരു ചൊവ്വാവർഷം ഭൗമവർഷത്തേക്കാൾ 322 ദിവസങ്ങൾ കൂടുതലാണെന്നർത്ഥം. ഗ്രഹത്തിലെ ശരാശരി താപനില -55 ഡിഗ്രി സെൽഷ്യസാണ്. എന്നാൽ, ഗ്രഹത്തിലെ താപവ്യതിയാനം വളരെ വലുതാണ്. മധ്യരേഖാ പ്രദേശത്ത് താപനില 80 ഡിഗ്രി സെൽഷ്യസ് വരെ വർദ്ധിക്കുമ്പോൾ ധ്രുവമേഖലയിൽ ഇത് -199 ഡിഗ്രി സെൽഷ്യസ് വരെ താഴും. അന്തരീക്ഷമില്ലാത്തതുതന്നെ കാരണം. ഭൂമിയുടേതുപോലെതന്നെ ചൊവ്വയുടെ കേന്ദ്രവും (Core) ഇരുമ്പുകൊണ്ടാണ് നിർമ്മിക്കപ്പെട്ടിരിക്കുന്നത്. മാന്റിലും ഉപരിതല പാളിയും സിലിക്കേറ്റ് പാറകളും ലോഹധാതുക്കളുംകൊണ്ട് സമ്പന്നമാണ്.

ചൊവ്വാ പര്യവേഷണത്തിന് നൂറ്റാണ്ടുകളുടെ പാരമ്പര്യമുണ്ട്. 1600 കളിൽ ദൂരദർശിനിയുടെ കണ്ടുപിടുത്തത്തോടെ ചൊവ്വാപര്യവേഷണവും ആരംഭിച്ചുവെന്നു പറയാം. ഗ്രഹത്തിന്റെ ചുവപ്പുനിറം നല്കുന്ന കൗതുകത്തിനു പുറമെ ഭൂമിയുമായുള്ള സാമീപ്യവും ജ്യോതിശാസ്ത്രജ്ഞരുടെ ഭാഷയിൽ പറഞ്ഞാൽ മാതൃനക്ഷത്രത്തിന്റെ വാസയോഗ്യമേഖലയിൽ (Habitable Zone) സ്ഥിതിചെയ്യുന്നുവെന്ന പ്രത്യേകതയും ചൊവ്വാപര്യവേഷണങ്ങളുടെ പ്രാധാന്യം വർദ്ധിപ്പിക്കുന്നുണ്ട്. ജീവൻ വളർന്നു വികസിക്കുന്നതിനാവശ്യമായ അനുകൂലനങ്ങൾ ഈ ഗ്രഹത്തിലുണ്ടോയെന്ന് പരിശോധിക്കുന്നതിനാണ് ഇതുവരെ നടന്നിട്ടുള്ള എല്ലാ ചൊവ്വാപര്യവേഷണങ്ങളും ഊന്നൽ കൊടുത്തിട്ടുള്ളത്. ഇരുപതാം നൂറ്റാണ്ടിന്റെ അവസാനത്തോടെ പര്യവേഷണ പേടകങ്ങൾ ചൊവ്വയുടെ ചുവന്ന മണ്ണിലിറങ്ങുകയും ധാതുഘടനയും ജലസാന്നിദ്ധ്യവും പരീക്ഷിച്ചറിയുകയും ചെയ്തു. ജീവൻ, അതിന്റെ ഏതെങ്കിലുമൊരു രൂപം കണ്ടെത്തുമെന്ന പ്രതീക്ഷയാണ് ഈ പരീക്ഷണങ്ങൾക്കെല്ലാമുള്ള ഊർജ്ജം പകർന്നുനല്കുന്നത്.

സാങ്കേതികവിദ്യയുടെ വികാസം ദൂരദർശിനികളിൽനിന്നും കൃത്രിമ ഉപഗ്രഹങ്ങളുപയോഗിച്ചുള്ള പര്യവേഷണങ്ങൾക്കു വഴിതെളിച്ചത് ഇരുപതാം നൂറ്റാണ്ടിന്റെ ഉത്തരാർദ്ധത്തിലാണ്. എന്നാൽ, ഗ്രഹാന്തര യാത്രകൾ വളരെ സങ്കീർണ്ണമാണ്. വിശേഷിച്ചും ചൊവ്വയിലേക്കുള്ള ഏഴര ക്കോടി കിലോമീറ്ററുകൾ അത്ര നിസ്സാര ദൂരമല്ല. നിലവിലുള്ള ഏറ്റവും നവീനമായ സാങ്കേതികവിദ്യയിൽ പ്രവർത്തിക്കുന്ന കൃത്രിമ ഉപഗ്രഹങ്ങൾക്കുപോലും ചൊവ്വയിലെത്താൻ കുറഞ്ഞത് എട്ടുമാസമെങ്കിലും ആവശ്യമാണ്. ചൊവ്വയിലേക്കുള്ള ദൂരവും ഗ്രഹാന്തര യാത്രയുടെ സമയക്കൂടുതലും ഉപഗ്രഹ വിക്ഷേപണത്തിന്റെ പരാജയസാദ്ധ്യത പലമടങ്ങ് വർദ്ധിപ്പിക്കുന്നുണ്ട്. മുൻകാല അനുഭവങ്ങൾ നല്കുന്ന പാഠവും അതു

ക്യൂരിയോസിറ്റി

തന്നെയാണ്. ഇതുവരെ നടത്തിയിട്ടുള്ള ചൊവ്വാപര്യവേഷണ ദൗത്യങ്ങളിൽ മൂന്നിൽ രണ്ടും പരാജയമായിരുന്നുവെന്നാണ് യാഥാർത്ഥ്യം.

1960 കളിൽ സോവിയറ്റ് യൂണിയനാണ് ചൊവ്വാപര്യവേഷണ രംഗത്തേയ്ക്ക് ആദ്യം കാലെടുത്തുവച്ചത്. 1960 ഒക്ടോബറിൽ കോറബ്ൾ-4, കോറബ്ൾ-5 ഇരട്ട ഉപഗ്രഹ വിക്ഷേപണത്തോടെയാണ് സോവിയറ്റ് യൂണിയൻ ചൊവ്വാ പര്യവേഷണത്തിന് തുടക്കംകുറിച്ചത്. എന്നാൽ, ഈ ദൗത്യം പരാജയമായിരുന്നു. പിന്നീട് 1962 ഒക്ടോബർ 24ന് വിക്ഷേപിച്ച മാർസ് 1962 എ-യും അതേവർഷം ഡിസംബറിൽ തന്നെ വിക്ഷേപിച്ച മാർസ് 1962 ബി-യും പരാജയത്തിൽ തന്നെ കലാശിച്ചു. ഇതിനിടെ 1962 നവംബർ 1ന് വിക്ഷേപിച്ച 1962 ബീറ്റാ ന്യൂ-1 പേടകം ചൊവ്വയുടെ ഏകദേശം 11,000 കിലോമീറ്റർ വരെ അരികിലെത്തുകയും ഗ്രഹത്തിലെ ഉൽക്കാഗർത്തങ്ങളുടെ ചിത്രങ്ങളെടുക്കുകയും ചെയ്തു. ഗ്രഹാന്തരീക്ഷത്തിലെ കോസ്മിക് കിരണങ്ങളുടെ പ്രവർത്തനങ്ങളെക്കുറിച്ചും ഗ്രഹത്തിന്റെ കാന്തിക ക്ഷേത്രത്തെക്കുറിച്ചും ചില സൂചനകൾ നല്കുന്നതിനും ഈ ദൗത്യത്തിന് കഴിഞ്ഞു. 1963ൽ ആന്റിനകളുടെ തകരാറുകാരണം ഗ്രൗണ്ട് സ്റ്റേഷനുമായുള്ള ബന്ധം നഷ്ടപ്പെട്ടതോടെ ഈ ദൗത്യം ഉപേക്ഷിക്കുകയാണുണ്ടായത്. പിന്നീട് 1964 ജൂൺ 24 ന് വിക്ഷേപിക്കപ്പെട്ട സോൺഡ് 1964 എ-യും അതേവർഷം നവംബർ 30 ന് വിക്ഷേപിച്ച സോൺഡ് 2-ഉം പരാജയപ്പെട്ടു. വിജയവും പരാജയവുമായി നിരവധി ചൊവ്വാപര്യവേഷണ ദൗത്യങ്ങൾ 1970കളുടെ അവസാനം വരെ സോവിയറ്റ് യൂണിയൻ നടത്തി.

മാറിനർ ദൗത്യങ്ങളോടുകൂടിയാണ് അമേരിക്കയുടെ ചൊവ്വാ പര്യവേഷണ ദൗത്യങ്ങൾ ആരംഭിച്ചത്. 1964ൽ ജെറ്റ് പ്രൊപൽഷൻ ലബോറട്ടറിയിൽ നിർമ്മിച്ച മാറിനർ-3, മാറിനർ-4 പേടകങ്ങളുടെ വിക്ഷേപണ

ത്തോടെ നാസ ചൊവ്വാപര്യവേഷണ രംഗത്ത് സാന്നിദ്ധ്യമറിയിച്ചു. 1964 നവംബർ 5 നാണ് മാറിനർ-3 വിക്ഷേപിച്ചത്. വിക്ഷേപണം പരാജയമായിരുന്നു. തുടർന്ന് 1964 നവംബർ 28 ന് വിക്ഷേപിച്ച മാറിനർ-4 വിജയിച്ചു. ഏഴര മാസത്തെ ഗ്രഹാന്തര യാത്രയ്ക്കൊടുവിൽ 1965 ജൂലൈ 14 ന് മാറിനർ-4 ചുവന്ന ഗ്രഹത്തിനടുത്തെത്തി. ആദ്യമായി സൗരയൂഥത്തിൽ, ഭൂമിക്കു വെളിയിലുള്ള മറ്റൊരു ഗ്രഹത്തിന്റെ ക്ലോസ്-അപ് ചിത്രങ്ങൾ ഭൂമിയിലേക്കയച്ചത് മാറിനർ-4 ആണ്. പേടകത്തിലുണ്ടായിരുന്ന വീഡിയോ ടേപ് റിക്കോർഡറിൽ ചൊവ്വയിലെ ഏതാനും ഉൽക്കാ ഗർത്തങ്ങളുടെ ചിത്രങ്ങൾ റെക്കോർഡു ചെയ്തു. ഗ്രഹത്തിന്റെ അന്തരീക്ഷ മർദ്ദത്തെക്കുറിച്ചും താപനിലയെക്കുറിച്ചും ആദ്യമായി വിവരങ്ങൾ ശേഖരിച്ചതും മാറിനർ-4 ആണ്. ചൊവ്വയ്ക്കു ചുറ്റും ഭൂമിക്കുള്ളതുപോലെ ഒരു കാന്തിക ക്ഷേത്രമില്ലെന്നും കോസ്മിക് കിരണങ്ങളുടെ ഒരു ബെൽറ്റ് രൂപപ്പെട്ടിട്ടില്ലെന്നും കണ്ടെത്തിയത് ഈ ദൗത്യത്തിലാണ്. ഇത് ഭാവിയിലെ ചൊവ്വാ പര്യവേഷണങ്ങൾക്കു പകർന്ന ഊർജ്ജം ചെറുതൊന്നുമല്ല.

നാസ മാറിനർ ദൗത്യങ്ങൾ തുടർന്നുകൊണ്ടിരുന്നു. 1969ൽ മാറിനർ-6, മാറിനർ-7 പേടകങ്ങൾ വിക്ഷേപിക്കപ്പെട്ടു. മാറിനർ-9 ചൊവ്വയുടെ ഭ്രമണപഥത്തിൽ പ്രവേശിക്കുകയും ആ ബഹുമതി കരസ്ഥമാക്കുന്ന ആദ്യ പേടകമാവുകയും ചെയ്തു. ഇതിനിടെ വിക്ഷേപിച്ച മാറിനർ -8 പരാജയപ്പെടുകയുമുണ്ടായി. ചൊവ്വയുടെ സ്വാഭാവിക ഉപഗ്രഹങ്ങളായ ഫോബോസിന്റെയും ഡെയ്മോസിന്റെയും ചിത്രങ്ങളെടുത്ത ആദ്യ പേടകവും മാറിനർ-9 ആയിരുന്നു. സൗരയൂഥത്തിലെ ഏറ്റവും വലിയ അഗ്നിപർവ്വതമായ ഒളിമ്പസ് മോൺസിന്റെ ചിത്രമെടുത്തതും മാറിനർ-9 ദൗത്യമാണ്. 27 കിലോമീറ്ററിലധികം ഉയരമുണ്ട് ഈ അഗ്നിപർവ്വതത്തിന്.

1975 ലാണ് നാസ വൈക്കിംഗ് ദൗത്യങ്ങൾ ആരംഭിച്ചത്. ചുവന്ന മണ്ണിൽ ജീവന്റെ തുടിപ്പുകൾ തിരയാനാരംഭിച്ചത് വൈക്കിംഗ് ദൗത്യത്തോടെയാണ്. 1975 ൽ വിക്ഷേപിക്കപ്പെട്ട വൈക്കിംഗ്-1, വൈക്കിംഗ്-2 പേടകങ്ങൾക്കാണ് ചൊവ്വയിലിറങ്ങിയ ആദ്യ പേടകമെന്ന ബഹുമതി ലഭിച്ചത്. ചൊവ്വയിലെ നീർച്ചാലുകളുടെ അടയാളങ്ങൾ ആദ്യമായി ശാസ്ത്രലോകത്തെത്തിച്ചതും ഈ പേടകങ്ങളാണ്. പിന്നീട് വാർത്തകളിൽ നിറഞ്ഞുനിന്ന ചൊവ്വാ പര്യവേഷണ ദൗത്യമായിരുന്നു 1997 ജൂലൈ 4 ന് ചൊവ്വയിലിറങ്ങിയ നാസയുടെ മാർസ് പാത്ത് ഫൈൻഡർ. ഒരു റോവറും പേടകത്തോടൊപ്പമുണ്ടായിരുന്നു. 10.6 കിലോഗ്രാം ഭാരമുള്ള ഈ റോബോട്ട് നിയന്ത്രിത വാഹനത്തെ സൊജോർണർ (Sojourner) എന്നാണ് നാസ വിളിച്ചത്. ചൊവ്വയുടെ മണ്ണിലൂടെ സഞ്ചരിച്ച ആദ്യവാഹനമെന്ന ബഹുമതിയും സൊജോർണറിന് സ്വന്തമാണ്. നിരവധി ശാസ്ത്രീയ പരീക്ഷണങ്ങൾ ചൊവ്വയിൽ വച്ചു നടത്തിയ പാത്ത് ഫൈൻഡർ, ഭാവിയിലെ ചൊവ്വാ ദൗത്യങ്ങൾക്കുള്ള 'എയർബാഗ് ലാൻഡിംഗ് സിസ്റ്റം' വിജയകരമായി പരീക്ഷിക്കുകയും ചെയ്തു. ഇപ്പോൾ ചൊവ്വയിൽ പരീക്ഷണങ്ങൾ നടത്തിക്കൊണ്ടിരിക്കുന്ന ക്യൂരിയോസിറ്റി റോവറും ലാൻഡ്

ചെയ്തത് ഇതേ സങ്കേതമുപയോഗിച്ചാണ്.

ചൊവ്വ

1992ൽ പരാജയപ്പെട്ട മാർസ് ഒബ്സർവർ ഓർബിറ്ററി ദൗത്യത്തെത്തുടർന്ന് നാസ വിക്ഷേപിച്ച മാർസ് ഗ്ലോബൽ സർവെയർ വിജയമായിരുന്നു. 1996 നവംബർ 7നാണ് ഈ വിക്ഷേപണം നടന്നത്. 1999 മുതൽ പേടകം ചുവന്ന ഗ്രഹത്തിന്റെ ചിത്രങ്ങൾ അയക്കാനാരംഭിച്ചു. ഗ്രഹത്തിന്റെ ധ്രുവീയ ഭ്രമണപഥമാണ് ഉപഗ്രഹം സ്വീകരിച്ചത്. വളരെ താഴ്ന്ന ഭ്രമണപാതയിൽ സഞ്ചരിച്ച ഈ പേടകമാണ് ഗ്രഹത്തിന്റെ അന്തരീക്ഷത്തെക്കുറിച്ചും ഉപരിതലത്തെക്കുറിച്ചും ഏറ്റവും ആധികാരികമായ വിവരങ്ങൾ നല്കിയത്. ചൊവ്വയുടെ ധ്രുവപ്രദേശങ്ങളിലെ ജലസാന്നിദ്ധ്യത്തെക്കുറിച്ച് ആദ്യമായി വ്യക്തമായ ചിത്രം നല്കിയതും മാർസ് ഗ്ലോബൽ സർവെയർ ദൗത്യമാണ്. 2001ൽ നാസയുടെ മാർസ് ഒഡീസി ചൊവ്വയിലെത്തി. ഗ്രഹത്തിലെ ജലസാന്നിദ്ധ്യത്തിനു തെളിവുകൾ തേടുകയായിരുന്നു ദൗത്യത്തിന്റെ ലക്ഷ്യം. 2002ൽ പേടകത്തിൽ സജ്ജീകരിച്ചിരുന്ന അനുബന്ധ ഉപകരണങ്ങളായ ഗാമാറേ സ്പെക്ട്രോമീറ്ററും ന്യൂട്രോൺ സ്പെക്ട്രോമീറ്ററും ചേർന്ന് ഗ്രഹത്തിൽ വലിയ തോതിലുള്ള ഹൈഡ്രജൻ സാന്നിദ്ധ്യം കണ്ടെത്തി. അടുത്തിടെ ബുധനിൽ ജലസാന്നിദ്ധ്യം ഉറപ്പുവരുത്തിയ 'ന്യൂട്രോൺ സ്പെക്ട്രോഗ്രാഫി' എന്ന സാങ്കേതികവിദ്യ ഉപയോഗിച്ചാണ് ഈ കണ്ടെത്തലും നടത്തിയത്. ഗ്രഹത്തിലെ ധ്രുവമേഖലയിൽ മണ്ണിനടിയിൽ മൂന്നുമീറ്റർ ആഴത്തിൽ വലിയ അളവിൽ ജലസാന്നിദ്ധ്യമുണ്ടെന്നുള്ള വിവരമാണ് മാർസ് ഒഡീസി ദൗത്യം ശാസ്ത്രലോകത്തിനു നല്കിയത്.

2003 ജൂൺ 2ന് യൂറോപ്യൻ സ്പേസ് ഏജൻസിയുടെ എക്സ്പ്രസ് വിക്ഷേപിക്കപ്പെട്ടു. പേടകത്തോടൊപ്പമുണ്ടായിരുന്ന ബീഗിൾ-2 എന്ന മാർസ് ലാൻഡർ ഗ്രഹോപരിതലം തുരന്നു പരീക്ഷണം നടത്തി. ഗ്രഹത്തിന്റെ ധ്രുവമേഖലയിലെ ജലസാന്നിദ്ധ്യം ഉറപ്പുവരുത്തുന്നതിന് ഈ ദൗത്യത്തിലൂടെ കഴിഞ്ഞു. പിന്നീട് 2005 ഓഗസ്റ്റ് 1 ന് നാസ വിക്ഷേപിച്ച വിവിധോദ്ദേശ്യ പര്യവേഷണ പേടകമായിരുന്നു മാർസ് റെക്കനൈസൻസ് ഓർബിറ്റർ (MRO). ലോക്ഹീഡ് മാർട്ടിൻ കോർപറേഷൻ നിർമ്മിച്ച ഈ പേടകത്തിന്റെ നിർമ്മാണച്ചെലവുമാത്രം 72 കോടി അമേരിക്കൻ ഡോളറാണ്. 2006 മാർച്ച് 10ന് പേടകം ചൊവ്വയുടെ ഭ്രമണപഥ

ത്തിൽ പ്രവേശിച്ചു. ഗ്രഹത്തിലെ ജലസാന്നിദ്ധ്യം, ധാതുക്കളെക്കുറിച്ചുള്ള പഠനം എന്നിവയ്ക്കു പുറമെ കാലാവസ്ഥയും അന്തരീക്ഷസ്ഥിതിയും അപഗ്രഥിക്കുകയും ഭാവിയിലെ വിക്ഷേപണങ്ങൾക്കുള്ള ലാന്റിംഗ് സൈറ്റുകൾ കണ്ടെത്തുകയും പുതിയ വാർത്താവിനിമയ സംവിധാനങ്ങൾ പരീക്ഷിച്ചറിയുകയും ചെയ്യുന്നതും ഈ ദൗത്യത്തിന്റെ ലക്ഷ്യങ്ങളിൽ പെടുന്നു.

2004 ജനുവരിയിൽ നാസയുടെ ഇരട്ട സ്പേസ്ക്രാഫ്റ്റുകളായ സ്പിരിറ്റും ഓപ്പർച്യുണിറ്റിയും ചൊവ്വയിലെത്തി. പൂർണ്ണ വിജയമായിരുന്നു ഈ ദൗത്യം. 2010വരെ സ്പിരിറ്റ് ചൊവ്വയിൽനിന്ന് വിവരങ്ങൾ ശേഖരിക്കുകയും ഗ്രൗണ്ട് സ്റ്റേഷനിലേക്കയക്കുകയും ചെയ്തു. 67ജ ചറ്യുമോവ്-ഗെരാസിമെൻകോ എന്ന വാൽ നക്ഷത്രത്തിലേക്ക് യൂറോപ്യൻ യൂണിയൻ വിക്ഷേപിച്ച റോസെറ്റ എന്ന ബഹിരാകാശ പേടകം 2007 ഫെബ്രുവരി 25ന് ചൊവ്വയുടെ 250 കിലോമീറ്റർ അരികിലൂടെ കടന്നുപോവുകയും നിരവധി ചിത്രങ്ങളെടുക്കുകയും ചെയ്തു. പിന്നീട് 2009 ഫെബ്രുവരിയിൽ നാസയുടെ ഡോൺ പേടകവും ചൊവ്വയുടെ സമീപത്തുകൂടി കടന്നുപോയിരുന്നു. 2011 നവംബർ 8ന് റഷ്യയുടെ റോസ്കോസ്മോസ് വിക്ഷേപിക്കപ്പെട്ടു. ഫോബോസ്-ഗ്രണ്ട് എന്നാണീ ദൗത്യം അറിയപ്പെട്ടത്. ചൊവ്വയുടെ സ്വാഭാവിക ഉപഗ്രഹമായ ഫോബോസിൽനിന്നും പാറകളുടെ ചില സാമ്പിളുകൾ ശേഖരിക്കാൻ ഈ ദൗത്യത്തിനു കഴിഞ്ഞു. അതുകൂടാതെ ചൈനയുടെ യിങ്ഹ്യൂ-1 പേടകത്തെ ചൊവ്വയുടെ ഭ്രമണപഥത്തിലെത്തിക്കുന്നതിനും ഈ വിക്ഷേപണത്തിൽ സാധിച്ചു. യിങ്ഹ്യൂ-1 ദൗത്യം പരാജയപ്പെടുകയാണുണ്ടായത്.

2011 നവംബർ 26 ന് വിക്ഷേപിക്കപ്പെട്ട മാർസ് സയൻസ് ലാബിലെ മാർസ് റോവർ ക്യൂരിയോസിറ്റി 2012 ഓഗസ്റ്റ് 6ന് ചൊവ്വയിലിറങ്ങി. എട്ടുമാസത്തെ തുടർച്ചയായ യാത്രയ്ക്കൊടുവിലാണ് ക്യൂരിയോസിറ്റി ചൊവ്വയിലെത്തുന്നത്. ഗ്രഹത്തിലെ ജീവന്റെ തുടിപ്പുകൾ തിരയുകയാണ് ദൗത്യത്തിന്റെ ലക്ഷ്യം. ചൊവ്വയിലെ 350 കോടി വർഷം പ്രായമുള്ള ഉൽക്കാ ഗർത്തമായ ഗേയൽ ക്രാറ്ററിലെ അയോളിസ് പാലസ് എന്നു പേരിട്ടിരിക്കുന്ന പ്രദേശത്താണ് ക്യൂരിയോസിറ്റി ഇറങ്ങിയത്. നിരവധി ചൊവ്വാ ചിത്രങ്ങൾ ക്യൂരിയോസിറ്റി ഭൂമിയിലേക്കയച്ചുകൊണ്ടിരിക്കുന്നുണ്ട്. 687 ഭൗമദിനങ്ങൾ ക്യൂരിയോസിറ്റി ചൊവ്വയിൽ പര്യവേഷണം നടത്തും.

ഭാവി ദൗത്യങ്ങൾ

ചൊവ്വയുടെ അന്തരീക്ഷഘടന വിശദമായി പഠിക്കാൻ 2013 നവംബറിൽ നാസ വിക്ഷേപിക്കാനൊരുങ്ങുന്ന ചൊവ്വാപര്യവേഷണ പേടകമാണ് മവെൻ. ലോക്ഹീഡ് മാർട്ടിൻ കമ്പനി നിർമ്മിച്ച ഈ സ്പേസ്ക്രാഫ്റ്റിൽ 450 ഗാലൺ ഹൈഡ്രാസിൻ ഇന്ധനമായി ഉപയോഗിക്കുന്നുണ്ട്. ചൊവ്വയുടെ നേർത്ത അന്തരീക്ഷത്തിന്റെ ഘർഷണം സമർത്ഥമായി ഉപയോഗിച്ച് പേടകത്തെ നിശ്ചിത ഭ്രമണപഥത്തിൽ (Science Orbit) നിലനിർത്തുന്ന എയ്റോ ബ്രേക്കിംഗ് സാങ്കേതികവിദ്യ ആദ്യമാ

മാർസ് റോവർ

യി ഉപയോഗിക്കുന്ന കൃത്രിമ ഉപഗ്രഹമായിരിക്കും മാവെൻ. യൂറോപ്യൻ യൂണിയനുമായി ചേർന്നു നടത്താനുദ്ദേശിച്ചിരുന്ന രണ്ടു ബഹിരാകാശ പദ്ധതികൾ ഉപേക്ഷിച്ചാണ് നാസ മാവെൻ ദൗത്യവുമായി മുന്നോട്ടുപോകുന്നത്. 2013 നവംബറിൽ തന്നെയാണ് ഇന്ത്യൻ സ്പേസ് റിസർച്ച് ഓർഗനൈസേഷന്റെ മംഗൾയാൻ ബഹിരാകാശ പേടകവും ചൊവ്വയിലേക്കുള്ള യാത്രയാരംഭിച്ചത്. ലോകത്തിലെ തന്നെ ഏറ്റവും വിശ്വസനീയമായ ഉപഗ്രഹ വിക്ഷേപണസംവിധാനം സ്വന്തമായുള്ള ഐ എസ് ആർ ഒ യുടെ പി എസ് എൽ വി. റോക്കറ്റുപയോഗിച്ചാണ് മംഗൾയാൻ വിക്ഷേപിച്ചത്. 500 കിലോഗ്രാം ഭാരമുള്ള ഈ പേടകം 300 ഭൗമദിനങ്ങൾ ചൊവ്വയിൽ പര്യവേഷണം നടത്തും. ചൊവ്വാവാഹനം എന്നതിനു തുല്യമായ ഹിന്ദി വാക്കാണ് മംഗൾയാൻ. 454 കോടി രൂപയാണ് പദ്ധതിയുടെ ആകെ ചെലവ്. മനുഷ്യനെയും വഹിച്ചുകൊണ്ടുള്ള ചൊവ്വായാത്രകൾക്ക് വഴിയൊരുക്കുകയാണ് മംഗൾയാൻ വിക്ഷേപണത്തിന്റെ ഉദ്ദേശ്യം. വിക്ഷേപണം വിജയമായാൽ ചൊവ്വാദൗത്യം നടത്തുന്ന ലോകത്തിലെ മൂന്നാമത്തേയും ഏഷ്യയിലെ ആദ്യത്തെയും രാജ്യമാകും ഇന്ത്യ. ഇതിനെത്തുടർന്ന് ചൊവ്വയുടെ ആന്തരഘടന അപഗ്രഥിക്കുന്നതിനായി നാസ വിക്ഷേപിക്കാനൊരുങ്ങുന്ന ചൊവ്വാപര്യവേഷണ ദൗത്യമാണ് ഇൻസൈറ്റ് (Insight). 2016 ലാണ് ഇൻസൈറ്റിന്റെ വിക്ഷേപണം പദ്ധതിയിട്ടിരിക്കുന്നത്. 2016 ൽത്തന്നെയാണ് യൂറോപ്യൻ സ്പേസ് ഏജൻസിയും റഷ്യൻ ഫെഡറൽ സ്പേസ് ഏജൻസിയും ഒരുമിച്ചുള്ള ചൊവ്വാപര്യവേഷണ പേടകം ട്രേയ്സ് ഗ്യാസ് ഓർബിറ്റർ വിക്ഷേപണവും.

മനുഷ്യന്റെ ചൊവ്വാ യാത്രകൾ

ചൊവ്വയിലേക്കുള്ള മനുഷ്യന്റെ യാത്രകൾക്ക് ഒരു കൗതുകത്തിനപ്പുറം മറ്റൊരു പ്രാധാന്യവുമില്ലെന്ന് വാദിക്കുന്നവരാണ് ജ്യോതിശാസ്ത്രജ്ഞരിൽ ഭൂരിഭാഗവും. ഏഴരക്കോടി കിലോമീറ്റർ യാത്രചെയ്ത് ചൊവ്വയിലെത്തുന്ന മനുഷ്യന് ചെയ്യാൻ കഴിയുന്നതിലും അധികം കാര്യങ്ങൾ സൂക്ഷ്മമായും കൃത്യമായും ചെയ്യാൻ റോബോട്ടുകൾക്കു കഴിയുമെന്നിരിക്കെ ഇത്തരമൊരു യാത്രയുടെ പ്രസക്തിയാണിവിടെ ചോദ്യംചെയ്യപ്പെടുന്നത്. അതുമാത്രമല്ല, ചൊവ്വയിൽ സൂക്ഷ്മ ജീവികൾ നിലനില്ക്കുന്നുണ്ടെങ്കിൽ അണുപ്രസരണമേറ്റ ബഹിരാകാശ സഞ്ചാരി ഭൂമിയിലേക്കു വഹിച്ചുകൊണ്ടുവരുന്ന ഇത്തരം സൂക്ഷ്മജീവികൾ ഇവിടെ, ഭൂമിയിൽ മാരകമായ പകർച്ച വ്യാധികൾക്കും ജീവന്റെ ഉന്മൂല നാശത്തിനുതന്നെയും കാരണമായേക്കാം. അതുകൊണ്ടുതന്നെ യന്ത്രമനുഷ്യരെ ഉപയോഗിച്ചുള്ള പര്യവേഷണങ്ങളാണ് അഭികാമ്യം. യൂറോപ്യൻ സ്പേസ് ഏജൻസിയും ഐ എസ് ആർ ഒ യും 2030 നും 2035 നുമിടയിൽ ചൊവ്വയിൽ മനുഷ്യനെ എത്തിക്കുമെന്ന് പ്രഖ്യാപിച്ചിട്ടുണ്ട്. ആദ്യ ചാന്ദ്രയാത്രയ്ക്കു മുൻപും ഇത്തരം ഭീതിപ്പെടുത്തുന്ന പരാമർശങ്ങൾ ചില ജ്യോതിശാസ്ത്രജ്ഞർ നടത്തിയിരുന്നു. അതുകൊണ്ടുതന്നെ സൂക്ഷ്മജീവികളുടെ ആക്രമണത്തെ ഭയപ്പെടേണ്ടെന്നു കരുതുന്ന ജ്യോതി ശാസ്ത്രജ്ഞരാണ് ചൊവ്വായാത്രകൾക്ക് ചുക്കാൻ പിടിക്കുന്നത്. ഇപ്പോൾ നിർമ്മാണത്തിലിരിക്കുന്ന നാസയുടെ ഒറിയൺ സ്പേസ്ക്രാഫ്റ്റ് ഉപയോഗിച്ച് 2020ൽ ചന്ദ്രനിലേക്കും 2037ൽ ചൊവ്വയിലേക്കും മനുഷ്യനെ അയക്കാനാണ് അമേരിക്കയുടെ പദ്ധതി.

വെല്ലുവിളികൾ

ചൊവ്വയിലേക്കുള്ള ദൂരം തന്നെയാണ് പ്രധാന വെല്ലുവിളി. മനുഷ്യനെ വഹിച്ചുകൊണ്ടുപോകുന്ന പേടകങ്ങളുടെ ഭാരക്കൂടുതൽ കാരണം നിലവിൽ ചൊവ്വാ പര്യവേഷണപേടകങ്ങൾ സഞ്ചരിക്കുന്ന വേഗതയിൽ സഞ്ചരിക്കാൻ ഇപ്പോഴുള്ള കെമിക്കൽ പ്രൊപൽഷൻ സിസ്റ്റമുപയോഗിച്ച് സാധിക്കില്ല. ഒരുപക്ഷേ ചൊവ്വാഗ്രഹം മനുഷ്യനുണ്ടാക്കുന്ന ഏറ്റവും വലിയ ദോഷവും (Mars Curse) ഈ ഭാരക്കൂടുതൽ തന്നെയാണ്. ഗവേഷണം പുരോഗമിച്ചുകൊണ്ടിരിക്കുന്ന ന്യൂക്ലിയർ എൻജിനുകൾ യാഥാർത്ഥ്യമാകുന്നതോടെ ചൊവ്വയിലേക്കുള്ള മനുഷ്യന്റെ യാത്രകൾ- അതൊരു കൗതുകത്തിനുവേണ്ടി മാത്രമാണെങ്കിൽ പോലും- സുഗമമാകും. ഭൂമി ജീവന്റെ ഗർഭഗൃഹമാണ്. എന്നാൽ, എപ്പോഴും ജീവന് ഗർഭപാത്രത്തിൽ തന്നെ കഴിയാനാവില്ലല്ലോ!

23

ചൊവ്വയിൽ തിരയിളക്കം

"The luminous world is that which we do not see. Our eyes of flesh see only night"

-Victor Hugo

യൂറോപ്യൻ സ്പേസ് ഏജൻസിയുടെ ചൊവ്വാ പര്യവേക്ഷണ പേടകമായ മാർസ് എക്സ്പ്രസ് ഓർബിറ്റർ ചുവന്ന ഗ്രഹത്തിന്റെ ഉപരിതലത്തിനു കീഴിൽ നാനൂറ് കോടി വർഷം മുമ്പുണ്ടായിരുന്ന സമുദ്രത്തിന്റെ അടയാളങ്ങൾ തിരിച്ചറിഞ്ഞു. നാനൂറ് കോടി വർഷങ്ങൾക്കു മുമ്പ് ചൊവ്വാ ഗ്രഹത്തിന്റെ താപനില ഇന്നത്തേക്കാൾ ഉയർന്നതും ജലത്തെ ദ്രാവകാവസ്ഥയിൽ നിലനിർത്താൻ പര്യാപ്തവുമായിരുന്നു. അതുകൂടാതെ, മുന്നൂറ് കോടി വർഷങ്ങൾക്കു മുമ്പ് ഒരു വലിയ ധൂമകേതു പതിച്ചതു വഴിയുണ്ടായ ഒരു കൊച്ചു സമുദ്രത്തിന്റെ അടയാളങ്ങളും ചൊവ്വയിൽ കണ്ടെത്തിക്കഴിഞ്ഞിട്ടുണ്ട്. ധൂമകേതുവിന്റെ ആക്രമണം ധ്രുവമേഖലയിലെ മഞ്ഞുരുകാൻ ഇടയാക്കിയതാണ് ഈ കൊച്ചുസമുദ്രത്തിന്റെ പിറവിക്ക് കാരണമായത്. മാർസ് പ്രോബിൽ ഘടിപ്പിച്ചിട്ടുള്ള മാർസിസ് (MARSIS) റഡാറാണ് ഈ പ്രാചീന സമുദ്രത്തിന്റെ അടയാളങ്ങൾ ഒപ്പിയെടുത്തിരിക്കുന്നത്. രണ്ടുവർഷം തുടർച്ചയായി ചൊവ്വാഗ്രഹത്തിന്റെ വടക്കൻ സമതലത്തിൽ നടത്തിയ പരീക്ഷണങ്ങളെ തുടർന്നാണ് ശാസ്ത്രസംഘം പുതിയ കണ്ടെത്തൽ വാർത്ത പുറത്തുവിട്ടിരിക്കുന്നത്. ഈ പ്രദേശത്തെ മണ്ണിന്റെ താഴ്ന്ന സാന്ദ്രതയാണ് ശാസ്ത്രജ്ഞരെ ആകർഷിച്ചത്. ഹിമം നിറഞ്ഞ അവസാദപാളികൾ കൊണ്ടാണ് ഈ പ്രദേശം നിർമ്മിക്കപ്പെട്ടിരിക്കുന്നത്. ഒരുകാലത്ത് നിറഞ്ഞുനിന്ന സമുദ്രത്തിന്റെ സാദ്ധ്യതയിലേക്കാണ് ഇതു വിരൽചൂണ്ടുന്നത്. മാർസിസിൽ നിന്നു ലഭിച്ച വിവരങ്ങൾ അപഗ്രഥിക്കുന്നതിലൂടെ ഗ്രഹോപരിതലത്തിൽ

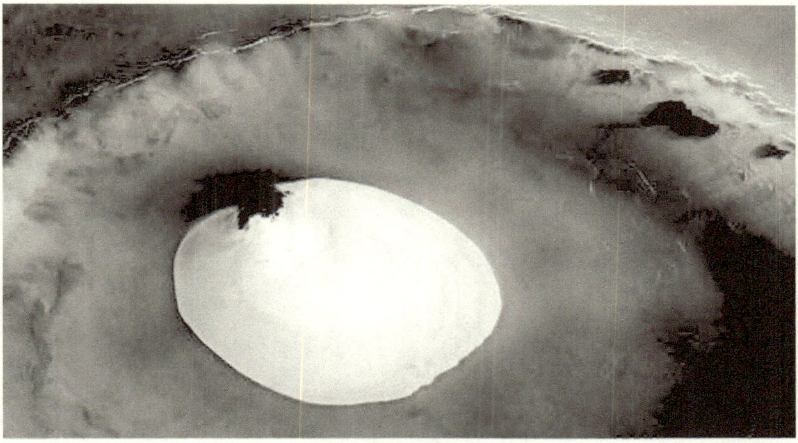

ചൊവ്വ ധ്രുവമേഖല

നിന്നും 200 അടി താഴ്ചയിൽ മണ്ണിന്റെ സാന്ദ്രതയും ലവണത്വവും പരിശോധിക്കാൻ കഴിയുന്നുണ്ട്. അവസാദങ്ങൾ കാണിക്കുന്ന താഴ്ന്ന സാന്ദ്രതയും കുറഞ്ഞതോതിലുള്ള റഡാർ സംവേദനക്ഷമതയും ഭൂതകാലത്തെ സമുദ്രസാന്നിദ്ധ്യത്തിന്റെ സൂചന തന്നെയാണ്. ചൊവ്വയിലെ ജലസാന്നിധ്യത്തെക്കുറിച്ചുള്ള ഏറ്റവും ശക്തമായ തെളിവാണ് മാർസിസ് നല്കുന്നത്.

ഏകദേശം പത്തുലക്ഷം വർഷം നിലനിന്നിരുന്ന ഈ സമുദ്രത്തിന്റെ ഏറിയപങ്കും ബാഷ്പീകരിക്കപ്പെടുകയും ബാക്കി ഭാഗം ഉറച്ച് ഹിമപാളികളായി മണ്ണിനടിയിൽ പെട്ടുപോവുകയുമാണ് ഉണ്ടായത്. ഈ കുറഞ്ഞ കാലയളവിനുള്ളിൽ ജലത്തിൽ ജീവനുണ്ടാകാനുള്ള സാദ്ധ്യത വിരളമാണെങ്കിലും പൂർണ്ണമായി തള്ളിക്കളയാനാവില്ല. ചൊവ്വയുടെ അന്തരീക്ഷം വളരെ നേർത്തതും ഗുരുത്വബലം ഭൂമിയേക്കാൾ കുറവുമായതുകൊണ്ട് ഗ്രഹോപരിതലത്തിൽ ജലത്തെ ദ്രാവകാവസ്ഥയിൽ നിലനിർത്താൻ കഴിയില്ല. എന്നാൽ, ഗ്രഹരൂപീകരണ വേളയിലെ സ്ഥിതി ഇതിൽ നിന്നും ഏറെ വ്യത്യസ്തമാണ്. കട്ടികൂടിയ അന്തരീക്ഷവും ഉയർന്ന താപനിലയും ചൊവ്വയുടെ ഉപരിതലത്തിൽ ഒഴുകുന്ന ജലത്തെ നിലനിർത്താൻ പര്യാപ്തമായിരുന്നു. പിന്നീട് അവ ക്രമേണ നഷ്ടപ്പെടുകയാണുണ്ടായത്. എന്നാൽ, ഏകദേശം പതിനായിരം വർഷങ്ങൾക്കു മുമ്പ് ഗ്രഹത്തിന്റെ അച്ചുതണ്ടിന്റെ ചാഞ്ചാട്ടം കാരണമുണ്ടായ ചരിവ് ധ്രുവപ്രദേശങ്ങളിൽ കൂടുതൽ സൂര്യപ്രകാശം പതിക്കുന്നതിനും അത് ധ്രുവമേഖലയിലെ മഞ്ഞുരുക്കത്തിനും കാരണമായി. കാർബൺഡയോക്സൈഡ് നിറഞ്ഞ ഹിമപാളികൾ ഉരുകുന്നത് ഗ്രഹാന്തരീക്ഷത്തിൽ കാർബൺഡയോക്സൈഡ് വാതകം വ്യാപിക്കുന്നതിനും അന്തരീക്ഷത്തിന്റെ കട്ടി വർദ്ധിപ്പിക്കുന്നതിനും ഇടയാക്കുന്നുണ്ട്. ഇത് ഗ്രഹത്തിന്റെ മധ്യ

ചൊവ്വ ഉപരിതലം

രേഖാ പ്രദേശത്ത് ജലത്തെ ദ്രാവകാവസ്ഥയിൽ നിലനിർത്താൻ കാരണമാകും. അതിനർത്ഥം ഇനി അധികനാൾ ചൊവ്വയെ വരണ്ടുണങ്ങിയ ഗ്രഹമായി കാണാൻ കഴിയില്ലെന്നു തന്നെയാണ്.

2011 ഡിസംബറിൽ ആസ്ട്രേലിയയിൽ നടത്തിയ ആസ്ട്രോബയോളജിസ്റ്റുകളുടെ സമ്മേളനം ചൊവ്വാഗ്രഹത്തിന്റെ മൂന്നുശതമാനം ഭാഗം വാസയോഗ്യമേഖല (Habitable Zone) യാണെന്നാണ് കണ്ടെത്തിയിരി

ക്കുന്നത്. എന്നാൽ, ഈ മേഖല ഗ്രഹോപരിതലത്തിനടിയിലാണെന്ന താണ് ഏറെ കൗതുകം. ഈ മേഖലയിൽ ഏകകോശ ജീവികൾ മുതൽ മൂട്ടകൾ വരെയുള്ള ജീവികളുണ്ടാകാനുള്ള സാധ്യത വളരെയധികമാണ്. ഭൂമിക്കുള്ളതുപോലെ ശക്തമായ ഒരു കാന്തികക്ഷേത്രം ചൊവ്വയ്ക്കു ചുറ്റുമില്ലാത്തതുകൊണ്ട് സൗരവികിരണങ്ങളുടെ ആക്രമണത്തിൽനിന്ന് ഗ്രഹത്തിന് രക്ഷപ്പെടാൻ കഴിയില്ല. അതുകൊണ്ടുതന്നെ ഗ്രഹോപരി തലം വാസയോഗ്യവുമല്ല. സൂര്യനിൽനിന്നും ഏകദേശം 22.5 കോടി കിലോമീറ്റർ അകലെയുള്ള ചൊവ്വയുടെ ഉപരിതല താപനില ജലത്തെ ദ്രാവകാവസ്ഥയിൽ നിലനിർത്താൻ പര്യാപ്തമല്ലെങ്കിലും ഉപരിതലത്തി നടിയിലെ ഉയർന്ന മർദ്ദവും അതുണ്ടാക്കുന്ന കൂടിയ ചൂടും ഒഴുകുന്ന ജലത്തെ നിലനിർത്താൻ കഴിയുന്ന തരത്തിലാണുള്ളത്. ഗ്രഹകേന്ദ്ര ത്തിൽനിന്നു പുറപ്പെടുന്ന താപം ബാക്ടീരിയകൾ പോലെയുള്ള സൂക്ഷ് മജീവികളുടെ വളർച്ചയ്ക്ക് ഗുണകരമാണ്. നാസയുടെ ന്യൂക്ലിയർ സ്പേസ് പ്രോബും മാർസ് സയൻസ് ലാബോറട്ടറിയും ക്യൂരിയോസി റ്റി റോവറുമെല്ലാം ചൊവ്വയിലെ ജീവനെത്തന്നെയാണ് തിരയുന്നത്. ഉ പരിതലം കുഴിച്ചു പരിശോധിക്കുന്നതിലൂടെ സൂക്ഷ്മജീവികളുടെ ഫോ സിലുകൾ കണ്ടെത്താൻ കഴിഞ്ഞേക്കും. 2009 ൽ തന്നെ ചൊവ്വയുടെ അന്തരീക്ഷത്തിൽ മീഥേയ്ൻ ബാഷ്പത്തിന്റെ സാന്നിദ്ധ്യം തിരിച്ചറിഞ്ഞി രുന്നു. മീഥേയ്ൻ സാന്നിദ്ധ്യം വിരൽചൂണ്ടുന്നത് ജൈവമണ്ഡലത്തിന്റെ സാദ്ധ്യതയിലേക്കാണ്. ഉപരിതല പാളികൾക്കിടയിൽ ഇപ്പോഴും ജീവ നോടെ അവശേഷിക്കുന്ന സൂക്ഷ്മജീവികളിലേക്കാണ്.

ഒരുകാര്യം വ്യക്തമാണ്, ഭൂമിയെപ്പോലെ തന്നെ ചൊവ്വയും അതിന്റെ മാതൃനക്ഷത്രമായ സൂര്യന്റെ വാസയോഗ്യമേഖലയിൽ തന്നെയാണു ള്ളത്. അതുകൊണ്ടുതന്നെ അവിടെ ജീവനുണ്ടാകാനുള്ള സാധ്യത വള രെയധികമാണ്. ജീവന്റെ നിർവചനം എത്ര വിചിത്രമാണെങ്കിലും!

24

ചൊവ്വയ്ക്കെന്താ കൊമ്പുണ്ടോ?

All evils are caused by insufficient knowledge"

-David Deutsch

വ്യാസം	:	6878 കിലോമീറ്റർ
ഭാരം	:	ഭൂമിയുടെ 11 ശതമാനം
സാന്ദ്രത	:	3.94 g/cm ക്യൂബ്
ഗുരുത്വബലം	:	ഭൂമിയുടെ 38 ശതമാനം
സൂര്യനിൽ നിന്നുള്ള ശരാശരി ദൂരം	:	22.8 കോടി കിലോമീറ്റർ
ഭ്രമണകാലം (ചൊവ്വയുടെ ഒരുദിവസം	:	24 മണിക്കൂർ 39 മിനിട്ട്
പരിക്രമണകാലം (ചൊവ്വാ വർഷം)	:	687 ഭൗമദിനങ്ങൾ
ശരാശരി താപനില	:	-55 ഡിഗ്രി സെൽഷ്യസ്

സൂര്യനിൽനിന്നുള്ള ദൂരത്തിന്റെ അടിസ്ഥാനത്തിൽ സൗരകുടുംബത്തിലെ നാലാമത്തെ അംഗമാണ് ചൊവ്വ. ഗ്രഹത്തിന്റെ ചുവന്ന നിറം അതിനു റോമൻ യുദ്ധദേവതയുടെ പേര് നല്കാൻ കാരണമായി. സൗരയൂഥത്തിലെ ആദ്യത്തെ നാലു ഗ്രഹങ്ങളുടെയും ഭൗതിക സവിശേഷതകളിൽ വളരെയധികം സമാനതകളുണ്ട്. ഈ ഗ്രഹങ്ങളെ ഭൗമഗ്രഹങ്ങൾ എന്നാണു വിളിക്കുന്നത്. വ്യാഴം മുതൽ നെപ്ട്യൂൺ വരെയുള്ള ഗ്രഹങ്ങൾ വലിയ വാതകഗോളങ്ങളാണ്. ഗ്രഹോപരിതലവും അന്തരീക്ഷവും തമ്മിൽ ഈ ഗ്രഹങ്ങളിൽ കൃത്യമായ വേർതിരിവുകളില്ല.

വളരെ നേർത്ത ഒരന്തരീക്ഷമാണ് ചൊവ്വയുടെ ചുറ്റുമുള്ളത്. ഭൂമി

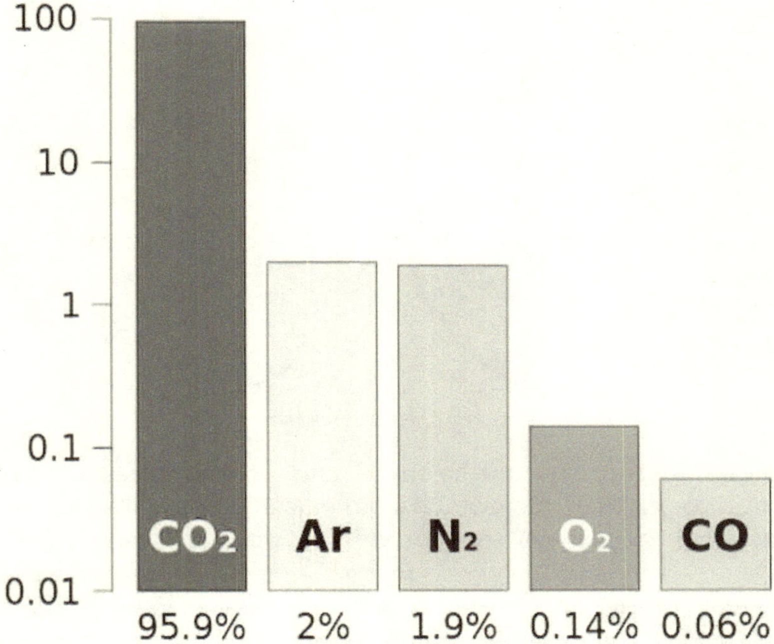

ചൊവ്വയുടെ ആന്തരിക ഘടന

ക്കു ചുറ്റുമുള്ളതുപോലെയുള്ള ഒരു ശക്തമായ കാന്തികക്ഷേത്രവും (Van Allen Belt) ചൊവ്വയ്ക്കില്ല. ഗ്രഹത്തിന്റെ വലിപ്പക്കുറവും കാന്തിക മണ്ഡലമില്ലാത്തതും കാരണം അന്തരീക്ഷ വാതകങ്ങളെ പിടിച്ചുനിർത്താൻ ചൊവ്വയ്ക്ക് കഴിയുന്നില്ല. ഒരുകാലത്തുണ്ടായിരുന്ന കട്ടിയേറിയ അന്തരീക്ഷം ക്രമേണ നഷ്ടപ്പെട്ടുപോയതിന്റെ തെളിവുകൾ ലഭിച്ചിട്ടുണ്ട്. ഗ്രഹോപരിതലം കുന്നുകളും താഴ്വരകളും ഉൽക്കാ ഗർത്തങ്ങളും മരുഭൂമികളും അഗ്നിപർവ്വതങ്ങളും നിറഞ്ഞതാണ്. സൗരയൂഥത്തിലെ ഏറ്റവും വലിയ അഗ്നിപർവ്വതം 'ഒളിമ്പസ് മോൺസ്' ചൊവ്വയിലാണ്. എവറസ്റ്റ് കൊടുമുടിയുടെ മൂന്നിരട്ടി ഉയരമുണ്ടിതിന്. ചൊവ്വയുടെ ധ്രുവ മേഖലയിൽ കട്ടിയുള്ള ഹിമാവരണമുണ്ടെന്ന് കണ്ടെത്തിയിട്ടുണ്ട്.

ചൊവ്വയ്ക്ക് രണ്ട് ഉപഗ്രഹങ്ങളുണ്ട്. ഫോബോസും ഡെയ്മോസും. ഫോബോസ് എന്ന വാക്കിന് 'ഭീതി' എന്നും ഡെയ്മോസിന് 'അതിഭീതി' എന്നുമാണ് അർത്ഥം. ഗോളാകൃതി പ്രാപിക്കാനാവശ്യമായ പിണ്ഡമില്ലാത്തതുകൊണ്ട് ചൊവ്വയുടെ ഉപഗ്രഹങ്ങൾക്ക് നിയതമായ ആകൃതിയില്ല. ഇവ ചൊവ്വയുടെ ആകർഷണ വലയത്തിൽപെട്ട ഛിന്ന ഗ്രഹങ്ങളാകാനാണ് സാദ്ധ്യത.

ചൊവ്വയിലേക്ക് പറന്ന ആദ്യത്തെ ബഹിരാകാശ വാഹനം 'മാരിനർ-4' ആണ്. 1965ലാണ് ആദ്യത്തെ പറക്കൽ. ചൊവ്വയിൽ ജലസാ

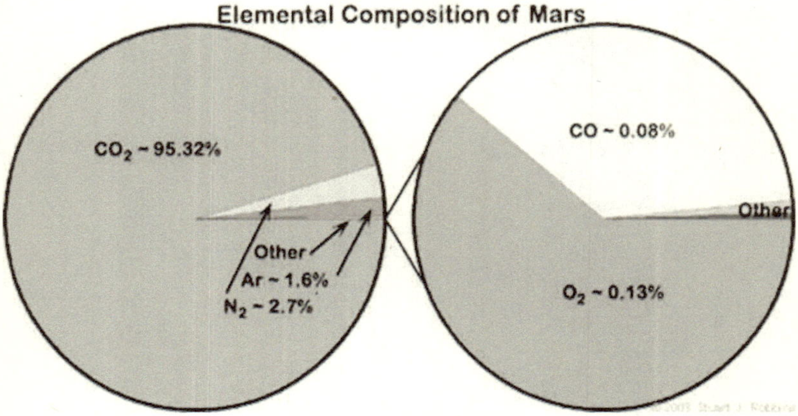

ചൊവ്വയുടെ ധാതുഘടന

ന്നിദ്ധ്യം പരിശോധിക്കുന്നതിനുവേണ്ടിയാണ് മാറിനർ വിക്ഷേപിക്കപ്പെട്ടത്. ചൊവ്വയുടെ ഉപരിതലത്തിൽ കാണപ്പെടുന്ന നീർച്ചാലുകളുടെ അടയാളങ്ങൾ, ഒരുകാലത്ത് ഈ ഗ്രഹവും ഭൂമിയെപ്പോലെ ജലസമൃദ്ധമായിരുന്നുവെന്നതിന്റെ സൂചനകളാണ് നല്കുന്നത്. 2005ൽ ചൊവ്വയിൽ നടത്തിയ റഡാർ പഠനങ്ങൾ ഗ്രഹത്തിന്റെ ധ്രുവമേഖലയിൽ പ്രതീക്ഷിച്ചതിലധികം ഹിമപാളികളുണ്ടെന്ന് കണ്ടെത്തിയിരുന്നു. 2007ൽ 'സ്പിരിറ്റ് മാർസ് റോവർ' ചൊവ്വയിലിറങ്ങി ജലതന്മാത്രകൾ അടങ്ങിയ രാസസംയുക്തങ്ങൾ മണ്ണിൽനിന്നു ശേഖരിച്ചു. ഇപ്പോൾ ചൊവ്വയുടെ ചുറ്റുമുള്ള ഭ്രമണപഥത്തിൽ മൂന്ന് ഉപഗ്രഹങ്ങൾ സഞ്ചരിക്കുന്നുണ്ട്. മാർസ് ഒഡീസി, മാർസ് എക്സ്പ്രസ്, മാർസ് റെക്കനൈസൻസ് ഓർബിറ്റർ എന്നിവയാണവ. രണ്ടു പേടകങ്ങൾ ഗ്രഹോപരിതലത്തിലിറങ്ങി പരീക്ഷണങ്ങൾ നടത്തുന്നുമുണ്ട്. ഓപ്പർച്യൂണിറ്റിയും ക്യൂരിയോസിറ്റിയും.

രാത്രിയിൽ നഗ്നനേത്രങ്ങൾകൊണ്ട് വളരെ വ്യക്തമായി ചൊവ്വയെ കാണാൻ കഴിയും. ചന്ദ്രൻ, ശുക്രൻ, വ്യാഴം ഇവ കഴിഞ്ഞാൽ രാത്രി ആകാശത്ത് ഏറ്റവും ശോഭയോടെ കാണാൻ കഴിയുന്നത് ചൊവ്വയാണ്. ചൊവ്വയുടെ ചുവന്ന നിറം അതിനൊരു ഭീകര പ്രതിച്ഛായയാണ് നല്കിയത്. ജ്യോതിഷികൾക്ക് ഇപ്പോഴും ചൊവ്വ 'ദോഷമാണ്'. ഭൂമിയിൽനിന്നും ഏഴരക്കോടി കിലോമീറ്റർ അകലെയുള്ള ഈ ചെറിയ ഗ്രഹം ഭൗമജീവന് ഏതെങ്കിലും തരത്തിൽ ദോഷംചെയ്യുന്നുണ്ട് എന്നതിന് യാതൊരു തെളിവും ലഭിച്ചിട്ടില്ല. എങ്കിലും ജ്യോതിഷികൾ ചൊവ്വയെ വെറുതെവിടാനുള്ള ഭാവമില്ല. ചൊവ്വയുടെ മേൽമണ്ണിന് അടിയിൽനിന്ന് സൂക്ഷ്മജീവികളുടെ ഫോസിലുകൾ ലഭിക്കാനുള്ള സാധ്യതയുണ്ട്. 2012 ഓഗസ്റ്റ് ആറിന് ചൊവ്വയിലിറങ്ങിയ ക്യൂരിയോസിറ്റി മേൽമണ്ണ് അഞ്ച് ഇഞ്ചുവരെ കുഴിക്കുകയും ഫോസിലുകൾ ലഭ്യമാണെങ്കിൽ അവ ശേഖരിക്കുകയും ചെയ്യും.

ഭൂമി ജീവന്റെ ഗർഭഗൃഹമാണ്. എപ്പോഴും ജീവന് ഗർഭപാത്രത്തിൽ തന്നെ കഴിയാനാവില്ലല്ലോ. ഭാവിയിൽ ചൊവ്വയിലേക്കുള്ള കുടിയേറ്റം ജ്യോതിശാസ്ത്രജ്ഞർ സ്വപ്നംകാണുന്നുണ്ട്. ഭാവിതലമുറ വിനോദയാത്രയ്ക്ക് തെരഞ്ഞെടുക്കുന്നത് ചൊവ്വയായിരിക്കും. ചൊവ്വയിൽനിന്നുള്ള വിവാഹാലോചനകൾക്കും സാധ്യതയുണ്ട്.

ചൊവ്വ: ചില സ്വകാര്യങ്ങൾ

* ചൊവ്വയുടെ മണ്ണിൽ ഇരുമ്പിന്റെ സംയുക്തങ്ങൾ (ഫെറിക് ഓക്സൈഡ്) ധാരാളമായി അടങ്ങിയിരിക്കുന്നതുകൊണ്ടാണ് ഗ്രഹം ചുവപ്പുനിറ(Rusty-Red)ത്തിൽ കാണപ്പെടുന്നത്.
* ഭൂഗുരുത്വബലത്തിന്റെ 38 ശതമാനമാണ് ചൊവ്വയുടെ ഗുരുത്വബലം. ഭൂമിയിൽ 50 കിലോഗ്രാം ഭാരമുള്ള ഒരാൾക്ക് ചൊവ്വയിൽ 19 കിലോഗ്രാം മാത്രമേ ഭാരമുണ്ടാകൂ.
* വളരെ നേർത്ത അന്തരീക്ഷമാണ് ചൊവ്വയ്ക്കുള്ളത്. അതുകൊണ്ടു തന്നെ ഗ്രഹത്തിലെ താപവ്യതിയാനം വളരെയധികമായിരിക്കും. മധ്യരേഖാ പ്രദേശത്ത് താപനില 80 ഡിഗ്രി സെൽഷ്യസ് വരെയുണ്ടാകുമ്പോൾ ധ്രുവമേഖലകളിൽ ഇത് -199 ഡിഗ്രി സെൽഷ്യസ് വരെ താഴും.
* ചൊവ്വയുടെ നേർത്ത അന്തരീക്ഷത്തിൽ പ്രധാനമായും കാർബൺ ഡയോക്സൈഡ് വാതകമാണുള്ളത്. നൈട്രജനും ആർഗണും നാമമാത്രമായുണ്ട്. ഭൂമിയുടെ അന്തരീക്ഷത്തിൽ പ്രധാനമായും നൈട്രജനും ഓക്സിജനുമാണുള്ളത്.
* ഭൂമിയിലെ ദിവസത്തേക്കാൾ 40 മിനിട്ട് അധികമുണ്ട് ചൊവ്വയിലെ ദിവസത്തിന്.
* ഭൂമിയുടേതുപോലെ തന്നെ ചൊവ്വയുടെ കോർ ഇരുമ്പുകൊണ്ടാണ് നിർമ്മിക്കപ്പെട്ടിരിക്കുന്നത്. മാന്റിലും ഉപരിതല പാളിയും സിലിക്കേറ്റ് പാറകളും ലോഹധാതുക്കളുംകൊണ്ട് സമ്പന്നമാണ്.
* യൊഹാൻ കെപ്ളറാണ് ചൊവ്വയുടെ ഉപഗ്രഹങ്ങളുടെ എണ്ണം ആദ്യമായി പ്രവചിച്ചത്. പ്രവചനത്തിനുപയോഗിച്ച മാനദണ്ഡം തെറ്റായിരുന്നെങ്കിലും പ്രവചനഫലം കൃത്യമായിരുന്നു.

25

ക്യൂരിയോസിറ്റി ചൊവ്വയിൽ

"Given so much time the impossible becomes possible. One has only to wait: time itself performs miracle"

-George Wald

രണ്ടായിരത്തി പന്ത്രണ്ട് ആഗസ്ത് 6 ന് നാസയുടെ മാർസ് സയൻസ് ലബോറട്ടറി എന്ന ക്യൂരിയോസിറ്റി റോവർ ചൊവ്വയിലിറങ്ങി. 2011 നവംബർ 26 ന് യാത്രയാരംഭിച്ച മാർസ് റോവർ തുടർച്ചയായ എട്ടുമാസത്തെ യാത്രയ്ക്കൊടുവിലാണ് ചുവന്ന മണ്ണിലിറങ്ങുന്നത്. 350 കോടി വർഷം പ്രായമുള്ള ഗ്രേൽ ക്രാറ്റർ എന്ന ഉൽക്കാഗർത്തത്തിൽ 'അയോളിസ് പാലസ്' എന്നു പേരിട്ടിരിക്കുന്ന സ്ഥലത്താണ് ക്യൂരിയോസിറ്റി ഇറങ്ങിയത്. ചൊവ്വയുടെ ചുവന്ന മണ്ണിൽ ജീവന്റെ തെളിവുകൾ അവശേഷിക്കുന്നുണ്ടോയെന്ന് തിരയുകയാണ് ക്യൂരിയോസിറ്റി ദൗത്യത്തിന്റെ ലക്ഷ്യം. മേൽമണ്ണ് നാലിഞ്ചു വരെ തുരന്ന് പരിശോധിക്കുന്ന ക്യൂരിയോസിറ്റിയിലെ ശാസ്ത്രീയ ഉപകരണങ്ങൾ മണ്ണിനടിയിലുണ്ടാകാൻ സാധ്യതയുള്ള ഓർഗാനിക് തന്മാത്രകളെ കണ്ടുപിടിക്കും. ചൊവ്വയുടെ ഉപരിതലം ജീവൻ നിലനില്ക്കുന്നതിന് അനുയോജ്യമല്ലെങ്കിലും മണ്ണിനടിയിൽ രണ്ടുമുതൽ നാലിഞ്ചുവരെ ജൈവകണങ്ങളുടെ സാന്നിദ്ധ്യമുണ്ടാകുമെന്നാണ് പ്രതീക്ഷിക്കുന്നത്.

മാതൃനക്ഷത്രത്തിന്റെ വാസയോഗ്യമേഖലയിൽ (Habitable Zone) തന്നെയാണ് ചൊവ്വയുടെ സ്ഥാനം. അതുകൊണ്ടുതന്നെ ഭൂമിയിൽ ജീവൻ ഉത്ഭവിച്ച സമയത്തുതന്നെ ചൊവ്വയിലും ജീവന്റെ തുടിപ്പുകൾ മുളപൊട്ടിയിരിക്കും. എന്നാൽ, ഭൗമജീവൻ വളർന്നുവികസിച്ചതുപോലെ ചൊവ്വയിലുണ്ടായില്ല. ചൊവ്വയുടെ വലിപ്പക്കുറവും കുറഞ്ഞ ഗുരുത്വബലവും കാരണം അതിന് അന്തരീക്ഷ വാതകങ്ങളെ പിടിച്ചുനിർത്താൻ കഴി

ക്യൂരിയോസിറ്റി ചൊവ്വയിലിറങ്ങുന്നു

ഞ്ഞില്ല. കൂടാതെ ഭൂമിക്കുള്ളതുപോലെയുള്ള ഒരു കാന്തികക്ഷേത്രത്തിന്റെ (Van Allen Belt) അഭാവം കാരണം സൗരവികിരണങ്ങൾ ചൊവ്വയിലെ ജീവന്റെ നാമ്പുകൾ കരിച്ചുകളയും. അന്തരീക്ഷം നഷ്ടമായതോടെ ഗ്രഹോപരിതലത്തിലെ ജലം പൂർണ്ണമായി ബാഷ്പീകരിക്കപ്പെട്ടുപോകും. അതുകൊണ്ടുതന്നെ ചൊവ്വയുടെ ഉപരിതലത്തിൽ ജീവന്റെ അവശേഷിപ്പുകൾ തിരയുന്നതിൽ അർത്ഥമില്ല. ക്യൂരിയോസിറ്റി മണ്ണിനടിയിലുള്ള ജൈവകണങ്ങളെ, പത്ത് ആറ്റങ്ങളിൽ അധികമുള്ള ഓർഗാനിക് തന്മാത്രകളെയാണ് തിരയുന്നത്.

ക്യൂരിയോസിറ്റി ദൗത്യം

നാസയുടെ ചൊവ്വാപര്യവേക്ഷണ വാഹനമാണ് മാർസ് സയൻസ് ലബോറട്ടറിയെന്ന ക്യൂരിയോസിറ്റി. 2011 നവംബർ 26 ന് കേപ്കനാവറിലെ ഉപഗ്രഹവിക്ഷേപണത്തറയിൽ നിന്ന് ശക്തമായ അറ്റ്ലസ്-5 റോക്കറ്റിന്റെ ചിറകിൽ ചൊവ്വയിലേക്കു കുതിച്ച ക്യൂരിയോസിറ്റി 2012 ആഗസ്ത് ആറിന് ചൊവ്വയിലെത്തി. 686 ഭൗമദിനങ്ങളാണ് ക്യൂരിയോസിറ്റി ചുവന്ന ഗ്രഹത്തിൽ പര്യവേക്ഷണം നടത്തുന്നത്. റേഡിയോ ഐസോടോപ്പുകൾ (പ്ലൂട്ടോണിയം-238) ഉപയോഗിക്കുന്ന തെർമോ ഇലക്ട്രിക് ജനറേറ്ററുകളാണ് 900 കിലോഗ്രാം ഭാരമുള്ള ഈ വാഹനത്തിന്റെ സുദീർഘമായ യാത്രയ്ക്കുള്ള ഊർജം പകർന്നുനല്കിയത്. വ്യോമഗതാ

ഗത രംഗത്തെ പ്രശസ്തരായ ബോയിങ് കമ്പനിയും ലോക്ഹീഡ് മാർട്ടിൻ കോർപ്പറേഷനും ചേർന്നാണ് ഈ മാർസ് റോവർ നിർമിച്ചിരിക്കുന്നത്.

നാസയുടെ മറ്റ് ചൊവ്വാപര്യവേക്ഷണ വാഹനങ്ങളായ സ്പിരിറ്റ്, ഓപ്പർച്യൂണിറ്റി എന്നിവയേക്കാൾ അഞ്ചു മടങ്ങ് വലുതാണ് ക്യൂരിയോസിറ്റി. മാത്രമല്ല, പത്തുമടങ്ങ് ഭാരക്കൂടുതലുള്ള ശാസ്ത്രീയ ഉപകരണങ്ങളും ക്യൂരിയോസിറ്റി വഹിച്ചുകൊണ്ടുപോകുന്നുണ്ട്: ഗ്രേൽകാറ്റർ എന്ന 350 കോടി വർഷം പഴക്കമുള്ള ഉൽക്കാഗർത്തത്തിൽ ഇറങ്ങിയ റോവർ 20 കിലോമീറ്റർ ചുറ്റളവിലാണ് മണ്ണുതുരന്നുള്ള പര്യവേക്ഷണം നടത്തുന്നത്. ക്യൂരിയോസിറ്റിയിലുള്ള ശക്തമായ ക്യാമറകളും കമ്പ്യൂട്ടറുകളും അനുബന്ധ ഉപകരണങ്ങളും അത്യധികം സംവേദനക്ഷമവും ജീവന്റെ നേരിയ അടയാളങ്ങൾ വരെ കണ്ടെത്താൻ പര്യാപ്തവുമാണ്. ചൊവ്വാഗ്രഹത്തിൽനിന്നും ക്യൂരിയോസിറ്റി ഭൂമിയിലേക്കയച്ചുകൊണ്ടിരിക്കുന്ന കളർ ചിത്രങ്ങൾ ശാസ്ത്രജ്ഞർ പഠിച്ചുകൊണ്ടിരിക്കുകയാണ്.

26

ഭൗമേതര ജീവൻ തേടി ഭാരതവും

"For life, atleast our kind of life, Mars obviously presents major challenges"

-Peter Ward

ഏറെക്കാലമായി വാർത്തകളിൽ നിറഞ്ഞുനിൽക്കുന്ന ഇന്ത്യയുടെ ചൊവ്വാ പര്യവേക്ഷണ ദൗത്യം യാഥാർത്ഥ്യമാവുകയാണ്. മംഗൾയാൻ-1 എന്നു പേരിട്ടിരിക്കുന്ന ഭാരതത്തിന്റെ ആദ്യ ചൊവ്വാ പര്യവേക്ഷണ പേടകം 2013 നവംബറിൽ വിക്ഷേപിച്ചു. ചൊവ്വയുടെ അന്തരീക്ഷത്തെക്കുറിച്ച് പഠിക്കുന്ന ഉപഗ്രഹം ഗ്രഹോപരിതലത്തിൽ ഇറങ്ങുന്നതിനായി രൂപകല്പന ചെയ്ത വാഹനമല്ല. മംഗൾയാൻ-1 കേവലമൊരു ചൊവ്വാ പര്യവേക്ഷണ വാഹനവുമല്ല. മറിച്ച് ഭാവിയിലെ ഗ്രഹാന്തര യാത്രകൾക്കാവശ്യമുള്ള സാങ്കേതികവിദ്യയുടെ പരീക്ഷണമായാണ് (Technology Demonstrator) ഐ എസ് ആർ ഒ ഈ പദ്ധതിയെ കാണുന്നത്. 2012 ആഗസ്ത് മൂന്നിന് ഈ പദ്ധതിക്ക് കേന്ദ്രസർക്കാർ അംഗീകാരം നല്കിയിട്ടുണ്ട്. 454 കോടി രൂപയാണ് പദ്ധതിക്ക് പ്രതീക്ഷിക്കുന്ന ആകെ ചെലവ്. ചൊവ്വാ വാ

മംഗൾയാൻ

ഹനം, ചൊവ്വാ പേടകം എന്നൊക്കെയാണ് മംഗൾയാൻ എന്ന വാക്കിന്റെ അർത്ഥം.

ചൊവ്വയുടെ ഭ്രമണപഥം ഭൂമിയെ അപേക്ഷിച്ച് കൂടുതൽ ദീർഘവൃത്തമാണ്. ഓരോ 26 മാസം കൂടുമ്പോഴും ചൊവ്വ ഭൂമിയുടെ ഏറ്റവും അടുത്തുവരും. 2013, കഴിഞ്ഞാൽ 2016, 2018 വർഷങ്ങളിലാണ് ഇനി ഈ പ്രതിഭാസം അരങ്ങേറുന്നത്. ശാസ്ത്രജ്ഞർ 2013 ലെ അവസരം തന്നെ മുതലെടുക്കുകയായിരുന്നു. ആന്ധ്രാപ്രദേശിലെ ശ്രീഹരിക്കോട്ടയിൽ നിന്നാണ് മംഗൾയാൻ-1 വിക്ഷേപിച്ചത്. വിക്ഷേപണ വാഹനം ഭാരതത്തിന്റെ ഏറ്റവും വിശ്വസ്തനായ പടക്കുതിര പി എസ് എൽ വി (PSLV-C25) റോക്കറ്റും മോണോ മീഥൈൽ ഹൈഡ്രാസിനും ഡൈ-നൈട്രജൻ ടെട്രോക്സൈഡുമാണ് റോക്കറ്റിൽ ഇന്ധനമായി ഉപയോഗിക്കുന്നത്.

2013 നവംബർ 26 ന് യാത്ര ആരംഭിച്ച മംഗൾയാൻ-1, 2014 സെപ്തംബർ 22 ന് ചുവന്ന ഗ്രഹത്തിന്റെ ഭ്രമണപഥത്തിൽ പ്രവേശിക്കും. ഗ്രഹത്തിന്റെ അടുത്തെത്തുമ്പോൾ 371 കിലോമീറ്ററും അകലെയായിരിക്കുമ്പോൾ 80,000 കിലോമീറ്ററും പരിധിയുള്ള ദീർഘവൃത്ത പാതയാണ് പേടകത്തിന്റെ ഭ്രമണപഥമായി നിശ്ചയിച്ചിരിക്കുന്നത്. മൂന്നു ദിവസത്തിൽ ഒന്നുവീതം പേടകം ചുവന്ന ഗ്രഹത്തെ ഭ്രമണം ചെയ്തുകൊണ്ടിരിക്കും.

1400X1800 മില്ലിമീറ്റർ വിസ്തൃതിയുള്ള മൂന്ന് സോളാർ പാനലുകളാണ് പേടകത്തിലുള്ളത്. 750 വാട്സ് വൈദ്യുതി ഉല്പാദിപ്പിക്കാൻ ഈ പാനലുകൾക്ക് കഴിയും. വൈദ്യുതി സംഭരിച്ചുവയ്ക്കാൻ 36 AH ശേഷിയുള്ള ഒരു ലിഥിയം-അയോൺ ബാറ്ററിയും പേടകത്തിലുണ്ട്. മംഗൽയാൻ പദ്ധതി വിജയംകണ്ടാൽ ഗ്രഹാന്തരയാത്രകൾക്ക് ശേഷിയുള്ള രാഷ്ട്രങ്ങളുടെ ഗ്രൂപ്പിൽ ഇന്ത്യയും അംഗമാവും. നിലവിൽ അമേരിക്ക, റഷ്യ, യൂറോപ്യൻ യൂണിയൻ, ചൈന, ജപ്പാൻ എന്നീ രാജ്യങ്ങളാണ് ഈ ഗ്രൂപ്പിലുള്ളത്.

1350 കിലോഗ്രാം ഭാരമുള്ള ഈ ബഹിരാകാശപേടകത്തിൽ 14.49 കിലോഗ്രാം ഭാരം വരുന്ന അഞ്ചു ശാസ്ത്രീയ ഉപകരണങ്ങൾ സജ്ജീകരിച്ചിട്ടുണ്ട്.

1) ചൊവ്വയുടെ അന്തരീക്ഷഘടന പഠിക്കുന്നതിനുള്ള മാർസ് എക്സോസ്ഫെറിക് ന്യൂട്രൽ കോംപോസിഷൻ അനലൈസർ (MENCA). ഈ ഉപകരണത്തിന് നാലു കിലോഗ്രാം ഭാരമുണ്ട്.

2) ഗ്രഹാന്തരീക്ഷത്തിലെ മീഥേയ്ൻ സാന്നിദ്ധ്യം കണ്ടെത്തുന്നതിനുള്ള മീഥെയ്ൻ സെൻസർ ഫോർ മാർസ് (MSM). 3.59 കിലോഗ്രാം ഭാരമുണ്ട് ഈ ഉപകരണത്തിന്. ഗ്രഹത്തിൽ ജീവന്റെ സാന്നിദ്ധ്യമുണ്ടോയെന്ന് പരീക്ഷിക്കുന്നതിനുള്ള ഉപകരണമാണിത്. സൂക്ഷ്മജീവികൾ അവയുടെ ശരീരത്തിൽ നടക്കുന്ന ഉപാപചയ പ്രവർത്തനങ്ങളുടെ ഭാഗമായി മീഥെയ്ൻ വാതകം ഉല്പാദിപ്പിക്കും. ഇതു കണ്ടെത്തുകയാണ്

ഈ ഉപകരണത്തിന്റെ ദൗത്യം.

3) 1.4 കിലോഗ്രാം ഭാരമുള്ള മാർസ് കളർ ക്യാമറ (MCC) യാണ് മറ്റൊരു ഉപകരണം.

4) അന്തരീക്ഷ താപനിലയിലുണ്ടാകുന്ന ഏറ്റക്കുറച്ചിലുകൾ അളക്കുന്നതിനുള്ള പ്രോബ് ഫോർ ഇൻഫ്രാറെഡ് സ്പെക്ട്രോസ്കോപ്പി ഫോർ മാർസ് (PRISM) ആണ് മറ്റൊരു ഉപകരണം. 3.59 കിലോഗ്രാം ഭാരമുണ്ട് ഈ ഉപകരണത്തിന്. ചൊവ്വയുടെ ഭ്രമണപഥത്തിൽ പ്രവേശിക്കുന്ന പേടകം എം സി ഡി യും പ്രിസവും ഉപയോഗിച്ച് ഗ്രഹത്തിന്റെ നിരവധി വർണ്ണചിത്രങ്ങൾ എടുക്കും.

5) ഗ്രഹാന്തരീക്ഷത്തിലെ ഹൈഡ്രജൻ സാന്നിദ്ധ്യം അളക്കുന്നതിനുള്ള ലെയ്മാൻ അൽഫാ ഫോട്ടോമീറ്റർ (LAP) ആണ് അഞ്ചാമത്തെ ഉപകരണം. 1.5 കിലോഗ്രാം ഭാരമുണ്ടിതിന്.

ചുവന്ന ഗ്രഹത്തിൽ ഒരുകാലത്ത് ഉണ്ടായിരുന്നുവെന്ന് കരുതപ്പെടുന്ന ജലവും കാർബൺ ഡൈ ഓക്സൈഡും എങ്ങനെയാണ് നഷ്ടമായത് എന്നുതുടങ്ങി ഇതുവരെ മറ്റൊരു ചൊവ്വാ പര്യവേഷണ ദൗത്യവും അന്വേഷിക്കാത്ത കാര്യങ്ങളാണ് മംഗൾയാൻ ചെയ്യാനൊരുങ്ങുന്നത്.

27

മാവെൻ പുറപ്പെടുന്നു ചൊവ്വാദോഷം തീർക്കാൻ!

"A journey of a thousand miles must begin with a single step"
-Lao Tzu

ചുവന്ന ഗ്രഹമായ ചൊവ്വയുടെ അന്തരീക്ഷത്തെക്കുറിച്ചു പഠിക്കാൻ നാസയുടെ ഏറ്റവും പുതിയ ബഹിരാകാശ പേടകമായ 'മാവെൻ' പുറപ്പെടുന്നു. ചൊവ്വയുടെ അന്തരീക്ഷത്തെപ്പറ്റി പഠിക്കുന്ന ആദ്യത്തെ കൃത്രിമ ഉപഗ്രഹം എന്ന പദവിയും മാവെന് ലഭിക്കും. നാസയുടെ പാത്ത് ഫൈൻഡർ, ഓപ്പർച്യൂണിറ്റി, ക്യൂരിയോസിറ്റി ദൗത്യങ്ങളെല്ലാം ചൊവ്വയുടെ ഉപരിതലവും മണ്ണിന്റെ ഘടനയും അപഗ്രഥിക്കുകയാണ് ചെയ്തത്. ഭൂമിയെപ്പോലെ തന്നെ മാതൃനക്ഷത്രമായ സൂര്യന്റെ വാസയോഗ്യമേഖലയിൽ (Habitable Zone) സ്ഥിതിചെയ്യുന്ന ചൊവ്വയുടെ അന്തരീക്ഷം ക്രമേണ നഷ്ടപ്പെട്ടുകൊണ്ടിരിക്കുന്നതിന്റെ കാരണം മാവെൻ കണ്ടുപിടിക്കും. റോക്കി പർവതനിരയുടെ താഴ്‌വാരത്ത് പ്രത്യേകം സജ്ജീകരിച്ച നിർമ്മാണശാലയിൽ ഉപഗ്രഹത്തിന്റെ അവസാനഘട്ട മിനുക്കുപണികൾ നടന്നുകൊണ്ടിരിക്കുകയാണ്.

മാവെൻ (Mars Atmosphere and Volatile EvolutioN- MAVEN) രൂപകല്പന ചെയ്തതും നിർമ്മിക്കുന്നതും അമേരിക്കയിലെ ലോക്ഹീഡ് മാർട്ടിൻ കമ്പനിയാണ്. സ്പേസ് ക്രാഫ്റ്റിന്റെ ഇന്ധന ടാങ്ക് യന്ത്രസംവിധാനങ്ങളുമായി വിജയകരമായി സംയോജിപ്പിക്കുന്നതിനും അനുബന്ധ ഉപകരണങ്ങളുടെ പ്രവർത്തനമികവ് പരിശോധിച്ച് തൃപ്തികരമെന്ന് കണ്ടെത്തുന്നതിനും കഴിഞ്ഞിട്ടുണ്ട്.

450 ഗാലൻ ഇന്ധനം (Hydrazine Propellant) നിറയ്ക്കാൻ വലിപ്പമുള്ള ഇന്ധനടാങ്കിന് 1.83 മീറ്റർ ഉയരമുണ്ട്. ചൊവ്വയിലേക്കുള്ള ദീർഘകാലയാത്രയ്ക്കും കൃത്രിമ ഉപഗ്രഹത്തെ നിശ്ചിത ഭ്രമണപഥത്തിൽ

മാവെൻ

നിലനിർത്തുന്നതിനും ഇന്ധനം ആവശ്യമാണ്. അതോടൊപ്പം എയ്റോ ബ്രേക്കിങ്- Aerobraking എന്ന നൂതന സങ്കേതവും ഇതിനായി പ്രയോജനപ്പെടുത്തും. ചൊവ്വയുടെ നിലനില്ക്കുന്ന നേർത്ത അന്തരീക്ഷത്തിന്റെ ഘർഷണം സമർത്ഥമായി ഉപയോഗിച്ച് പേടകത്തെ നിശ്ചിത ഭ്രമണപഥത്തിൽ (Science Orbit) നിലനിർത്തുന്ന രീതിയാണിത്.

ഒരുകാലത്ത് ഭൂമിയുടേതിനു സമാനമായ കട്ടിയുള്ള അന്തരീക്ഷമുണ്ടായിരുന്ന ചൊവ്വയ്ക്ക് ക്രമേണ അതു നഷ്ടമായതിന്റെ കാരണങ്ങൾ പഠിക്കുകയാണ് ബഹിരാകാശ പദ്ധതിയുടെ പ്രധാന ലക്ഷ്യം. അന്തരീക്ഷ വാതകങ്ങൾ നഷ്ടമാകുന്നതോടെ ഗ്രഹത്തിന്റെ കാലാവസ്ഥയിൽ ക്രമാനുഗതമായി ഉണ്ടായിട്ടുള്ള മാറ്റങ്ങൾ മനസ്സിലാക്കുന്നതിനും ഇതുകൊണ്ട് കഴിയും. ചൊവ്വയിലെ നീർച്ചാലുകളെക്കുറിച്ചും സൂക്ഷ്മജീവികളെക്കുറിച്ചുമെല്ലാം നിലനില്ക്കുന്ന ദുരൂഹതകൾ (Seven Mysteries of Mars) ഓരോന്നായി മറനീക്കി പുറത്തുകൊണ്ടുവരാൻ കഴിയുമെന്നുതന്നെയാണ് ശാസ്ത്രലോകം പ്രതീക്ഷിക്കുന്നത്.

2013 നവംബറിൽ വിക്ഷേപിക്കുന്ന മാവെൻ 2014 സെപ്തംബറിൽ ചൊവ്വയിലെത്തും. 50 കോടി ഡോളറാണ് പദ്ധതിയുടെ ചെലവ്. അമേരിക്ക നേരിട്ടുകൊണ്ടിരിക്കുന്ന സാമ്പത്തിക മാന്ദ്യത്തിന്റെ അലയൊലികൾ ബഹിരാകാശ പദ്ധതികളെയും സാരമായി ബാധിച്ചിട്ടുണ്ട്.

യൂറോപ്യൻ യൂണിയനുമായി ചേർന്നു നടത്താൻ ഉദ്ദേശിച്ചിരുന്ന രണ്ടു പദ്ധതികൾ ഉപേക്ഷിച്ചിട്ടാണ് നാസ മാവെൻ ദൗത്യവുമായി മുന്നോട്ടുപോകുന്നത്. ചൊവ്വയുടെ അന്തരീക്ഷത്തിൽനിന്നും വാതകങ്ങൾ നഷ്ടമാകുന്നതിന്റെ തോത് കണ്ടെത്തിക്കഴിഞ്ഞാൽ ഗ്രഹത്തിന്റെ ഭൂത

കാലം അനാവരണം ചെയ്യുന്നതിനും വാസയോഗ്യമേഖലയിൽ സ്ഥിതിചെയ്യുന്ന ഗ്രഹം വാസയോഗ്യമല്ലാതായിത്തീർന്നതിന്റെ കാരണം കണ്ടെത്തുന്നതിനും കഴിയും. ഭാവിയിൽ ഭൂമിയും അത്തരമൊരു സ്ഥിതിവിശേഷം അഭിമുഖീകരിക്കുന്നുണ്ടോ എന്നും പരിശോധിക്കാൻ ഈ ദൗത്യത്തിലൂടെ ശാസ്ത്രജ്ഞർക്ക് കഴിയും.

വീടുവിട്ടാൽ മറ്റൊരു വീട് എന്ന നിലയിൽ ചൊവ്വയെ കാണാൻ കഴിയുമെന്നുതന്നെ കരുതാം. എന്നാൽ, നമുക്കിപ്പോഴും ചൊവ്വാദോഷമാണ്. പാപഗ്രഹവുമാണ്.

28

ബുധൻ ജലസമൃദ്ധം!

"Earth is not the eternal and only home of mankind, but only a starting point of an infinite adventure"

-Isaac Asimov

സൗരയൂഥത്തിൽ സൂര്യന്റെ തൊട്ടടുത്തുള്ള ഗ്രഹമായ ബുധനിൽ ജലസാന്നിദ്ധ്യം കണ്ടെത്തിയിരിക്കുന്നു. ഗ്രഹത്തിന്റെ ധ്രുവമേഖലകളിലുള്ള ഗർത്തങ്ങളിൽ നാലു കിലോമീറ്റർവരെ കട്ടിയിലാണ് ഉറച്ച ഹിമപാളികൾ കണ്ടെത്തിയിരിക്കുന്നത്. കോടിക്കണക്കിന് ടൺ ഭാരമുണ്ട് ഈ ഹിമപാളികൾക്ക്. നാസയുടെ മെസഞ്ചർ (Mercury Surface, Space Environment Geochemistry and Ranging - MESSENGER) ബഹിരാകാശ ദൗത്യമാണ് അത്ഭുതകരമായ ഈ കണ്ടെത്തൽ നടത്തിയിരിക്കുന്നത്. ഇത്രത്തോളം സൗരസാമീപ്യമുള്ള ബുധനിലും ജലസാന്നിദ്ധ്യം തിരിച്ചറിഞ്ഞതോടെ സൗരയൂഥം ജലസമൃദ്ധമാണെന്ന സിദ്ധാന്തത്തിന് വിശ്വാസ്യത വർധിച്ചിരിക്കുകയാണ്.

ന്യൂട്രോൺ സ്പെക്ട്രോഗ്രഫി എന്ന സാങ്കേതികവിദ്യ ഉപയോഗിച്ചാണ് മെസഞ്ചർ, ബുധനിലെ ജലസാന്നിദ്ധ്യം കണ്ടെത്തിയത്. സൂക്ഷ്മകണങ്ങളായ ന്യൂട്രോണുകളും ജലത്തിന്റെ ഘടകമായ ഹൈഡ്രജൻ ആറ്റങ്ങളും തമ്മിലുള്ള പ്രതിപ്രവർത്തനം അപഗ്രഥിക്കുകയാണ് ഈ സാങ്കേതികവിദ്യയിൽ ചെയ്യുന്നത്. ബുധന്റെ അന്തരീക്ഷം വളരെ ലോലമാണ്. പകൽ സമയത്തെ താപനില 430 ഡിഗ്രി സെൽഷ്യസ് വരെ ഉയരാറുണ്ട്. രാത്രിയിൽ ഇത്-190 ഡിഗ്രി സെൽഷ്യസ് ആയി താഴുകയും ചെയ്യും. സൂര്യപ്രകാശം ഒരിക്കലും എത്തിനോക്കാത്ത ധ്രുവമേഖലകളിലെ ഉൽക്കാഗർത്തങ്ങളിൽ കൊടും തണുപ്പാണ്. ഇത്തരം ഉൽക്കാഗർത്തങ്ങളിലാണ് കട്ടികൂടിയ ഹിമപാളികൾ കണ്ടെത്തിയിരിക്കുന്നത്.

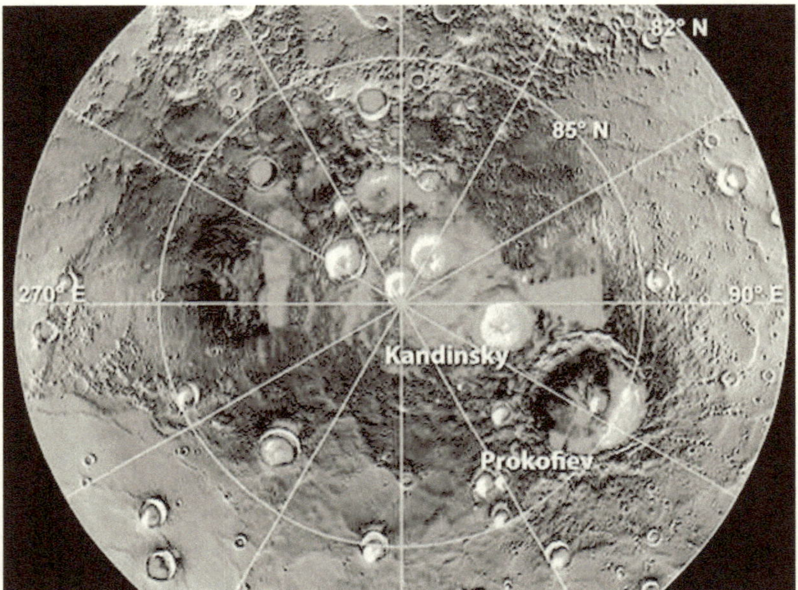

ബുധനിലെ ജലസാന്നിധ്യം

ദശാബ്ദങ്ങൾക്കു മുമ്പുതന്നെ റേഡിയോ ദൂരദർശിനികൾ ബുധനിലെ ജലസാന്നിദ്ധ്യത്തിന്റെ സൂചനകൾ നല്കിയിരുന്നു. റേഡിയോ തരംഗങ്ങളുടെ പ്രതിപ്രവർത്തന തോത് അപഗ്രഥിച്ചാണ് ഇത്തരമൊരു നിഗമനത്തിലെത്തിയത്. എന്നാൽ, ഉൽക്കാഗർത്തങ്ങളിൽ സമൃദ്ധമായുള്ള സിലിക്കേറ്റ് സംയുക്തങ്ങളാവാം റേഡിയോതരംഗങ്ങളുടെ പ്രതിഫലനത്തിനു കാരണമെന്ന് ചില ജ്യോതിശാസ്ത്രജ്ഞർ സംശയിച്ചിരുന്നു. എന്നാൽ, മെസഞ്ചർ സ്പേസ് ക്രാഫ്റ്റിന്റെ കണ്ടെത്തൽ ബുധനിലെ ജലസാന്നിദ്ധ്യം അടിവരയിട്ട് ഉറപ്പിച്ചിരിക്കുകയാണ്. ഭൂമിയിലേതുപോലെ തന്നെ ധൂമകേതുക്കളുടെ ആക്രമണമാണ് ബുധനിലെയും ജലസാന്നിദ്ധ്യത്തിനു കാരണമെന്നാണ് ഗവേഷകർ കരുതുന്നത്. 2011 മാർച്ച് 18 ന് ബുധന്റെ ഭ്രമണപഥത്തിൽ പ്രവേശിച്ച മെസഞ്ചർ ഇതുവരെ ഒരുലക്ഷത്തിൽപ്പരം ചിത്രങ്ങൾ ഭൂമിയിലേക്കയച്ചിട്ടുണ്ട്. 485 കിലോഗ്രാം ഭാരമുള്ള മെസഞ്ചർ, റോബോട്ട് നിയന്ത്രിത കൃത്രിമ ഉപഗ്രഹമാണ്. ബുധന്റെ കാന്തികക്ഷേത്രത്തെക്കുറിച്ചും മണ്ണിന്റെ ഘടനയെയുമാണ് മെസഞ്ചർ പ്രധാനമായും പഠിക്കുന്നത്. ഭൗമഗ്രഹങ്ങളിൽ ഭൂമിയെക്കൂടാതെ ബുധന് മാത്രമേ ഒരു കാന്തികക്ഷേത്രമുള്ളൂ. ശുക്രനും ചൊവ്വയ്ക്കും ഇത് നഷ്ടമായിക്കഴിഞ്ഞു. 1975 ൽ നാസ വിക്ഷേപിച്ച മാറിനർ-10 പേടകവും ബുധപര്യവേക്ഷണ ദൗത്യമായിരുന്നു.

29

ബുധനും ചിലത് പറയാനുണ്ട്

"But to myself I seem to have been only like a boy playing on the sea-shore... whilst the great ocean of truth lay all undiscovered before me"

-Isaac Newton

സ്വർഗ്ഗലോകത്തെ സന്ദേശവാഹകനായ മെർക്കുറി ദേവന്റെ പേരിലറിയപ്പെടുന്ന ബുധൻ സൗരകുടുംബത്തിലെ എട്ടു ഗ്രഹങ്ങളിൽ ഏറ്റവും ചെറുതാണ്. വ്യാഴത്തിന്റെയും ശനിയുടെയുമെല്ലാം ചില ഉപഗ്രഹങ്ങൾ ബുധനേക്കാൾ വലുതാണ്. സൂര്യന്റെ ഏറ്റവും അടുത്തുള്ളപ്പോൾ സൂര്യനിൽനിന്ന് ബുധനിലേക്കുള്ള ദൂരം (perihelion) നാലുകോടി 60 ലക്ഷം കിലോമീറ്ററാണ്. അകലെയിരിക്കുമ്പോൾ (Aphelion) ഇത് ഏഴുകോടി കിലോമീറ്റർ വരും. വളരെ വലിയൊരു ദീർഘവൃത്തപഥത്തിലാണ് (Elliptical Orbit) ബുധൻ സൂര്യനെ ചുറ്റുന്നത്. ബുധന്റെ സഞ്ചാരം ന്യൂട്ടന്റെ ഗുരുത്വനിയമങ്ങളെ വെല്ലുവിളിക്കുന്നതാണ്. പിന്നീട് പ്രതിഭാശാലിയായ ഐൻസ്റ്റൈനാണ് ഇതിനൊരു വിശദീകരണം നല്കിയത്. സൗരസാമീപ്യം സൃഷ്ടിക്കുന്ന അതിശക്തമായ ഗുരുത്വവലിവാണ് ബുധന്റെ പാതയിലുണ്ടാക്കുന്ന അസ്വസ്ഥതകൾക്ക് കാരണം.

88 ഭൗമദിനങ്ങൾകൊണ്ട് ബുധൻ ഒരുപ്രാവശ്യം സൂര്യനെ വലംവയ്ക്കും. മറ്റൊരു തരത്തിൽ പറഞ്ഞാൽ ഒരു ബുധവർഷം 88 ഭൗമദിനങ്ങളാണ്. എന്നാൽ, ബുധന് സ്വന്തം അച്ചുതണ്ടിൽ ഒരു ഭ്രമണം പൂർത്തിയാക്കാൻ 58 $\frac{1}{2}$ ഭൗമദിനങ്ങൾ വേണം. ബുധനിലെ ഒരുദിവസം (സൂര്യോദയം മുതൽ സൂര്യോദയം വരെ) 58$\frac{1}{2}$ ഭൗമദിനങ്ങൾക്കു തുല്യമാണ്. സൗരസാമീപ്യം സൃഷ്ടിക്കുന്ന ഗുരുത്വാകർഷണമാണ് ഇതിനു കാരണം.

4,880 കിലോമീറ്ററാണ് ബുധന്റെ വ്യാസം. സ്വാഭാവിക ഉപഗ്രഹ

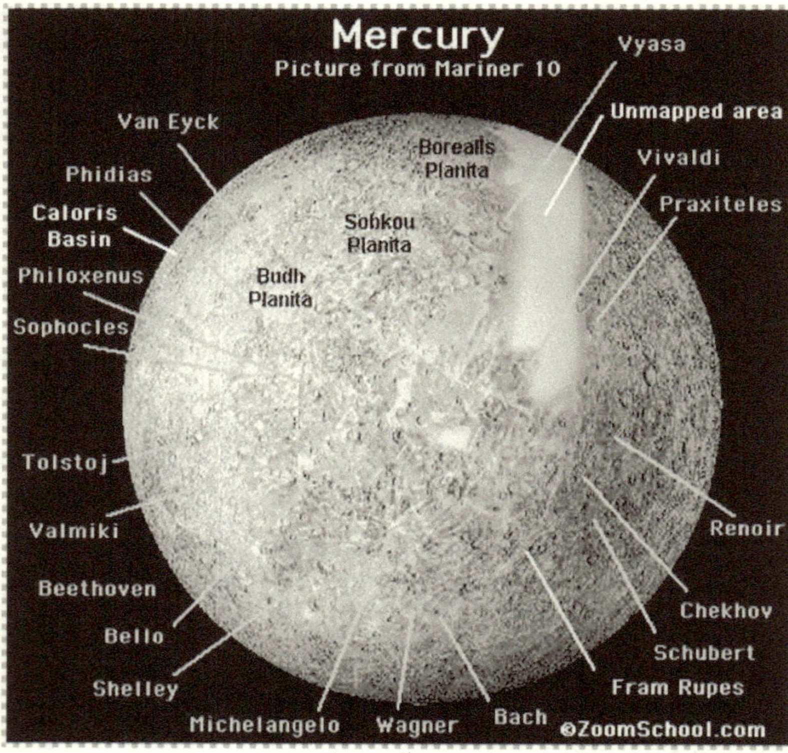

ബുധനിലെ ചില സ്വകാര്യതകൾ

ങ്ങൾ ഒന്നുമില്ല. 3.3022 x 10^{23} കിലോഗ്രാം പിണ്ഡമുള്ള ഗ്രഹത്തിന്റെ ഭാരത്തിന്റെ 60 ശതമാനവും പ്രദാനംചെയ്യുന്നത് ഗ്രഹകേന്ദ്രത്തിലുള്ള ഖരാവസ്ഥയിലുള്ള ഇരുമ്പാണ്. 3,600 കിലോമീറ്റർ വ്യാസമുണ്ട് ഗ്രഹത്തിന്റെ ഇരുമ്പുകോറിന്. ഇത്രയധികം ലോഹസാന്നിദ്ധ്യമുള്ള മറ്റൊരു ഗ്രഹവും സൗരകുടുംബത്തിലില്ല. ഭൂമിയുടെ ഗുരുത്വബലത്തിന്റെ 38 ശതമാനമാണ് ബുധനിൽ. സാന്ദ്രത 5.427g/Cm^3 ആണ്. ഇത് ഭൂമിയുടെ സാന്ദ്രതയുടെ (5.515 g/Cm^3) തൊട്ടടുത്തുവരും. സെക്കന്റിൽ 48 കിലോമീറ്റർ (47.87 km/s) വേഗതയിലാണ് ബുധൻ സൂര്യനെ ചുറ്റിസഞ്ചരിക്കുന്നത്. ഒരു വെടിയുണ്ടയുടെ 12 മടങ്ങ് വേഗതയിൽ! വളരെ നേർത്തൊരു അന്തരീക്ഷം മാത്രമേ ബുധനുള്ളൂ. ഗ്രഹത്തിന്റെ വലുപ്പക്കുറവും സൗരസാമീപ്യവുമാണ് ഗ്രഹാന്തരീക്ഷം നഷ്ടപ്പെടാൻ കാരണം. അന്തരീക്ഷത്തിൽ വളരെ കുറഞ്ഞ അളവിൽ ഓക്സിജൻ, സോഡിയം, ഹൈഡ്രജൻ, ഹീലിയം, പൊട്ടാസ്യം, ആർഗൺ, നൈട്രജൻ, കാർബൺ ഡയോക്സൈഡ്, ജലബാഷ്പം, ക്സീനോൺ, നിയോൺ എന്നീ വാതകങ്ങളുണ്ട്. പകൽ 430 ഡിഗ്രി സെൽഷ്യസ് വരെ ഉയരുന്ന താപനില രാത്രിയിൽ –190 വരെ താഴും. അന്തരീക്ഷത്തിന്റെ അപര്യാപ്തത തന്നെയാ

ണ് താപനിലയിലുള്ള ഈ അജഗജ വ്യത്യാസത്തിനു കാരണം.

ബുധനിൽ ജീവൻ നിലനില്ക്കുന്നതിനുള്ള സാഹചര്യം ഇല്ലെന്നായിരുന്നു ഇതുവരെയുള്ള ധാരണ. എന്നാൽ, മെസഞ്ചർ ദൗത്യം ഗ്രഹത്തിൽ ജലസാന്നിദ്ധ്യം കണ്ടെത്തിയതോടെ ആ ധാരണ പുനഃപരിശോധിക്കാൻ ജ്യോതിശാസ്ത്രജ്ഞർ നിർബ്ബന്ധിതരായിരിക്കുകയാണ്.

30

യൂറോപയിൽ ജീവന്റെ തിരമാലകൾ

"I have been a stranger in a strange land"

-Exodus

വ്യാഴത്തിന്റെ ഉപഗ്രഹങ്ങളിൽ വലിപ്പത്തിൽ നാലാംസ്ഥാനമുള്ള യൂറോപയുടെ ഉപരിതലത്തിനു കീഴെയുള്ള ജലാശയം ഭൂമിയിലെ സമുദ്രങ്ങൾക്ക് തുല്യമാണ്. ഭൗമസമുദ്രങ്ങളെപ്പോലെ ഉപ്പുനിറഞ്ഞ ജലാശയത്തിൽ ജീവൻ വളർന്നുവികസിക്കുന്നതിനുള്ള എല്ലാ അനുകൂലനങ്ങളുമുണ്ട്. ഹവായ് ദ്വീപിലെ മൗനകിയയിലുള്ള കെക് II വാനനിരീക്ഷണകേന്ദ്രത്തിന്റെ ഇരുപതാം വാർഷികമായ 2013 മാർച്ച് ഏഴിനാണ് അത്ഭുതകരമായ ഈ വാർത്ത പുറത്തുവിട്ടിരിക്കുന്നത്. പ്ലൂട്ടോയുടെ ഗ്രഹപദവി നഷ്ടപ്പെടുത്തിയ ശാസ്ത്രസംഘത്തിന്റെ തലവനും കാൾടെക്കിലെ (California Institute of Technology) ജ്യോതിശാസ്ത്രജ്ഞനുമായ മൈക് ബ്രൗണും നാസയുടെ ജെറ്റ് പ്രൊപൽഷൻ ലബോറട്ടറിയിലെ ശാസ്ത്രജ്ഞനായ കെവിൻ ഹാൻഡും ചേർന്നാണ് ഈ കണ്ടെത്തൽ നടത്തിയത്.

യൂറോപയിലെ ഉപരിതലത്തിലെ ഗ്രാനൈറ്റ് പോലെ ഉറച്ച ഹിമാവരണത്തിന് കീഴെയാണ് സമുദ്രം. 100 കിലോമീറ്റർ വരെ ആഴമുള്ള സമുദ്രംകൊണ്ട് പൂർണ്ണമായി ചുറ്റപ്പെട്ടിരിക്കുകയാണ് യൂറോപ. ഏകദേശം നമ്മുടെ ചന്ദ്രന്റെ വലിപ്പം തന്നെയാണ് യൂറോപയ്ക്കുള്ളത്. ഗ്രഹോപരിതലത്തിലുള്ള വിള്ളലുകളിലൂടെ പ്രവഹിക്കുന്ന ചൂടുനീരുറവകളുടെ (geysers) സാന്നിദ്ധ്യം സൂചിപ്പിക്കുന്നത് കീഴെയുള്ള സമുദ്രജലത്തിന്റെ താപനില ജീവന് അനുയോജ്യമാണെന്നാണ്. കൂടാതെ ജൈവരാസ പ്രവർത്തനങ്ങൾ നടക്കുന്നതിന്റെ തെളിവുകളും ലഭിച്ചിട്ടുണ്ട്. മഗ്നീഷ്യം സൾഫേറ്റ് കലർന്ന ഉപ്പുവെള്ളമാണ് യൂറോപയിലെ സമുദ്ര

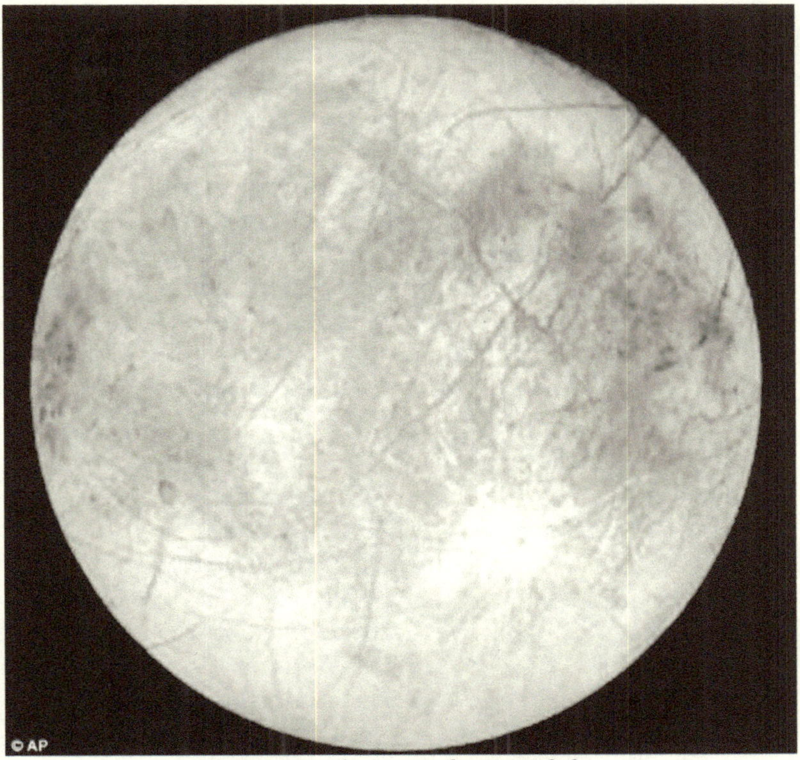

യൂറോപ ചിത്രകാരന്റെ ഭാവനയിൽ

ങ്ങളിലുള്ളത്.

ഗലീലിയോ കണ്ടെത്തിയ വ്യാഴത്തിന്റെ നാല് ഉപഗ്രഹങ്ങളിൽ ഒന്നാണ് യൂറോപ. അയോ, ഗാനിമിഡെ, ഗലിസ്റ്റോ, യൂറോപ എന്നീ നാല് ഉപഗ്രഹങ്ങളെ ഗലീലിയൻ ഉപഗ്രഹങ്ങൾ എന്നാണ് വിളിക്കുന്നത്. 1610 ജനുവരി എട്ടിനാണ് ഗലീലിയോ യൂറോപ കണ്ടുപിടിക്കുന്നത്. ഈ കാലത്തുതന്നെ സൈമൺ മാരിയസ് എന്ന ജ്യോതിശാസ്ത്രജ്ഞനും യൂറോപ കണ്ടെത്തിയിരുന്നു. സിലിക്കേറ്റ് പാറകളുടെ ഉപരിതലമുള്ള യൂറോപയുടെ കേന്ദ്രം (Core) ഇരുമ്പുകൊണ്ടാണ് നിർമ്മിക്കപ്പെട്ടിരിക്കുന്നത്. കുറഞ്ഞ അളവിൽ ഓക്സിജൻ ഉള്ള വളരെ നേർത്ത അന്തരീക്ഷമാണ് യൂറോപയ്ക്കുള്ളത്. ഉപരിതലത്തിലെ ഹിമാവരണം ജലം ഉറച്ചു കട്ടയായതാണ്. ഭൂമിക്കു വെളിയിൽ ജീവൻ നിലനില്ക്കുന്നതിന് ഏറ്റവും അധികം അനുകൂലനങ്ങൾ ഉള്ള സൗരകുടുംബാംഗമാണ് യൂറോപ. ഭൗമപാളികളുടെ ഫലകചലനം (Plate tectonics) പോലെ സവിശേഷമായ ഊർജ്ജോല്പാദന രീതിയും (Tidal flexing) യൂറോപയ്ക്ക് സ്വന്തമായുണ്ട്. മൂന്നര ഭൗമദിനങ്ങൾകൊണ്ട് യൂറോപ ഒരുതവണ വ്യാഴ

ത്തെ വലംവയ്ക്കും. 6,70,900 കിലോമീറ്റർ റേഡിയസുള്ള ഭ്രമണപഥമാണ് യൂറോപയ്ക്കുള്ളത്. വ്യാഴത്തിന്റെ അതിശക്തമായ ഗുരുത്വാകർഷണ ബലം കാരണം സ്വയം ഭ്രമണം യൂറോപയ്ക്ക് ഏറക്കുറെ അസാദ്ധ്യമാണ്. അതുകൊണ്ടുതന്നെ യൂറോപയുടെ ഒരുവശം എപ്പോഴും വ്യാഴത്തിനു നേരെ തിരിഞ്ഞാണിരിക്കുന്നത്. സൗരകുടുംബത്തിലെ ഉപഗ്രഹങ്ങളിൽ വലിപ്പത്തിൽ ആറാംസ്ഥാനമാണ് യൂറോപയ്ക്ക്. ഗ്രഹോപരിതലത്തിലെ ശരാശരി താപനില -160 ഡിഗ്രി സെൽഷ്യസാണ്. 1989 ൽ വിക്ഷേപിക്കപ്പെട്ട നാസയുടെ ഗലീലിയോ സ്പേസ്ക്രാഫ്റ്റാണ് യൂറോപയെക്കുറിച്ച് പഠിക്കാനാരംഭിച്ചത്. എന്നാൽ, ഇതുവരെ കൃത്രിമ ഉപഗ്രഹങ്ങളൊന്നും യൂറോപയിൽ ഇറങ്ങിയിട്ടില്ല. 2022 ൽ യൂറോപ്യൻ സ്പേസ് ഏജൻസി വിക്ഷേപിക്കുന്ന ജ്യൂസ് (Jupiter Icy Moon Explorer- JUICE) യൂറോപയിൽ ഇറങ്ങി പരീക്ഷണങ്ങൾ നടത്തും.

യൂറോപ ഒറ്റനോട്ടത്തിൽ

വ്യാസം	: 3121 കിലോമീറ്റർ
ഉപരിതല വിസ്തീർണം	: 3.09×10^{7} ച.കി.മീ.
വ്യാപ്തം	: 1.593×10^{10} ഘനമീറ്റർ
പിണ്ഡം	: 4.7998×10^{22} കിലോഗ്രാം
സാന്ദ്രത	: 3.01 ഗ്രാം/ഘന സെന്റിമീറ്റർ
ഗുരുത്വബലം	: 1.314 മീ/സെക്കന്റ് സ്ക്വയർ
പലായനപ്രവേഗം	: 2.025 കിലോമീറ്റർ/സെക്കന്റ്

31

യൂഫോകൾ എന്ന പറക്കുംതളികകൾ

(Unidentified Flying Object- UFO)

"You ain't seen nothin' yet"

-Ronald Reagan

ആയിരത്തിത്തൊള്ളായിരത്തി നാല്പതുകളിലും അൻപതുകളിലുമാണ് പറക്കുംതളികകൾ എന്നുവിളിക്കുന്ന യൂഫോകൾ വാർത്തകളിൽ നിറഞ്ഞുനിന്നത്. പലരും ഇത്തരം പ്രതിഭാസങ്ങളെ നേരിൽ കണ്ടുവെന്ന് അവകാശപ്പെടുന്നുണ്ടെങ്കിലും തെളിവുകളുടെ അഭാവം പറക്കുംതളികകളെ അംഗീകരിക്കുന്നതിൽനിന്നും ശാസ്ത്രലോകത്തെ വിലക്കിയിരിക്കുകയാണ്. 'യൂഫോ' അല്ലെങ്കിൽ 'യൂഫോബുകൾ' എന്ന വാക്ക്

പറക്കും തളികകൾ-ഭാവന

അന്യഗ്രഹജീവികൾ - ഭാവന

ആദ്യമുപയോഗിച്ചത് യു എസ് എയർഫോഴ്സാണ്. 1953 ലാണ് ഇത്. പറക്കുംതളികകൾ (flying discs) എന്ന വാക്കിനു പകരം ഇപ്പോൾ 'യൂഫോ' എന്നാണ് ഉപയോഗിക്കുന്നത്. കാരണം ഇത്തരം ദുരൂഹ പ്രതിഭാസങ്ങൾ തളികകളുടെ രൂപത്തിൽ തന്നെ ആവണമെന്നില്ലത്രേ. ഒരു വിമാനത്തിന്റെയോ മിസൈലിന്റെയോ ആകൃതിയിലും ഇത്തരം പ്രതിഭാസങ്ങളെ കണ്ടെത്തിയെന്ന് അവകാശപ്പെടുന്നവരും ഉണ്ട്. അതെന്തായാലും വ്യക്തമായി നിർവ്വചിക്കാൻ കഴിയാത്ത ഈ പറക്കുംപ്രതിഭാസങ്ങൾക്ക് സയൻസ് ഫിക്ഷനുകളിലാണ് കൂടുതൽ കരുത്താർജ്ജിക്കാൻ കഴിഞ്ഞത്.

ക്യാപ്റ്റൻ എഡ്വാർഡ് ജെ റപ്പൽറ്റ് ആണ് UFO എന്ന പേര് ആദ്യമായി നിർദേശിച്ചത്. പലപ്പോഴും ബലൂണുകളും ചില മേഘപടലങ്ങളും (noctilucent clouds, nacreous clouds) നിരീക്ഷകനു സൃഷ്ടിക്കുന്ന കപട ദൃശ്യമായിരിക്കാം (optical illusion) പറക്കുംതളികകളുടെ ഉത്ഭവത്തിനു കാരണം. ചില ധൂമകേതുക്കളും ഉൽക്കകളും ഇതേ ദൃശ്യാനുഭവം തന്നെ സൃഷ്ടിക്കുന്നുണ്ട്. മതപരമായ ചില കീഴ്വഴക്കങ്ങളും ഇത്തരം ദൃശ്യാനുഭൂതിക്ക് കാരണമാകുന്നുണ്ട്. ചന്ദ്രനിലും ആകാശത്തുമെല്ലാം ദേവീദേവന്മാരുടെ രൂപം കണ്ട അനുഭവമുള്ളവർ ധാരാളമുണ്ട്. അമേരിക്ക, കാനഡ, ബ്രിട്ടൺ, സോവിയറ്റ് യൂണിയൻ, ജപ്പാൻ, ബെൽജിയം, ഫ്രാൻസ്, പെറു, സ്വീഡൻ, ബ്രസീൽ, ചിലി, യുറുഗ്വായ്, മെക്സിക്കോ,

സ്പെയിൻ എന്നീ രാജ്യങ്ങൾ പറക്കുംതളികകളെക്കുറിച്ച് ശാസ്ത്രീയമായ അന്വേഷണങ്ങൾ നടത്തിയിട്ടുണ്ട്. ഇവയിൽ പ്രധാനപ്പെട്ട പഠനങ്ങൾ 1946-47 കാലഘട്ടത്തിൽ സ്വീഡിഷ് മിലിട്ടറി നടത്തിയ 'ഗോസ്റ്റ് റോക്കറ്റ്സ്', 1947 മുതൽ 1969 വരെ യു എസ് എയർഫോഴ്സ് നടത്തിയ 'പ്രോജക്റ്റ് ബ്ലൂ ബുക്ക്', 1977 ൽ ബ്രസീലിയൻ എയർഫോഴ്സ് നടത്തിയ 'ഓപ്പറേഷൻ സോസർ', ഇക്കാലയളവിൽ തന്നെ ഫ്രാൻസ് നടത്തിയ 'ജിപാൻ/സെപ്റ/ജെയ്പാൻ' എന്നിവയാണ്.

ബഹിരാകാശ സഞ്ചാരികളും മിലിട്ടറി ഉദ്യോഗസ്ഥരും സാധാരണക്കാരും പലവട്ടം ഇത്തരം പ്രതിഭാസങ്ങൾ കണ്ടതായി റിപ്പോർട്ട് ചെയ്തിട്ടുണ്ടെങ്കിലും തെളിവുകളുടെ അഭാവം യൂഫോകളുടെ അസ്തിത്വത്തെ നിഷേധിക്കുകയാണ്. യൂഫോകളെക്കുറിച്ച് പഠിക്കുന്ന ശാസ്ത്രശാഖയാണ് യൂഫോളജി (Ufology). സദാ ആകാശനിരീക്ഷണം നടത്തുന്ന ഭൂതല-ബഹിരാകാശ ദൂരദർശിനികളുടെയും കൃത്രിമ ഉപഗ്രഹങ്ങളുടെയും റഡാർ സംവിധാനങ്ങളുടെയുമെല്ലാം കണ്ണുവെട്ടിച്ച് ഇടയ്ക്കിടെ പ്രത്യക്ഷപ്പെടുന്നുണ്ടെന്ന് ചിലരെങ്കിലും അവകാശപ്പെടുന്ന പറക്കുംതളികകൾ ഒരു അത്ഭുതം തന്നെയാണ്. തെളിയിക്കപ്പെടുന്നതുവരെ അവ ഒരു കഥ മാത്രമായി അവശേഷിക്കും.

Glossary (പദാവലി)

A

* **absolute zero (കേവല പൂജ്യം):** താപഗതിക സിദ്ധാന്തത്തിന്റെ അടിസ്ഥാനത്തിൽ നിർവ്വചിക്കുന്ന ഏറ്റവും താഴ്ന്ന താപനില. പൂജ്യം കെൽവിൻ (0K), -273 ഡിഗ്രി C (-273.15 ഡിഗ്രി സെൽഷ്യസ്) എന്നും പറയാം.
* **alpha centauri (അൽഫാ സെന്റോറി):** ഇരട്ടനക്ഷത്രം. സൂര്യനും പ്രോക്സിമയും കഴിഞ്ഞാൽ ഭൂമിയോട് ഏറ്റവും അടുത്തുള്ള നക്ഷത്രം.
* **amine (അമീൻ):** ക്ഷാര സ്വഭാവമുള്ള കാർബണിക പദാർഥങ്ങൾ. ഇവ അമോണിയയുടെ കാർബണിക വ്യുൽപ്പന്നങ്ങളാണ്.
* **amino acid (അമിനോ അമ്ലങ്ങൾ):** അമിനോ ഗ്രൂപ്പും (-NH2) കാർബോക്സിലിക് ഗ്രൂപ്പും (-COOH) അടങ്ങിയ, വെള്ളത്തിൽ ലയിക്കുന്ന കാർബണിക സംയുക്തം.
* **antimatter (പ്രതിദ്രവ്യം):** പോസിട്രോൺ, ആന്റി പ്രോട്ടോൺ തുടങ്ങിയ പ്രതികണങ്ങൾ ചേർന്നുണ്ടാവുന്ന ദ്രവ്യം.
* **aphelion (സൗരോച്ചം):** പരിക്രമണ പഥത്തിൽ ഒരു വസ്തു സൂര്യനിൽനിന്ന് ഏറ്റവും അകലെ എത്തുന്ന സ്ഥാനം.
* **astronomical unit (സൗരദൂരം):** സൂര്യനും ഭൂമിക്കുമിടയിലുള്ള ദൂരം. IAU = 1,49,59,78,70,700 മീറ്റർ
* **asteroids (ഛിന്നഗ്രഹങ്ങൾ):** സൗരയൂഥത്തിൽ ചൊവ്വയ്ക്കും വ്യാഴത്തിനുമിടയിൽ കാണപ്പെടുന്ന ഗ്രഹശകലങ്ങൾ. ഒരു ഗ്രഹമായി കൂടിച്ചേരാൻ കഴിയാതെപോയ ദ്രവ്യമാണെന്നു കരുതപ്പെടുന്നു.
* **azoic (എസോയിക്):** ഭൂമിയിൽ ജീവൻ ഉത്ഭവിക്കുന്നതിന് മുമ്പുള്ള കാലഘട്ടത്തെ സൂചിപ്പിക്കുന്നു.

* **ATP (അഡിനോസിൻ ട്രൈ ഫോസ്ഫേറ്റ്):** ജീവജാലങ്ങളിലെ പ്രതിപ്രവർത്തനങ്ങൾക്ക് സ്വതന്ത്ര ഊർജ്ജം നല്കുന്ന തന്മാത്ര.

B

* **big bang (മഹാവിസ്ഫോടനം):** പ്രപഞ്ചോല്പത്തിയെക്കുറിച്ച് നിലവിലുള്ള ഏറ്റവും പ്രബലമായ സിദ്ധാന്തം.
* **billion (ബില്യൺ):** ശതകോടി

C

* **carbohydrates (കാർബോഹൈഡ്രേറ്റുകൾ):** കാർബൺ, ഹൈഡ്രജൻ, ഓക്സിജൻ എന്നിവ മാത്രമടങ്ങിയ കാർബണിക സംയുക്തം. ഉദാ: ഗ്ലൂക്കോസ് ($C_6 H_{12} O_6$)
* **comets (ധൂമകേതുക്കൾ):** സൂര്യനെ ചുറ്റുന്ന ഖഗോള പിണ്ഡങ്ങളിൽ ഒരിനം. വാൽനക്ഷത്രമെന്നും വിളിക്കാറുണ്ട്.
* **cosmic rays (കോസ്മിക് കിരണങ്ങൾ):** ബഹിരാകാശത്തു നിന്നും ഭൗമാന്തരീക്ഷത്തിലെത്തുന്ന ഉന്നത ഊർജ്ജമുള്ള കണികകൾ. പ്രധാനമായും പ്രോട്ടോണുകളായിരിക്കും.
* **covalency (സഹസംയോജകത):** ഇലക്ട്രോൺ ജോഡികളെ പങ്കിട്ടുകൊണ്ട് രണ്ട് ആറ്റങ്ങൾ തമ്മിലുള്ള ബന്ധനം. ഇത്തരം സഹസംയോജക ബന്ധങ്ങളുടെ എണ്ണം.

D

* **doppler effect (ഡോപ്ലർ പ്രഭാവം):** തരംഗ സ്രോതസ്സും നിരീക്ഷകനും തമ്മിൽ ആപേക്ഷിക ചലനം ഉണ്ടാകുമ്പോൾ തരംഗത്തിന്റെ ആവൃത്തിയിൽ അനുഭവപ്പെടുന്ന വ്യത്യാസം.
* **dark energy (ശ്യാമ ഊർജം):** പ്രപഞ്ചവികാസം ത്വരിതപ്പെടുത്തുന്ന ഋണമർദം. ഊർജ്ജരൂപമൊന്നുമല്ല. പ്രപഞ്ചത്തിൽ 69 ശതമാനവും ശ്യാമ ഊർജമാണ്.
* **dark matter (ശ്യാമദ്രവ്യം):** ഗുരുത്വാകർഷണ സ്വഭാവം മാത്രം പ്രകടിപ്പിക്കുന്ന അദൃശ്യവും ദുരൂഹവുമായ ദ്രവ്യരൂപം. പ്രപഞ്ചത്തിൽ 26 ശതമാനവും ശ്യാമദ്രവ്യമാണ്.
* **DNA (ഡി എൻ എ):** ഡി ഓക്സി റൈബോ ന്യൂക്ലിക് ആസിഡ്. പാരമ്പര്യ വാഹകരായ ന്യൂക്ലികാംമ്ലം.

E

* **eclipse (ഗ്രഹണം):** ഒരു വസ്തു മറ്റൊരു വസ്തുവിന്റെ നിഴലിൽ കടക്കുന്നതു കാരണം പൂർണ്ണമായോ ഭാഗികമായോ മറയുന്നത്.
* **electromagnetic spectrum (വിദ്യുത് കാന്തിക സ്പെക്ട്രം):** ആവൃത്തി കുറഞ്ഞ റേഡിയോ തരംഗങ്ങൾ മുതൽ ആവൃത്തി കൂടിയ ഗാമാ തരംഗങ്ങൾ വരെ ഉൾക്കൊള്ളുന്ന വിദ്യുത് കാന്തിക വികി

രണങ്ങളുടെ ഗ്രൂപ്പ്.

* **electron (ഇലക്ട്രോൺ):** ഋണ വൈദ്യുത ചാർജുള്ള മൗലിക കണം. തരംഗസ്വഭാവം പ്രകടിപ്പിക്കുന്നു.
* **ellipse (ദീർഘവൃത്തം):** ഉൽകേന്ദ്രത ഒന്നിൽ കുറവായുള്ള കോണികം. രണ്ടു ബിന്ദുക്കളിൽ നിന്നുള്ള അകലങ്ങളുടെ തുക സ്ഥിരമായിരിക്കത്തക്കവണ്ണം ഒരേതലത്തിൽ ചലിക്കുന്ന ബിന്ദുവിന്റെ പഥം.
* **escape velocity (പലായന പ്രവേഗം):** ഗുരുത്വബലത്തെ അതിജീവിച്ച് ഒരു ഖഗോള വസ്തുവിൽനിന്ന് ഒരു പ്രക്ഷേപ്യത്തിന് രക്ഷപ്പെടാൻ ആവശ്യമായ ഏറ്റവും കുറഞ്ഞ വേഗത. ഭൂമിയിൽ ഇത് 11.2 km/s ആണ്.
* **exobiology (എക്സോബയോളജി):** ഭൗമേതര ജീവനെത്തേടിയുള്ള പഠനം. പ്രപഞ്ച ജീവശാസ്ത്രം.
* **exoplanets (എക്സോപ്ലാനറ്റുകൾ):** സൗരയൂഥത്തിനു വെളിയിൽ മറ്റു നക്ഷത്രങ്ങളോടൊപ്പമോ സ്പേസിൽ സ്വതന്ത്രമായി അലഞ്ഞു നടക്കുകയോ ചെയ്യുന്ന ഗ്രഹങ്ങൾ.

F

* **frequency (ആവൃത്തി):** ഒരു സെക്കന്റിൽ ഒരു നിർദ്ദിഷ്ട ബിന്ദുവിലൂടെ കടന്നുപോകുന്ന തരംഗങ്ങളുടെ എണ്ണം.

G

* **gravitational constant (ഗുരുത്വ സ്ഥിരാങ്കം):** ഒരു കിലോഗ്രാം വീതമുള്ള രണ്ടു വസ്തുക്കൾ ഒരു മീറ്റർ അകലെയായിരിക്കുമ്പോൾ അവ തമ്മിലുള്ള ആകർഷണ ബലം.
* **G (സാർവത്രിക ഗുരുത്വ സ്ഥിരാങ്കം):** $6.67X10^{11}$ NM^2/Kg^2

H

* **habitable zone (വാസയോഗ്യമേഖല):** ഒരു നക്ഷത്രത്തിനു ചുറ്റുമുള്ള ഗ്രഹകുടുംബത്തിൽ ജലം ദ്രാവകാവസ്ഥയിൽ നിലനിൽക്കുന്ന മേഖല.

I

* **infrared radiation (ഇൻഫ്രാറെഡ് വികിരണം):** വിദ്യുത് കാന്തിക സ്പെക്ട്രത്തിൽ റേഡിയോ തരംഗങ്ങൾക്കും ദൃശ്യപ്രകാശത്തിനും ഇടയ്ക്ക് തരംഗദൈർഘ്യമുള്ള വികിരണങ്ങൾ.
* **ionosphere (അയണോസ്ഫിയർ):** ചാർജുവാഹികളായ സ്വതന്ത്ര കണങ്ങൾ (അയോണുകൾ) ഗണ്യമായ തോതിലുള്ള ഉന്നത അന്തരീക്ഷഭാഗം.
* **isotopes (ഐസോടോപ്പുകൾ):** ഒരേ മൂലകത്തിന്റെ വ്യത്യസ്ത

ഭാരമുള്ള ആറ്റങ്ങൾ. അണുകേന്ദ്രത്തിലെ ന്യൂട്രോണുകളുടെ എണ്ണം വ്യത്യസ്തമായിരിക്കും. രാസഗുണങ്ങളിൽ വ്യത്യാസമില്ലെങ്കിലും ഭൗതിക, ആണവ ഗുണങ്ങളിൽ വ്യത്യാസമുണ്ടായിരിക്കും.

J

* **joule (ജൂൾ)**: ഊർജത്തിന്റെയും പ്രവൃത്തിയുടെയും SI ഏകകം.

K

* **kelvin (കെൽവിൻ):** താപഗതികത്തിൽ താപനിലയുടെ SI ഏകകം.

L

* **light year (പ്രകാശവർഷം)**: പ്രകാശം ഒരു വർഷംകൊണ്ട് സഞ്ചരിക്കുന്ന ദൂരം ($9.461X10^{15}$ മീറ്റർ).

M

* **magnitude (കാന്തികമാനം)**: നക്ഷത്രങ്ങളുടെയും ഗ്രഹങ്ങളുടെയും ശോഭയുടെ തോത് കുറിക്കുന്ന സംഖ്യ.
* **mass (പിണ്ഡം)**: ഒരു വസ്തുവിലടങ്ങിയിരിക്കുന്ന ദ്രവ്യത്തിന്റെ അളവ്.
* **meteors (ഉൽക്ക, കൊള്ളിമീൻ):** ബാഹ്യാന്തരീക്ഷത്തിൽനിന്ന് ഭൗമാന്തരീക്ഷത്തിലേക്ക് പതിക്കുന്ന ഖരവസ്തുക്കൾ. ഭൗമാന്തരീക്ഷവുമായുള്ള ഘർഷണത്തെത്തുടർന്ന് ഇവ ചൂടുപിടിച്ച് കത്തും.
* **meteorite (ഉൽക്കാശില)**: ഉൽക്കകളുടെ അവശിഷ്ടങ്ങൾ. ചില ഉൽക്കകൾ അന്തരീക്ഷത്തിൽവച്ച് പൂർണ്ണമായി ചാമ്പലായിത്തീരും. എന്നാൽ, വലിയവ പൂർണ്ണമായി കത്തിത്തീരില്ല. അവ ഭൂമിയിൽ പതിക്കും.
* **micro (മൈക്രോ)**: 10^{-16} എന്നു സൂചിപ്പിക്കുന്ന ഉപസർഗ്ഗം.
* **microbes** *(സൂക്ഷ്മജീവികൾ)*: സൂക്ഷ്മദർശിനിയിലൂടെ മാത്രം കാണാൻ കഴിയുന്ന ജീവികൾ.
* **milky way (ക്ഷീരപഥം)**: സൂര്യനുൾപ്പെടെ 20,000 കോടിയിൽപ്പരം നക്ഷത്രങ്ങളുടെ കൂട്ടം. സർപ്പിളാകൃതി ആകാശഗംഗ എന്നും പറയാറുണ്ട്.

N

* **nebula (നീഹാരിക)**: നക്ഷത്രങ്ങൾ രൂപംകൊള്ളുന്ന വാതക, ധൂളീപടലം.
* **neutron star (ന്യൂട്രോൺ താരം)**: നക്ഷത്ര പരിണാമദശയിലെ ഒരു ഘട്ടം. 1.4 സൗരഭാരത്തിനും 2 സൗരഭാരത്തിനും ഇടയിലുള്ള നക്ഷത്രക്കാമ്പുകളാണ് സാധാരണ ന്യൂട്രോൺ താരങ്ങളായിത്തീരുന്നത്.

* **nuclear fission (അണുവിഘടനം):** ഒരു അണുകേന്ദ്രം ഏതാണ്ട് സമമായ രണ്ടു ഭാഗങ്ങളായി വിഭജിക്കപ്പെടുന്ന പ്രക്രിയ.
* **nuclear fusion (അണുസംലയനം):** ഭാരം കുറഞ്ഞ അണുകേന്ദ്രങ്ങൾ കൂടിച്ചേർന്ന് ഭാരം കൂടിയ അണുകേന്ദ്രം ഉണ്ടാകുന്ന പ്രക്രിയ.

O

* **occultation (നക്ഷത്രഗ്രഹണം):** ചന്ദ്രനോ ഒരു ഗ്രഹമോ ഒരു നക്ഷത്രത്തിനും നിരീക്ഷകനും ഇടയിലൂടെ കടന്നുപോകുമ്പോൾ നക്ഷത്രം മറഞ്ഞുപോകുന്ന പ്രതിഭാസം.

P

* **parallax (ലംബനം):** ഒരു ആധാരരേഖയിലെ രണ്ടു സ്ഥാനങ്ങളിൽ നിന്നു നിരീക്ഷിക്കുമ്പോൾ പശ്ചാത്തലത്തെ ആധാരമാക്കി ഒരു നിർദിഷ്ട വസ്തുവിന്റെ സ്ഥാനത്തിൽ ഉണ്ടായതായി അനുഭവപ്പെടുന്ന മാറ്റം.
* **parsec (പാർസെക്):** ഭൂമി സൂര്യനെ ചുറ്റുന്ന പഥത്തിന്റെ വ്യാസത്തിലെ രണ്ട് എതിർബിന്ദുക്കൾ ഒരു സെക്കന്റ് ലംബനം സൃഷ്ടിക്കുന്ന ബഹിരാകാശ ബിന്ദുവിലേക്കുള്ള ദൂരമാണ് 1 പാർസെക്. (1 parsec = 3.2616 Light Year)
* **perihelion (സൗരസമീപകം):** പരിക്രമണപഥത്തിൽ ഒരു വസ്തു സൂര്യന്റെ ഏറ്റവും അടുത്തെത്തുന്ന സ്ഥാനം.
* **pH value (പി എച്ച് മൂല്യം):** ഒരു ലായനിയിലെ ഹൈഡ്രജൻ അയോണുകളുടെ ഗാഢതയുടെ ഏകകം. potenz Hydrogen, 1 മുതൽ 14 വരെയുള്ള സീമയിലാണ് pH അളക്കുന്നത്.
* **photosynthesis (പ്രകാശസംശ്ലേഷണം):** ഹരിതസസ്യങ്ങൾ സൗരോർജമുപയോഗിച്ച് ജലം, കാർബൺ ഡയോക്സൈഡ് എന്നിവയെ സംശ്ലേഷിപ്പിച്ച് ഓക്സിജൻ നിർമ്മിക്കുന്ന പ്രക്രിയ.
* **plate tectonics (ഫലക വിവർത്തനികത):** മാന്റിലിലെ ദ്രവ ശിലാപാളിക്കുമേൽ ലിഥോസ്ഫിയർ ഫലകങ്ങൾ നീങ്ങുന്നതും പ്രസ്തുത ചലനം ഭൂവൽക്കത്തിൽ മാറ്റങ്ങളുണ്ടാക്കുന്നതുമായ പ്രക്രിയ.
* **planetesimals (ഗ്രഹശകലങ്ങൾ):** ഗ്രഹരൂപീകരണത്തിനു മുമ്പ് സൗരയൂഥത്തിൽ ചിതറിക്കിടന്ന താരതമ്യേന ചെറിയ പിണ്ഡങ്ങൾ. അവ കൂടിച്ചേർന്നാണ് പില്ക്കാലത്ത് ഗ്രഹങ്ങൾ ഉണ്ടായത്.
* **plasma (പ്ലാസ്മ):** ദ്രവ്യത്തിന്റെ നാലാമത്തെ അവസ്ഥ. സ്വതന്ത്ര ഇലക്ട്രോണുകളുടെയും അയോണുകളുടെയും മിശ്രം. നക്ഷത്രങ്ങളിൽ നടക്കുന്ന താപ-ആണവ പ്രവർത്തനങ്ങളിൽ സൃഷ്ടിക്കപ്പെടുന്നു.
* **precession (പുരസരണം):** സ്വയം ഭ്രമണത്തോടൊപ്പം ഒരു ഖഗോള വസ്തുവിന്റെ അച്ചുതണ്ടിലുണ്ടാകുന്ന ചാഞ്ചാട്ടം.
* **pulsar (പൾസാർ):** ചരനക്ഷത്രങ്ങളിൽ ഒരിനം. സ്പന്ദിക്കുന്ന

നക്ഷത്രം എന്നർത്ഥം വരുന്ന pulsating star എന്നതിന്റെ ചുരുക്ക രൂപം. കൃത്യമായ ഇടവേളകളിൽ വികിരണ സ്പന്ദനങ്ങൾ പുറപ്പെടുവിക്കുന്ന ന്യൂട്രോൺ താരങ്ങളാണ് പൾസാറുകൾ എന്നു കരുതപ്പെടുന്നു.

Q

* **quasar (ക്വാസാർ):** നക്ഷത്രങ്ങളെപ്പോലെ കാണപ്പെടുന്നതും വളരെ ഉയർന്ന ചുമപ്പുനീക്കം ഉള്ളവയുമായ ഒരിനം ഖഗോള പ്രതിഭാസം.

R

* **radio waves (റേഡിയോ തരംഗങ്ങൾ):** ഏതാനും മില്ലിമീറ്റർ തരംഗദൈർഘ്യമുള്ള വിദ്യുത് കാന്തിക തരംഗങ്ങൾ. പ്രധാനമായും വാർത്താവിനിമയത്തിന് ഉപയോഗിക്കുന്നു.
* **red giant (ചുവന്ന ഭീമൻ):** നക്ഷത്രപരിണാമത്തിലെ ഒരുഘട്ടം. ഇന്ധനം ഭൂരിഭാഗവും കത്തിത്തീർന്നാൽ നക്ഷത്രക്കാമ്പ് സങ്കോചിക്കുകയും ബാഹ്യഭാഗം വികസിച്ച് വളരെ വലുതാവുകയും ചെയ്യുന്ന അവസ്ഥ. ഉപരിതല താപനില 2000 - 4000 K. ഉദാ: തിരുവാതിര (Betelgeuse).
* **red shift (ചുമപ്പുനീക്കം):** ഡോപ്ലർ പ്രഭാവം കാരണം വിദ്യുത് കാന്തിക തരംഗങ്ങളുടെ ആവൃത്തിയിലുണ്ടാകുന്ന കുറവിനെ തുടർന്ന് സ്പെക്ട്രരേഖകൾക്ക് സ്വാഭാവിക സ്ഥാനത്തുനിന്ന് ഉണ്ടാകുന്ന വ്യതിയാനം.
* **resolution (റെസല്യൂഷൻ):** ഒരു ഡിജിറ്റൽ ചിത്രത്തിൽ നിശ്ചിത സ്ഥലത്തുള്ള പിക്സലുകളുടെ എണ്ണം സൂചിപ്പിക്കുന്നു. ചിത്രത്തിന്റെ വ്യക്തതയുടെ അളവ്.

S

* **sextillion** (സെക്സ്ടില്യൺ): 10^{21}
* **solar winds (സൗരവാതങ്ങൾ):** സൗരോപരിതലത്തിൽനിന്നും സ്പേസിലേക്ക് വ്യാപിക്കുന്ന ചാർജിത കണങ്ങളുടെ പ്രവാഹം. ഇവ കോടിക്കണക്കിന് കിലോമീറ്ററുകൾ സഞ്ചരിക്കും.
* **spacetime (സ്ഥലകാലങ്ങൾ):** സ്പേസിന്റെ മൂന്നു മാനങ്ങളും (നീളം, വീതി, ആഴം) സമയവും ചേർത്തുകൊണ്ടുള്ള അവതരണം.
* **spectroscopy (വർണ്ണരാജി വിശകലനം):** ജ്വലിക്കുന്ന വസ്തുക്കളിൽനിന്നോ വാതകങ്ങളിൽനിന്നോ പുറപ്പെടുന്ന പ്രകാശ വർണരാജിയിൽനിന്ന് അവയുടെ രാസ-ഭൗതിക ഗുണങ്ങളെപ്പറ്റിയുള്ള പഠനം.
* **super earth (സൂപ്പർ എർത്ത്):** ഭൗമസമാന സാഹചര്യങ്ങളുള്ളതും ഭൂമിയുടെ ഇരട്ടിയോ അതിലുമേറെയോ വലിപ്പമുള്ളതുമായ അന്യഗ്രഹങ്ങൾ.

* **super nova (സൂപ്പർ നോവ):** നക്ഷത്ര പരിണാമത്തിലെ ഒരു ഘട്ടം. ചുവന്ന ഭീമൻ അവസ്ഥയിലെത്തിയതും ദ്രവ്യമാനമേറിയതുമായ ഒരു നക്ഷത്രം ഇന്ധനം തീരുമ്പോൾ അതിദ്രുതം പൊട്ടിയമരുകയും തത്ഫലമായി പുറം അടരുകൾ വിസ്ഫോടനത്തിലൂടെ തെറിച്ചു പോവുകയും ചെയ്യുന്ന അവസ്ഥ. ഈ ഘട്ടത്തിൽ ഭീമമായ തോതിൽ ഊർജ്ജം സ്വതന്ത്രമാക്കപ്പെടുന്നു.

T

* **tesla (ടെസ്‌ല):** കാന്തിക ഫ്ളക്സ് സാന്ദ്രതയുടെ ഏകകം. നിക്കോള ടെസ്‌ലയുടെ ബഹുമാനാർത്ഥം നല്കിയ പേര്.

U

* **UFO (യുഫോ):** Unidentified Flying Objects എന്നതിന്റെ ചുരുക്കരൂപം. പറക്കുംതളികകൾ.

V

* **variable stars (ചരനക്ഷത്രങ്ങൾ):** ക്രമമായി ശോഭാവ്യതിയാനം കാണിക്കുന്ന നക്ഷത്രങ്ങൾ.

W

* **wave length (തരംഗദൈർഘ്യം):** തരംഗത്തിലെ ഒരേ കമ്പനാവസ്ഥയിലുള്ള രണ്ട് സമീപ ബിന്ദുക്കൾ തമ്മിലുള്ള ദൂരം.

X

* **x-rays (എക്സ് രശ്മികൾ):** അൾട്രാവയലറ്റ് തരംഗങ്ങൾക്കും ഗാമാ തരംഗങ്ങൾക്കുമിടയിൽ തരംഗദൈർഘ്യമുള്ള വിദ്യുത് കാന്തിക തരംഗങ്ങൾ.

Y

* **year (വർഷം):** സൂര്യനെ ഒരുതവണ പരിക്രമണം ചെയ്യാൻ ഭൂമിക്ക് ആവശ്യമുള്ള സമയം. 365.25 മാധ്യ സൗരദിനങ്ങൾ ചേർന്നതാണ് ഒരു കലണ്ടർ വർഷം.

Z

* **zodiac (രാശിചക്രം):** ഭൂമി കേന്ദ്രമായി ഖഗോളത്തിൽ സൂര്യന്റെ പഥത്തിനിരുവശത്തുമായി 9 ഡിഗ്രി വീതം വീതിയിൽ സങ്കല്പിച്ചിരിക്കുന്ന ഖഗോള നാട. ഇത് 12 രാശികളായി വിഭജിച്ചിട്ടുണ്ട്.

www.ingramcontent.com/pod-product-compliance
Lightning Source LLC
LaVergne TN
LVHW100549051026
849519LV00003B/892

9789386112835

9 789386 112835